நாலடியார்
Naladiyar

(Tamil & English)

Naladiyar

Translated By: **G.U.Pope** and **F.W. Ellis**

டிஸ்கவரி பப்ளிகேஷன்ஸ்

எண்: 9, பிளாட் எண்: 1080A, ரோஹிணி பிளாட்ஸ்
முனுசாமி சாலை, கே.கே.நகர் மேற்கு,
சென்னை - 600 078. பேச: 99404 46650

DP - 0401

நாலடியார் (பாடலும் - விளக்கமும்)
மொழிபெயர்ப்பு: போப்-எல்லீஸ்©
Naladiyar (Poem)
Translated By: G.U.Pope and F.W. Ellis ©
Print in India
1st Edition : December - 2024
ISBN No : 978-81-19541-99-7
Pages: 312
Rs: 300

Publisher • Sales Rights

Discovery Publications
No. 9, Plot,1080A, Rohini Flats,
Munusamy Salai,
K. K. Nagar West, Chennai - 78.
Tamilnadu, India.
Mobile: +91 99404 46650

Discovery Book Palace (P) Ltd
No. 1055-B, Munusamy Salai,
K. K. Nagar West,
Chennai-600 078.
Mobile: +91 87545 07070

discoverybookpalace@gmail. com / www. discoverybookpalace. com

---

இந்த நூலில் பிரசுரமாகியுள்ள எந்த ஒரு பகுதியையும் எழுத்துபூர்வமான முன்அனுமதி பெறாமல் எடுத்தாள்வதோ, மறுபிரசுரம் செய்வதோ, மொழியாக்கம் செய்வதோ, ஊடகங்களில் மறுபதிப்புச் செய்வதோ, காப்புரிமைச் சட்டப்படி தடை செய்யப்பட்டுள்ளது. இந்த நூலிலிருந்து சில பகுதிகளை மேற்கோள்காட்டி நூல்அறிமுகம் செய்யலாம்.

உங்கள் மொபைல் போனிலிருந்து ஸ்கேன் செய்து 'டிஸ்கவரி புக் பேலஸ்' மொபைல் ஆப்பை டவுன்லோடு செய்து, புத்தகங்களை வாங்குங்கள்.

நூல் பல கல்

உலக மக்கள் வாழ்வாங்கு வாழ நன்னெறி காட்டும் நூல்கள் பல தமிழ்மொழியில் இருக்கின்றன. உலக பொதுமறையாம் திருக்குறளைப்போல மனித வாழ்வைச் சிறப்பான முறையில், அறவழியில் வழிநடத்திச் செல்லும் நூல் நாலடியார். கனடாவிலிருந்து இந்தியாவுக்கு வந்த அறநெறியாளர் ஜி.யு.போப் மற்றும் இங்கிலாந்திலிருந்து வந்த எஃப்.டபுள்யு.எல்லிஸ் ஆகியோர் 'நாலடியார்' நூலை ஆங்கிலத்தில் மொழிபெயர்த்திருக்கிறார்கள்.

விஞ்ஞானத் தொழில்நுட்பம் கணினியுகத்துக்கு நம்மை உயர்த்தியிருந்தாலும், இன்றைய இளம் சந்ததியினர், நாளைய சிறந்த குடிமக்களாக வாழ்வதற்கு நல்ல நூல்களைக் கற்று சீரிய பண்பாட்டைப் பெற்றிருக்க வேண்டியது மிகவும் அவசியமாகிறது. இந்தவகையில் சமுதாயத்தில் எந்தத் துறையில் ஈடுபட்டு உழைப்பவர்களாயிருந்தாலும், அந்தந்தத்துறையில் அவர்கள் செம்மையாகத் தம் பணிகளை ஆற்றக்கூடிய ஆற்றல்களைப் பெறுவதற்கேற்ற அறிவுரைகளை வழங்குவது நாலடியாராகும்.

இத்தகையச் சிறப்பு நூலாகத் திகழும் நாலடியாரை, பதினாறு ஆண்டுகளாகத் தொழில்நுட்பத்துறையில் மிகச்சிறந்த முறையில் செயலாற்றி உயர்ந்து நிற்கும் எங்கள் நிறுவனமான Axis Global Automation கூட்டு முயற்சியுடன் அறிமுகம் செய்வதில் பெருமை கொள்கிறோம்.

'நாலடியார்' பெருமையை உலகெங்கிலும் உள்ள தொழில்நுட்ப வல்லுநர்களுக்குக் கொண்டு சேர்க்கும் முயற்சியாக இந்நூல் அமையும்.

Axis Global Automation Group இந்தியாவின் முதல் ரோபாடிக்ஸ் தொழில்முறை பயிற்சி நிறுவனமாகவும், இந்தியாவில் அதிகமான ரோபாடிக்ஸ் install செய்த நிறுவனமாகவும் திகழ்வதை நினைத்து

மகிழ்வதைப்போல, உலகின் பல மொழிகள் பேசும் வல்லுநர்களின் கரங்களிலும் தவழப்போகும் இந்நூலை அறிமுகம் செய்வதை எண்ணி மகிழ்கிறோம். இந்த பதினேழு ஆண்டுகாலத்தில் அன்பு, நட்பு, புகழ், அனுபவம் போன்றவற்றை உங்களிடமிருந்து வெற்றிகளாகப் பெற்று இருக்கிறோம்.

நாங்கள் தொடர்ந்து புதிய தொழில்நுட்பத்தில் திறம்பட பயணிக்க விஞ்ஞான வளர்ச்சி மட்டுமல்ல, மெய்ஞான வளர்ச்சியும் தேவை என்பதை உணர்ந்து, மிகச்சிறந்த புத்தகங்களைத் தொடர்ந்து வெளியிட இருக்கிறோம். தமிழ், ஆங்கிலம் மொழிகளில் நாலடியாரின் தன்மை மாறாமல் கொடுக்க முயற்சித்துள்ளோம்.

எங்களின். அனைத்து முயற்சிகளுக்கும் உறுதுணையாக இருந்த குடும்பத்தினருக்கும், நண்பர்களுக்கும், எங்களை எப்போதும் ஊக்கப்படுத்தும் திரு சுல்தானுல் ஆரிஃபீன் அவர்களுக்கும் மிக்க நன்றியினைத் தெரிவித்துக்கொள்கிறோம். புத்தக உருவாக்கத்துக்குப் பேருதவிப் புரிந்த 'டிஸ்கவரி பப்ளிகேஷன்ஸ்' நிறுவனர் திரு.மு.வேடியப்பன் அவர்களுக்கு அன்பும் நன்றியும்.

இந்தப்புத்தகத்துக்கானப் பின்னூட்டத்தை அன்பு நெஞ்சங்கள் அனைவரிடமிருந்தும் வரவேற்கிறோம்.

என்றும் தமிழுடன்,
ஆ.எழில்மாறன் - இயக்குநர்
செ.சதீஷ் - இயக்குநர்
Axis Global Automation Group of Companies,
India and UAE.
ezhilmaran.a@axisglobalautomation.com
sathesh@axisglobalautomation.com
www.axisglobalautomation.com

Nool Pala Kal

கல் தோன்றி மண் தோன்றாக் காலத்தே முன் தோன்றிய தமிழ்

Tamil is the world's oldest language with a rich literary tradition spanning over three millennia. Our literature abounds with several masterpieces that can change our lives for the better. These works help in the physical, mental, emotional as well as spiritual upliftment of humanity. In today's fast paced, tech driven world, people - especially children and young adults- often find themselves distracted and overstimulated. The life lessons imparted by these books help people in not only navigating through their lives but also in excelling in their fields of choosing. One such gem of Tamil language is Naladiyaar.

On behalf of Axis Global Automation Group of Companies, we are pleased to publish the Naladiyar book with detailed explanations in Tamil and English. We are honoured and humbled by the reception we received for our Thirukkural book with Tamil - English - Japanese explanation, published in 2024. We hope to further serve the engineering and tech community through this book containing the knowledge and wisdom imparted in Naladiyaar.

Axis Global Automation is one of India's leading Industrial Automation and Robotics Technology provider. We are one amongst the largest Robotics companies in the country and are pioneers in Industrial Robotics Tech Education. On the eve of stepping into our 17th year of operations, as a token of appreciation for all the goodwill, kinship and support received from everyone, we are honoured to be instrumental in taking Naladiyaar to adorn the hearts and minds of people.

We will continue to strive to publish more works from Tamil literature that will serve humanity.

We take this opportunity to thank our family and friends for standing by us through all the highs and lows. Special thanks to our mentor and guide, Thiru. Sulthanul Arifeen for motivating us and being our biggest support system.

We have tried our best to translate Naladiyaar into English without altering the actual meaning and context. Please do share your invaluable feedback regarding this book to help us learn and grow further.

Thanks
Endrum Tamizhodu
Ezhilmaran Arumugam, Director | **Sathesh Selladurai**, Director,
Axis Global Automation Group of Companies, India and UAE.
ezhilmaran.a@axisglobalautomation.com
sathesh@axisglobalautomation.com
www.axisglobalautomation.com

Not only is it one of the text-books prescribed for the Oriental Honour School of this University, but it is moreover a chief subject of examination in the Madras University; and is taught, in some shape, in every vernacular school in the Tamil country.

I have therefore in my official capacity prepared under some disadvantages, this edition, in the hope of bringing at least a few European minds into closer contact with those of our Tamil fellow-subjects; and of inducing young Tamil students to bring the freer and more invigorating, though more laborious methods of European study to bear upon their own great classics.

A recent Tamil editor of the Naladi begins his preface with these words, "The Naladiyar is one of the moral text-books emanating from the (Madura) Academy, (சங்கம்) and, therefore, came into existence 4000 years ago!'

He also gives, with slight variations, the current tradition regarding the 400 quatrains. It is briefly this : 'Once on a time, 8000 Jain ascetics, driven by famine, came to a Pandiyan king and were supported by him. When the famine was over they prepared to return to their own country, though the king wished to retain the learned strangers who added lustre to his court. At last the poets were driven to depart secretly by night. In the morning it was found that each bard had left on his seat a quatrain. These were examined and found to differ widely from one another. The king then ordered them all to be thrown into the river Vaigai, when it was found that the palm-leaf scrolls containing these 400 quatrains ascended the river against the current, and came to the bank. To these the king gave the name of Naladiyar (the quatrainists).' Some other verses reached the banks at various spots, and are found in two collections, called 'Old sayings' (பழமொழி) and 'The Essence of the way of virtue' (அறநெறிச்சாரம்). These atter works have never obtained the popularity enjoyed by the Naladiyar; and I should regard them as mainly imitations due to a later period, though some of the verses are certainly more or less ancient.

These traditions point to a collection of popular verses made after the impalement of the Samanar (or Amanar - Jains, lit, 'naked ones'), perhaps in the time of Sundara Pandiyan (or Kun-Pandiyan), who probably lived in the twelfth centuryA.D.

These verses, mainly but not, I think, exclusively of Jain origin, were doubtless expurgated by the Caivas, under whose chief guardianship Tamil literature has since remained.

They were re-edited, interpreted, arranged, and forced into a kind of parallelism to the Kurral by Pathumanar ('a lotus'), of whom nothing is really known. I have printed an elegant invocation ascribed to him. No other editor has done much for the quatrains.

The fact that to them exclusively the title of Naladi (or quatrain) was given seems to render it probable that they constitute some of the earliest specimens of this elegant metre, the Alcaic of Tamil.

As might be expected from their history, no consistent and developed system of philosophy, religion, or morals can be deduced from them; and it may be said with truth that these utterances have too little sequence and connexion to admit of any scientific criticism. Yet it is a kind of merit to put a happy point upon it commonplace; and these epigrams, drawn sometimes from Sanskrit sources and oftener forming the ground of ornate Sanskrit verses, written in imitation or rivalry, have become household words through all South India.

I am unwilling to enter here on any discussion of the date of this and other Tamil classics, since there are scarcely any ascertained facts or ancient inscriptions from which to reason. The discussion of these matters requires aptitude, leisure, and opportunity for archaeological research (and these I do not possess), in addition to a critical acquaintance with Tamil literature. The want of this last essential has rendered many otherwise profound researches almost valueless. A very careful consideration of many masterpieces of Tamil literature lead me to think that between A.D. 800 and 1200 the greatest of these works were composed. Internal evidence, as far as I see, is all we have to rely on.

Hiouen-Thsang, the Buddhist pilgrim who visited the continent of India in 640 A.D., says that in Malakuta the people were not much addicted to the cultivation of literature, and only valued the pursuit of wealth; and mentions Jains as the most prominent sect. Now, this Malukuta, must be Malakotta, Malainadu, Malaya, Malayalam, and seems to have included the whole Southern part of the Madras Presidency (Hultzsch, South-Indian Inscriptions, vol, ii part i, p. 2 note) : the Pandya and Cera Kingdoms.

As might be expected from their history, no consistent and developed system of philosophy, religion, or morals can be deduced from them; and it may be said with truth that these utterances have too little sequence and connexion to admit of any scientific criticism. Yet it is a kind of merit to put a happy point upon it commonplace; and these epigrams, drawn sometimes from Sanskrit sources and oftener forming the ground of ornate Sanskrit verses, written in imitation or rivalry, have become household words through all South India.

I am unwilling to enter here on any discussion of the date of this and other Tamil classics, since there are scarcely any ascertained facts or ancient inscriptions from which to reason. The discussion of these matters requires aptitude, leisure, and opportunity for archaeological research (and these I do not possess), in addition to a critical acquaintance with Tamil literature. The want of this last essential has rendered many otherwise profound researches almost valueless. A very careful consideration of many masterpieces of Tamil literature lead me to think that between A.D. 800 and 1200 the greatest of these works were composed. Internal evidence, as far as I see, is all we have to rely on.

Hiouen-Thsang, the Buddhist pilgrim who visited the continent of India in 640 A.D., says that in Malakuta the people were not much addicted to the cultivation of literature, and only valued the pursuit of wealth; and mentions Jains as the most prominent sect. Now, this Malukuta, must be Malakotta, Malainadu, Malaya, Malayalam, and seems to have included the whole Southern part of the Madras Presidency (Hultzsch, South-Indian Inscriptions, vol, ii part i, p. 2 note) : the Pandya and Cera Kingdoms.

The Jains were great students and copyists of books (Burnell, S. I. Palaeography, p. 88). We may feel quite sure that the seventh century A.D., at the latest, saw the beginning of Tamil literature under Jain auspices. Perhaps the Jains fostered the vernaculars partly out of opposition to the Brahmans. Reformers and missionaries, who generally address themselves to the intelligent middle classes, have often been the most assiduous students and promoters of the vulgar tongues. Quatrain 243 of the Naladi shows the feeling of hostility that existed between North and South : between Hindus and Jains. The great antiquity of Tamil, which is the one worthy rival of Sanskrit, is abundantly plain.

The ancient grammatical works existing in Tamil, and its wonderful metrical system, prove its assiduous cultivation for long ages. An elaborate, scientific series of metres, such as Tamil glories in, adapted to every style and theme of composition, is the growth of centuries. Classical Tamil bears every mark of slow and natural evolution; but the subject is complicated by the number of works in circulation falsely attributed to old writers. The many really ridiculous forgeries of this kind bring discredit on all Tamil literature. Tamil scholars should banish, among other things, such spurious works as many of those attributed to Agastya, Avvai, Pattanattu-pillai, and others.

There is no mention of God in the Naladi (save in the quite modern invocation) and no trace of religion. In this respect the quatrains differ from the Kurral. There are indeed a few poetical references to certain deities, and allusions to popular beliefs and rites, but the bards evidently were not orthodox Hindus.

The misery of embodiment (பிறவி) in successive and infinitely varied forms, and the bliss of release (முத்தி) from all of these, are often expressed and illustrated with every kind of figure. It is assumed that always, to all, conscious existence on earth, as well as in any heavens or hells, is an absolute evil. Here, of course, we find ourselves in antagonism.

Yet pervading these verses there seems to me to be a strong sense of moral obligation, an earnest aspiration after righteousness, a fervent and unselfish charity, and generally a loftiness of aim that are very impressive. I have felt sometimes as if there must be a blessing in store for a people that delight so utterly in compositions thus remarkably expressive of a hunger and thirst after righteousness. They are the foremost among the peoples of India, and the Kurral and Naladi have helped to make them so.

It is in vain to discuss elaborately the origin and possible sources of the work. The majority of the verses were almost certainly sung by Jain ascetics, yet there are a few that seem to be from the Maha bharata, and undoubtedly many of the quartrains are fragments of the old ethical teaching which goes under the name of Niti-Castra. The history of south India permits us to expect to trace not only Buddhist, or Jain, but also Greek, Chiristian, and even Muhammadan influences in the early Tamil classics, as much almost as those inspired by Sanskrit writings. When we examine each quatrain as an artistic whole kind of cameo--we find

4. Some are cumulative, with or without a climax.

Thus in 65 we find three statements, with a thread of connexion : 'It is the difficulty of the achievement that makes it meritorious.' In 80 we have three precepts. In 100 there is a climax. See 4, 55, 88.

5. Others are enumerative, where the various parts and accessories of some idea are summed up. See 74, 81, 83, 34, 119.

6. A few are antithetic, suggesting a contrast with or without a simile; as, 48, 51, 52, 89.

7. A very few contain puns. So 39, 56.

If I am not deceived there is in many of these verses something far beyond mere technical skill. At times by a few happy touches an idea is expressed in such apt language, and illuminated by such a picturesque use and adaptation of familiar words, each chosen with truest and most accurate discrimination, that the quatrain becomes a group of life-like pictures, on which the mind is fain to linger long, and to which it recurs often. In this matchless verse (135) —

கல்வி கரையில கற்பவர் நாள் சில
மெல்ல நினைக்கிற் பிணிபல — தெள்ளிதின்
ஆராய்ந் தமைவுடைய கற்பவே நீரொழியப்
பாலுண் குருகிற் றெரிந்து.

not a syllable could be spared; while almost every word is common and easy, yet is the very fittest and is used in its exact meaning. It is somewhat archaic ;— has a fascinating air of mystery;—pleasantly exercises and amply rewards the student's ingenuity ;— seems dark at first, but once lit up, sparkles for ever.

Thus கரை = shore suggests a metaphor: 'learning is the shoreless— infinite—ocean.'

Then comes the simple antithesis, 'the learners days are few'. In Tamil the use of the same root twice (in கல்வி and கற்பவர்) and again in the third line (கற்பவே) imparts an added charm.

Into these perfectly (to Tamil ears) harmonious lines are compressed a whole chapter:

'The subjects of study (கல்வி with a plural verb) are infinitely numerous ; but the learners' days are few : and if it be calmly thought out, men are liable to many diseases. [பிணி = natural infirmities or "bonds," that enfeeble and restrict.] Youthful enthusiasm may lead men to anticipate great and varied triumphs ; calm reflection teaches them their natural weakness. So, men should learn with discrimination (தெள்ளிது), examining closely (ஆராய்) things befitting (அமை, "suit, satisfy, gladden'') them, with intelligence (தெரிந்து) like that of the bird (the semi-divine Hansa), that drinks only the milk and leaves the water, when these mingled are presented to it. Of course this last is received as a fact!

I have gratefully to acknowledge the liberal assistance of the Secretary of State for India in Council as formerly in the case of the Kurral. The Delegates of the Clarendon Press procured type especially for the book, and made the arrangements by which this Tamil classic is issued with a typograpical accuracy hardly ever attained in a similar work. To them my most grateful thanks are due.

His Highness the Maharaja of Travancore has also subscribed liberally to the work.

To the skill, patience, and unwearied zeal of Mr. Pembrey, Oriental reader at the Clarendon Press, it is mainly due that no table of errata is needed to a work so complicated and difficult.

It will be seen that the editor and translator has sought carefully and patiently to interpret his authors, and has avoided all controversy. His aim in this work has been simply to introduce Tamil thoughts to English students. We need to understand one another and love one another, if we are to be of any mutual benefit. He who knows and loves 'sweet' Tamil may come to know and love those to whom it is so dear, and thus to be known and loved by them.

Indian Institute, Oxford,
February, 1893.   /G. U. Pope.

book, and made the arrangements by which this Tamil classic is issued with a typograpical accuracy hardly ever attained in a similar work. To them my most grateful thanks are due.

His Highness the Maharaja of Travancore has also subscribed liberally to the work.

To the skill, patience, and unwearied zeal of Mr. Pembrey, Oriental reader at the Clarendon Press, it is mainly due that no table of errata is needed to a work so complicated and difficult.

It will be seen that the editor and translator has sought carefully and patiently to interpret his authors, and has avoided all controversy. His aim in this work has been simply to introduce Tamil thoughts to English students. We need to understand one another and love one another, if we are to be of any mutual benefit. He who knows and loves 'sweet' Tamil may come to know and love those to whom it is so dear, and thus to be known and loved by them.

G. U. Pope.
Indian Institute, Oxford,
February, 1893

உள்ளுறை – Index

கடவுள் வாழ்த்து

பகுதி 1. அறத்துப்பால் PART I. ON VIRTUE

1.	செல்வ நிலையாமை	The Instability of Prosperity	19
2.	இளமை நிலையாமை	Youth Abides Not	25
3.	யாக்கை நிலையாமை	The Bodily Frame Endures Not	31
4.	அறன்வலியுறுத்தல்	The Might of Virtue	37
5.	தூய்தன்மை	Impurity	43
6.	துறவு	Renunciation	49
7.	சினமின்மை	The Absence of Anger : Meekness	54
8.	பொறையுடைமை	Patience	60
9.	பிறர்மனை நயவாமை	Not Desiring Other Men's Wives	67
10.	ஈகை	Liberality	73
11.	பழவினை	Old Deeds	79
12.	மெய்ம்மை	Truth: Reality	85
13.	தீவினையச்சம்	Dread of Evil Deeds	91

பகுதி 2. பொருட்பால் PART II. ON WEALTH

14.	கல்வி	Learning	100
15.	குடிப்பிறப்பு	High Birth	106
16.	மேன்மக்கள்	Great Men	112
17.	பெரியாரைப் பிழையாமை	Avoidance of Offence to the Great	118
18.	நல்லினஞ்சேர்தல்	Association with the Good	124
19.	பெருமை	(Moral) Greatness	130
20.	தாளாண்மை	Persevering Energy	136
21.	சுற்றந்தழால்	The Support of Kindred	142
22.	நட்பாராய்தல்	Scrutiny in Forming Friendships	148
23.	நட்பிற் பிழை பொறுத்தல்	Bearing and Forbearing in Friendship	155
24.	கூடா நட்பு	Unreal Friendship	161
25.	அறிவுடைமை	The Possession of Practical Wisdom	167
26.	அறிவின்மை	The Lack of Practical Wisdom	173
27.	நன்றியில் செல்வம்	Wealth that profits not	179

28. ஈயாமை	Absence of Charity; or, the Miser	185
29. இன்மை	Poverty	192
30. மானம்	Honour (Self-respect.)	198
31. இரவச்சம்	The Dread of Mendicancy.	204
32. அவையறிதல்	The Knowledge of the Assembly	210
33. புல்லறிவாண்மை	Insufficient Knowledge	216
34. பேதைமை	Utter Folly	222
35. கீழ்மை	Lowness	228
36. கயமை	Baseness	334
37. பன்னெறி	Miscellaneous Topics	240
38. பொதுமகளிர்	Wantons	246
39. கற்புடை மகளிர்	Chaste Matronhood	252

பகுதி 3. காமத்துப்பால் PART III. ON LOVE (OR PLEASURE)

40. காம நுதலியல்	The Characteristics of Love	260
41. F. W. ELLIS' S TRANSLATION OF SOME QUATRAINS		266
42. பாட்டு முதற்குறிப்பு அகரவரிசை		275
43. GLOSSARY		281

கடவுள் வாழ்த்து
(நேரிசை வெண்பா)

வான்ஒடு வில்லின் வரவறியா வாய்மையால்
கால்நிலம் தோயாக் கடவுளை யாம்நிலம்
சென்னி யுறவணங்கிச் சேர் தும்எம் உள்ளத்து
முன்னி யவைமுடிக என்று.

விளக்கம்:

வானிலே தோன்றும் வானவில்லின் தோற்றமும் மறைவும் அறிதற்கியலாது; அதுபோலவே, பிறப்பு இறப்பு ஆகியவற்றின் இயல்புகளை அறிதலும் அரிதாம். இது உண்மையாதலால், பாதம் பூமியில் படியாத (பூ மேல் நடந்த) அருகக் கடவுளை, 'எமது மனத்திலே நினைத்தவை நிறைவேற வேண்டும்' என்று, பக்தியுடன் தரையில் தலை பொருந்துமாறு தாழ்ந்து பணிந்து தொழுவோமாக!

(வானவில் இன்னவாறு தோன்றும் என்பதனை யாரும் அறியார். அதுபோலவே வாழ்க்கையில் துன்பங்கள் இன்னவாறு தோன்றும் என்பதனையும் யாராலும் அறிய இயலாது. இந்த உடம்பு எப்போது அழியும் என்பதும் அறிதற்கு அரிது. ஆயின் அழிவு உறுதி. அப்படி அது அழிவதற்குள் நல்ல செயல்கள் கைகூடும்படி கடவுளைத் தொழுவோம்.)

INVOCATION

Knowing, like bow displayed in heav'n, man's advent here,
To earth my head I bow, to God in truth draw near,
Touch of whose foot earth never knew; thus what my mind
Conceives, I pray may happy consummation find.

This invocation is said to be by the Commentator Pathumanar.

பகுதி 1. அறத்துப்பால்
PART I. ON VIRTUE

அதிகாரம்

1. செல்வ நிலையாமை

1. The Instability of Prosperity

1. அறுசுவை உண்டி அமர்ந்தில்லாள் ஊட்ட
மறுசிகை நீக்கிஉண் டாரும் — வறிஞராய்ச்
சென்றிரப்பர் ஓரிடத்துக் கூழ்எனின் செல்வம்
ஒன்றுண்டாக வைக்கற்பாற் றன்று.

விளக்கம்

ஆறு வகைச் சுவை உணவை அன்புடன் மனைவி உண்பிக்க, ஒரு கவளமே கொண்டு, மற்ற சில உணவு வகைகளைச் சுவை நீக்கியுண்ட செல்வர்களும் வறியராகி, வேறோர் இடம் போய், எளிய கூழ் உணவை இரந்து உண்பர். ஆதலால் செல்வம் நிலையானது என்று கருதத்தக்கதன்று.

Explanation

Who today dine luxuriously tomorrow beg
Those who ate erewhile, course after course, food of six flavours, supplied by their complaisant spouse, now roam as paupers and beg a mess of pottage here and there; if so, let wealth be counted as a thing of nought!

2. துகள்தீர் பெருஞ்செல்வம் தோன்றியக்கால் தொட்டுப்
பகடு நடந்தகூழ் பல்லாரோ டுண்க
அகடுற யார்மாட்டும் நில்லாது செல்வம்
சகடக்கால் போல வரும்.

விளக்கம்

குற்றமற்ற அறவழியில் ஈட்டிய பெருஞ்செல்வம் உண்டான காலம் தொடங்கி, எருமைக் கடாக்களைப் பூட்டி உழவு செய்து பெற்ற அப்பொருளைப் பலருடன் சேர்ந்து உண்ணுக! ஏனெனில், செல்வம் யாரிடத்தும் நிலையாக நிற்காமல் வண்டிச்சக்கரம்போல் (மேல்கீழாகவும், கீழ் மேலாகவும்) மாறிவரும்.

Explanation

Wealth abides not, share it and enjoy.

When you own ample wealth acquired by blameless means, with many sharing, eat the grain that steers have trodden out! In centre poised prosperity stands with no man, but revolves like the waggon's wheel.

3. யானை யெருத்தம் பொலியக் குடைநிழற்கீழ்ச்
சேனைத் தலைவராய்ச் சென்றோரும் — ஏனை
வினைஉலப்ப வேறாகி வீழ்வர்தாம் கொண்ட
மனையாளை மாற்றார் கொள.

விளக்கம்

யானையின் பிடரியிலே அமர்ந்து எல்லாரும் காணுமாறு குடைநிழலில் படைகளுக்கெல்லாம் தலைவராகச் சென்ற அரசர்களும், தீவினை கெடுப்பதனால், முன்னிருந்த நிலையினின்றும் வேறுபட்டு, தம் மனைவியையும் பகைவர் கவர்ந்துகொண்டு போக, வறுமையில் வீழ்வர். (நல்வினை போய், தீவினை வருமானால் அரசரும் தாழ்வடைவர். எனவே, செல்வம் உள்ளபோதே அறம் செய்க என்பதாம்.)

Explanation

Mighty warriors fall.

Those who rode resplendent forth on the neck of an elephant, beneath the state umbrella's shade, as the leaders of the host, when 'other deeds' destroy, shall change and fall, while foes lead away their wives as captives.

4. நின்றன நின்றன நில்லா எனஉணர்ந்
தொன்றின ஒன்றின வல்லே செயின்செய்க
சென்றன சென்றன வாழ்நாள் செறுத்துடன்
வந்தது வந்தது கூற்று.

விளக்கம்

நிலைபெற்றன நிலைபெற்றன என்று நினைக்கப்பட்ட பொருள்கள் நிலைத்திராது அழியும் என்று உணர்ந்து உங்களால் செய்யக்கூடிய அறங்களைச் செய்ய நினைத்தால் விரைந்து செய்க! (ஏனெனில்) வாழ்நாட்கள் விரைந்து போய்க்கொண்டேயிருக்கின்றன. எமன் கோபித்து வந்துகொண்டேயிருக்கிறான்.

Explanation

Do your duty, knowing the instability of all things. Time flies! Death comes!
The things of which you said, 'they stand, they stand,' stand not; mark this, and perform what befits, yea! what befits, with all your power! Your days are gone, are gone! and death close pressing on is come, is come!

5. என்னானும் ஒன்றுதம் கையுறப் பெற்றக்காற்
பின்னாவ தென்று பிடித்திரா — முன்னே
கொடுத்தார் உயப்போவர் கோடில்தீக் கூற்றம்
தொடுத்தாறு செல்லும் சுரம்.

விளக்கம்

ஏதாகிலும் ஒரு பொருள் தமது கையில் சேரப் பெற்றால், முதுமைக் காலத்தில் பயன்படும் என்று அதனைப் பிடித்து வைத்திராமல், அப்பொருள் அழிவதற்கு முன்பே அறம் செய்தவர்கள் தனது தொழிலில் தவறாத கொடிய எமன், பாசக்கயிற்றால் கட்டியிழுத்துச் செல்லும் பாலை வழியினின்றும், தப்பிச் செல்வர். (அறம் செய்பவர் நரகம் புகார்; துறக்கம் எய்துவர் என்பது கருத்து.)

Explanation

Give before death comes.
When you have gained and hold in hand any single thing, retain it not with the thought, 'This will serve some other day!' Those who have given betimes shall escape the desert road along which death, an unyielding foe, drags his captives away.

6. இழைத்தநாள் எல்லை இகவா பிழைத்தொரீஇக்
கூற்றம் குதித்துவந்தார் ஈங்கில்லை — ஆற்றப்
பெரும்பொருள் வைத்தீர் வழங்குமின் நாளைத்
தழீஇம்தழீஇம் தண்ணம் படும்.

விளக்கம்

ஆயுட் காலத்தின் எல்லையைக் கடந்து எமனிடமிருந்து தப்பிக் குதித்து ஓடிப் பிழைத்தவர் இல்லை! பெரும் பொருளைச் சேர்த்து வைத்திருப்பவர்களே! அதைப் பிறருக்குக் கொடுத்து உதவுங்கள்!

நாளைக்கே (விரைவில்) உங்களது பிணப்பறை 'தழீம் தழீம்' என்னும் ஓசையுடன் எழும்.

Death is inevitable. Hoard not !

Man's days pass not their assigned bound. None here on earth have ever escaped death's power, made off and got free. O hoarder of ample wealth, dispense it! On the morn the funeral drum will sound.

7. தோற்றம்சால் ஞாயிறு நாழியா வைகலும்
கூற்றம் அளந்துநும் நாளுண்ணும் — ஆற்ற
அறஞ்செய் தருளுடையீர் ஆகுமின் யாரும்
பிறந்தும் பிறவாதா ரில்.

விளக்கம்

எமன், ஒளி மிக்க சூரியனை, 'நாழி' என்னும் அளவுக் கருவியாகக் கொண்டு, உமது வாழ்நாள்தோறும் அளந்து ஆயுள் இறுதியில் உயிரை உண்ணும்! ஆதலால் மிகுதியாக அறம் செய்து உயிர்களிடத்தில் அருளுடையவராக ஆகுங்கள்! அப்படி ஆகாதவர் மக்களாகப் பிறந்தும் பிறவாதவரே அவர்!

Explanation

Death is inevitable.

Death every day takes that fount of light, the sun as a measure, metes out your days, and so devours. Do deeds of virtue full of kindly grace. Though all are born, none are exempt from death.

8. செல்வர்யாம் என்று தாம் செல்வுழி எண்ணாத
புல்லறி வாளர் பெருஞ்செல்வம் — எல்லிற்
கருங்கொண்மூ வாய்திறந்த மின்னுப்போல் தோன்றி
மருங்கறக் கெட்டு விடும்.

விளக்கம்

நாம் செல்வம் உடையோம்!' என்ற கர்வம் கொண்டு மறுமையைப் பற்றி எண்ணாத சிற்றறிவினரின் பெரும் செல்வம், இரவில் கருமையான மேகம் வாய் திறப்பதால் உண்டான மின்னலைப்போலத் தோன்றி, இருந்த இடம் தெரியாமல் அழிந்துவிடும்!

Explanation

The wealth of the foolish like the lightning's flash.

The ample wealth of men of mean understanding, who say, 'We're rich,' yet ponder not their path and end, appears, and perishes, and leaves no trace; like the flash, when the black thunder-cloud by night opens its mouth.

9. உண்ணான் ஒளிநிறான் ஓங்குபுகழ் செய்யான்
துன்னருங் கேளிர் துயர்களையான் — கொன்னே
வழங்கான் பொருள்காத் திருப்பானேல் அஆ
இழந்தான்என் றெண்ணப் படும்.

விளக்கம்

ஒருவன் தான் உண்ணாதவனாய், மதிப்பை நிலை நிறுத்தாத வனாய், மிக்க புகழுக்குரிய செயல்களைச் செய்யாதவனாய், நெருங்கிய உறவினரின் துன்பங்களைக் களையாதவனாய், இரப்பார்க்குக் கொடாதவனாய், வீணாகப் பொருளைக் காத்திருப் பானாயின், ஐயகோ! அவன் அந்தப் பொருளை இழந்துவிட்டான் என்றே கருதப்படுவான்! (செல்வம் நிலையில்லாதது. ஆதலின் இருக்கும்போதே அதனை நன்கு பயன்படுத்தாவிடின் அந்தப் பொருள், இழந்த பொருளாகக் கருதப்படும்.)

Explanation

The miser loses all.

He eats not, sheds no light of splendour around, performs no deeds that merit lofty praise, soothes no sorrow that choice friends feel, spends nought, but hoards his wealth in vain : "Aha! he's lost it all," shall men pronounce.

10. உடாஅதும் உண்ணாதும் தம்உடம்பு செற்றும்
கெடாஅத நல்லறமும் செய்யார் — கொடாஅது
வைத்தீட்டினார் இழப்பர் வான்தோய் மலைநாட
உய்த்தீட்டும் தேனீக் கரி.

விளக்கம்

வானளாவிய மலைகளையுடைய நாட்டுக்குத் தலைவனே! உடுக்காமலும் உண்ணாமலும், உடம்பு நலிவுற்ற போதும் கெடாத நல்லறம் செய்யாராகி, இரவலர்க்குக் கொடாது பொருளைச் சேர்ப்பவர், அதனை இழப்பர். பல மலரிருந்தது கொண்டு வந்து சேர்த்துவைக்கும் தேனை இழக்கும் தேனீயானது இதற்குச் சான்றாகும்!

Explanation

The miser like the honey-bee.

Those who stint in clothes and food, and mortify their bodies, yet do not deeds of deathless virtue, and bestow nothing, hoarding shall suffer loss:— Lord of the cloud-capped hills !--this the hoarding honey-bee attests.

2. இளமை நிலையாமை
2. Youth Abides Not

11. நரைவரும் என்றெண்ணி நல்லறி வாளர்
    குழவி யிடத்தே துறந்தார் புரைதீரா
    மன்னா இளமை மகிழ்ந்தாரே கோல்ஊன்றி
    இன்னாங் கெழுந்திருப் பார்.

விளக்கம்

நல்லறிவாளர், மூப்பு நிச்சயமாக வரும் என்று கருதி இளமையிலேயே துறவு பூண்டனர்; குற்றம் நீங்காத, நிலையற்ற இளமைப் பருவத்தில் மகிழ்ந்து வாழ்ந்தவர், முதுமைக் காலத்தில் கோலை ஊன்றிக்கொண்டு வருத்தத்துடன் எழுந்திருப்பர்.

Explanation

Age will come. Be wise early "Grey eld will come,'—the wise remembering this renounce the world even in tender age; but they who joy in youth, unstable, never free from fault, shall erewhile painfully rise up leaning on a staff.

12. நட்புநார் அற்றன நல்லாரும் அஃகினார்
    அற்புத் தளையும் அவிழ்ந்தன — உட்காணாய்
    வாழ்தலின் ஊதியம் என்னுண்டாம் வந்ததே
    ஆழ்கலத் தன்ன கலி.

விளக்கம்

நட்பாகிய கயிறுகள் அற்றுப் போயின; பெண்களும் அன்பில் குறைந்தனர்; சுற்றத்தாரின் அன்பாகிய கயிறும் அவிழ்ந்து வீழ்ந்தது; மனத்திலே யோசித்துப் பார்! கடலில் மூழ்கும் கப்பலில் இருப்போர்க்கு நேர்ந்த துன்பம் போலத் துன்பம் (முதுமை) வந்து விட்டது! இனி உயிரோடு இருப்பதில் என்ன பயன் உண்டு?

Explanation

All is vanity.

Served are the ties of friendship; minished are the pleasant ones; love's bonds are loosened too; then look within and say, what profit is there in this joyous life of thine? The cry comes up as from a sinking ship!

13. சொல்தளர்ந்து கோல்ஊன்றிச் சோர்ந்த நடையினராய்ப்
பல்கழன்று பண்டம் பழிகாறும் இல்செறிந்து
காம நெறிபடரும் கண்ணினார்க் கில்லையே
ஏம நெறிபடரு மாறு.

விளக்கம்

பேச முடியாது சொல் தடுமாறி, கோல் ஊன்றித் தள்ளாடும் நடையினராய்ப் பற்களும் வீழ்ந்துபட, உடலைப் பிறர் பார்த்து எள்ளி நகையாடுமாறு இல்வாழ்க்கையில் ஈடுபாடு கொண்டு, சிற்றின்ப ஆசையிலே மூழ்கிக் கிடக்கும் அற்ப அறிவீனர்க்குப் பேரின்பமாகிய வீட்டு நெறியிலே செல்லும் வகை இல்லை.

Explanation

Men are loath to give up bodily pleasures.

Speech falters, they lean on a staff, and walk tottering, their teeth fall out; yet, till the vessel (the body) is scorned by all, they linger in the house, still indulging fond desires; to these no way of safety opens out.

14. தாழாத் தளராத் தலைநடுங்காத் தண்டுன்றா
வீழா இறக்கும் இவள்மாட்டும் — காழிலா
மம்மர்கொள் மாந்தர்க் கணங்காகுந் தன்கைக்கோல்
அம்மனைக்கோ லாகிய ஞான்று.

விளக்கம்

முதுகு வளைந்து கூனி, உடல் தளர்ந்து, தலை நடுங்கி, தடியை ஊன்றி நடந்து தள்ளாடி வீழ்ந்து இறக்கும் நிலையில் உள்ள இவளிடத்தும், மன உறுதியில்லாத காம மயக்கம் கொண்ட மனிதருக்கு, இவள் கையிலிருக்கும் ஊன்று கோலானது இவள் தாய்க்கு ஊன்று கோலாக இருந்த நாளில் மிக்க ஆசை உண்டாகியிருக்கும். (இந்தக் கிழவி இளமையோடிருந்தபோது, இவள் மீது ஆசை உண்டாகியிருக்கும் என்றதனால், இப்போது

இளமையோடிருப்பவர், நாளை முதுமையடைந்து வெறுக்கத்தக்க நிலையடைவர்.)

Explanation

The cherished wife of your youth.

To men that cherish weak desire for her that's doomed to droop and fail, supporting her palsied limbs with a staff, and then to fall and pass away, what anguish comes, when she grasps in her hands the staff her mother held!

15. **எனக்குத்தாயாகியாள் என்னைஈங் கிட்டுத்**
தனக்குத்தாய் நாடியே சென்றாள் — தனக்குத்தாய்
ஆகி யவளும் அதுவானால் தாய்த்தாய்க்கொண்
டேகும் அளித்திவ் வுலகு.

விளக்கம்

எனக்குத் தாயாக இருந்தவள் என்னை இவ்வுலகத்தில் விட்டு விட்டுத் தனக்கொரு தாயைத் தேடிப் போனாள். அப்படிப் போன என் தாய்க்குத் தாயாக இருந்த என் பாட்டியும், தனக்கொரு தாயைத் தேடிச் சென்றாள். இத் தன்மையாய் இந்த உலகம் ஒரு தாய் மற்றொரு தாயைத் தேடிக்கொண்டு செல்லும் எளிமை உடையது! (எத்தகைய இளமை அழகுடையோரும் இறந்துபடுவர்.)

Explanation

Endless series of successive generations.

My mother bare me, left me here, and went to seek her mother, who in the selfsame manner has gone in search; and thus in ceaseless round goes on the mother-quest. Such is the grace this world affords !

16. **வெறிஅயர் வெங்களத்து வேல்மகன் பாணி**
முறியார் நறுங்கண்ணி முன்னர்த் தயங்க
மறிகுளகு உண்டன்ன மன்னா மகிழ்ச்சி
அறிவுடை யாளர்கண் இல்.

விளக்கம்

வெறியாடும் பலிக்களத்தில், வெறியாடும் பூசாரியின் கையில் கட்டியுள்ள தளிர்கள் நிறைந்த மணமுள்ள பூமாலை எதிரில் விளங்க,

அது கண்ட பலி ஆடு, அந்தத் தளிரை உண்டு மகிழ்தல் போன்று, நிலையில்லாத இளமை இன்பத்தில் மகிழ்தல், அறிவுடையவரிடத்து இல்லை!

Explanation

The lamb before the sacrificer.

The lamb in the ruddy slaughter-house will crop the fragrant shoots that dangle from the garland in the slayer's hand; such transient gladness of the thoughtless, youthful hour is never found amid the wise.

17. பனிபடு சோலைப் பயன்மர மெல்லாம்
    கனிஉதிர்ந்து வீழ்ந்தற் றிளமை — நனிபெரிதும்
    வேற்கண்ணள் என்றிவளை வெஃகன்மின் மற்றிவளும்
    கோற்கண்ண ளாகும் குனிந்து.

விளக்கம்

இளமைப் பருவமானது, குளிர்ச்சி மிக்க சோலையில் உள்ள பயனைத் தரும் மரங்களெல்லாம், பழங்கள் உதிர்ந்து வீழ்ந்தாற்போல் ஆகும்! ஆதலால் இப்போது இப்பெண்ணை இளமை அழகுமிக்க, வேல் போன்ற கண்ணையுடையவள் என்று வியந்து, இவளிடம் மிகவும் ஆசை கொள்ளாதீர்! இந்த இளம் பெண்ணும் ஒரு காலத்தில் முதுகு வளைந்து கூனியாகி, கோலாகிய கண்ணை உடையவளாவாள்.

Explanation

Fruit only ripens to fall. Youth leads to decay.

The sweet fruit from every tree that bears in the dewy grove must fall to earth. Thus youth decays. Desire not her whose eyes gleam bright as darts. Full soon she too will walk bent down, with a staff to aid her dim sight.

18. பருவம் எனைத்துள பல்லின்பால் ஏனை
    இருசிகையும் உண்டீரோ என்று—வரிசையால்
    உள்நாட்டம் கொள்ளப் படுதலால் யாக்கைக்கோள்
    எண்ணார் அறிவுடை யார்.

விளக்கம்

வயது எத்தனை ஆயிற்று? பல்லின் நிலைமை என்ன? ஆடாது இருக்கிறதா? இரு புறங்களிலும் மென்று தின்ன முடிகிறதா?' என்று வயதானவர் நிலையைக் கேட்டறிவதால், அறிவுடையோர், இளமையின் உடல் வலிமையை நிலையானது என்று கருதமாட்டார்கள்.

Explanation

Constant anxieties about health. 'How old are you?' 'How lost your teeth?' and, 'Do you eat two courses yet?' men ask with kindly courtesy. By such close questions urged, the wise will learn to judge the body as a thing of nought.

19. மற்றறிவாம் நல்வினை யாம்இளையம் என்னாது
கைத்துண்டாம் போழ்தே கரவா தறஞ்செய்ம்மின்
முற்றி யிருந்த கனியொழியத் தீவளியால்
நற்காய் உதிர்தலும் உண்டு.

விளக்கம்

நல்லறங்களைப் பின்னர் ஆராய்ந்து செய்வோம். இப்போது இளைஞராக இருக்கிறோம் என்று நினையாமல், பொருள் இருக்கும்போதே மறைக்காமல் அறத்தைச் செய்யுங்கள். ஏனெனில், கடுங்காற்றால் நன்கு பழுத்த பழங்கள் விழாமலிருக்க, நல்ல காய்கள் உதிர்தலும் உண்டு. (பெருங்காற்று வீசும்போது பழங்கள் உதிராமல் இருக்க, காய் உதிர்வது போல, வயதானவர் பிழைத்திருக்க வாலிபர் இறத்தலும் உண்டு. ஆதலால் இப்போது இன்பங்களை அனுபவித்து, வயது முதிர்ந்த பின் நல்லறங்களைச் செய்து கொள்வோம் என்று நினையாமல் பொருள் கிடைத்தபோதே அறம் செய்ய வேண்டும் என்பது கருத்து)

Explanation

Against Procrastination.

Say not, 'in after time we'll learn virtue, we're young;' but while wealth is yours conceal it not; do virtuous deeds. When evil tempests rage, not the ripe fruit alone, but the unripe fruit's fair promise also falls.

20. ஆள்பார்த் துழலும் அருளில்கூற் றுண்மையால்
தோள்கோப்புக் காலத்தால் கொண்டுய்ம்மின் —பீள்பிதுக்கிப்
பிள்ளையைத் தாய்அலறக் கோடலால் மற்றதன்
கள்ளம் கடைப்பிடித்தல் நன்று.

விளக்கம்

ஆயுள் முடியும் ஆளைத் தேடிக்கொண்டு திரிகின்ற, அருள் இல்லாத எமன் என ஒருவன் இருப்பதால் (மறுமைப் பயணத்துக்கு வேண்டிய) தோளில் சுமக்கத்தக்க கட்டுச் சோற்றை (புண்ணியத்தை) தக்க காலத்தில் தேடிப் பிழைத்துக்கொள்ளுங்கள்! வயிற்றில் இருக்கும் கருவை வெளிப்படச் செய்து, தாய் அலறி அழுமாறு பிள்ளையைக் கொண்டு போவதால், அந்த எமனுடைய வஞ்சனையை அறிந்து நல்வினை செய்தல் நல்லது!

Explanation

The infant slain by death. Relentless death is roaming round, and eyes his man! 'Tis true. Take up your wallet, scape betimes. He bears away the new-born babe, while the mother sorely laments. It is good to bear in mind his guile.

3. யாக்கை நிலையாமை
3. The Bodily Frame Endures Not

21. மலைமிசைத் தோன்றும் மதியம்போல் யானைத்
    தலைமிசைக் கொண்ட குடையர் நிலமிசைத்
    துஞ்சினார் என்றெடுத்துத் தூற்றப்பட் டாரல்லால்
    எஞ்சினார் இவ்வுலகத் தில்.

விளக்கம்

மலையின் மீது காணப்படும் சந்திரனைப்போல, யானைத் தலையின் மீது பிடித்த குடையுடைய அரசர்களும், உலகில் இறந்தனர் என இகழப்பட்டார்களே அல்லாமல், இவ்வுலகில் இறவாது எஞ்சி இருந்தவர் யாரும் இல்லை.

Explanation

Mighty kings die.

Even kings that rode on elephants beneath the state umbrella's shade, like the moon appearing over some hill, have had their names proclaimed on earth as dead ;— not any in this world have escaped.

22. வாழ்நாட் கலகா வயங்கொளி மண்டிலம்
    வீழ்நாள் படாஅ தெழுதலால் — வாழ்நாள்
    உலவாமுன் ஒப்புர வாற்றுமின் யாரும்
    நிலவார் நிலமிசை மேல்.

விளக்கம்

உயிரோடு வாழும் காலத்தை அளக்கும் கருவியாக விளங்கும் சூரியன், நாள் தவறாமல் உதயமாதலால், ஆயுள் கெடா முன்னர், பிறருக்கு உதவி செய்யுங்கள். யாருமே உலகில் சாகாமல் நிலைத்து இருக்க மாட்டார்கள். (சூரியன் தோன்றுவது ஒரு நாள் கழிந்தது; இரு நாட்கள் கழிந்தன என ஆயுளை அளவிடுவதாக இருத்தலால், வாழ்நாள் முடிவதற்கு முன்னரே நல்லறம் செய்து வாழவேண்டும்.)

Explanation

Time is fleeting,—use it.

As the measure of your days, the shining orb each day unfailing rises; so before your joyous days have passed away, perform ye 'fitting deeds of grace'; for none abide on earth.

23. மன்றம் கறங்க மணப்பறை யாயின
அன்றவர்க் காங்கே பிணப்பறையாய்ப் — பின்றை
ஒலித்தலும் உண்டாம்என் றுய்ந்துபோம் ஆறே
வலிக்குமாம் மாண்டார் மனம்.

விளக்கம்

திருமண மண்டபம் முழங்க மண வாத்தியமாக, ஒலிப்பவை, அங்கேயே அந்த மனிதர்க்குப் பிணப்பறையாய் ஒலித்தலும் உண்டு என நினைத்து, மாட்சிமையுடையோர் மனமானது, பிறவிப்பிணியினின்று நீங்கும் வழியையே உறுதியாய்ப் பற்றியிருக்கும்.

Explanation

Mutability of earthly joys.

The marriage drums that sounded out in the festive hall, there and that very day have served for him as funeral drums! Men of lofty minds will note that thus it haps, and will strive to gain the way to escape.

24. சென்றே எறிப ஒருகால் சிறுவரை
நின்றே எறிப பறையினை — நன்றேகாண்
முக்காலைக் கொட்டினுள் மூடித்தீக் கொண்டெழுவர்
செத்தாரைச் சாவார் சுமந்து.

விளக்கம்

இறந்தவர் வீட்டுக்குச் சென்று (பறை அடிப்போர்) ஒரு முறை பிணப்பறையை அடிப்பர்; சிறிது நேரம் கழித்து மீண்டும் ஒரு முறை அடிப்பர்; மூன்றாவது முறை பறை அடிப்பதற்குள் சாகப் போகிறவர்கள், செத்தவர்களைத் துணியால் மூடி மறைத்துத் தூக்கிக் கொண்டு, நெருப்பை எடுத்துக்கொண்டு சுடுகாட்டை நோக்கிப் புறப்பட்டுச் செல்வர்.

Explanation

The funeral.
They march and then strike once! A little while they wait, then strike the drum a second time. Behold, how fine! The third stroke sounds. They veil it, take the fire, and go forth :—the dying bear the deed!

25. கணம்கொண்டு சுற்றத்தார் கல்லென் றலறப்
    பிணம்கொண்டு காட்டுய்ப்பார்க் கண்டும் மணங்கொண்
    டுண்டுண்டுண் டென்னும் உணர்வினாற் சாற்றுமே
    டொண்டொண்டொ டென்னும் பறை.

விளக்கம்

கூட்டமாகக் கூடி உறவினர் கூவி அழ, பிணத்தைத் தூக்கிக் கொண்டு சுடுகாட்டில் இடுபவரைப் பார்த்தும், திருமணம் செய்துகொண்டு, இவ்வுலகில் நிச்சயமாய் 'இன்பம் உண்டு, இன்பம் உண்டு' என்று மயங்குபவனுக்கு, 'டொண் டொண் டொண்' என ஒலிக்கும் சாவுப்பறையானது, இவ்வுலக வாழ்க்கையில் இத்தகைய இன்பம் இல்லை என்னும் உண்மையை உரைக்கும்!

Explanation

Death pours contempt on human joys.
To him, who, although he sees them bear the corpse to the burning ground, while friends in troops loudly lament, boldly asserts that wedded life is bliss on earth, the funeral drum speaks out, and mocks his vain utterance.

26. நார்த்தொடுத் தீர்க்கிலென் நன்றாய்ந் தடக்கிலென்
    பார்த்துழிப் பெய்யிலென் பல்லோர் பழிக்கிலென்
    தோற்பையுள் நின்று தொழிலறச் செய்தூட்டும்
    கூத்தன் புறப்பட்டக் கால்.

விளக்கம்

தோல் பையாகிய உடம்பிலிருந்து, தான் செய்ய வேண்டிய தொழில்களை முழுமையாகச் செய்து, அப்பயனைத் தானே அனுபவிக்கின்ற கூத்தாடியாகிய உயிர், உடலைவிட்டு அப்புறம் சென்றால், பின் அவ்வுடலைக் கயிற்றால் கட்டியிழுத்தால்தான் என்ன? நன்றாகச் சுத்தம் செய்து அடக்கம் செய்தால்தான்

என்ன? கண்ட இடத்திலே போட்டால்தான் என்ன? பலரும் பழித்தால்தான் என்ன? (ஒரு செயலைச் செய்யத் தூண்டுவதும் உயிர்தான்; அந்தச் செயலின் பயனை அனுபவிப்பதும் உயிர்தான். அத்தகைய உயிர் இருக்கும்போது மேலான செயல்களைச் செய்க! என்பதாம். ஒவ்வொரு நேரமும் வெவ்வேறு சிந்தனைகளை, செயல்களையுடையதால் உயிரைக் கூத்தன் என்றார்.)

Explanation

The dead body.

When the 'soul', that, taking its stand in this skin clad frame, has fully wrought its works, and partaken of life's experiences, has gone forth, what matters it whether you attach ropes to the body and drag it away, or carefully bury it, or throw it aside in any place you light upon, or if many revile the departed?

27. படுமழை மொக்குளில் பல்காலும் தோன்றிக்
 கெடுமிதோர் யாக்கையென் றெண்ணித் தடுமாற்றம்
 தீர்ப்பேம்யாம் என்றுணரும் திண்ணறி வாளரை
 நேர்ப்பார்யார் நீள்நிலத்தின் மேல்.

விளக்கம்

வீழ்கின்ற மழைநீரிலே தோன்றும் குமிழிபோலப் பலமுறை தோன்றி அழியும் ஒருவகைப் பொருள் இந்த உடம்பு எனக் கருதி, இப்பிறவித் துன்பத்தைப் போக்கிக்கொள்வோம் நாம் என்று உணர்ந்து, அதற்கான அறங்களைச் செய்யும் உறுதியான நல் ஞான முள்ளவரை இப்பெரிய உலகில் ஒத்திருப்பவர் யார்? ஒருவரும் இல்லை!

Explanation

The body a bubble.

'Like a bubble, that in pelting rain appears full oft, and disappears, is this our frame.' So sages have judged, steadfast in wisdom, and have decided to end this dubious strife. On this wide earth who equal these?

28. யாக்கையை யாப்புடைத்தாப் பெற்றவர் தாம்பெற்ற
யாக்கையா லாய பயன்கொள்க — யாக்கை
மலையாடு மஞ்சுபோல் தோன்றிமற் றாங்கே
நிலையாது நீத்து விடும்.

விளக்கம்

உடம்பை உறுதியுடையதாக முன் செய்த நல்வினைப் பயனால் பெற்றவர், அதனால் ஆகும் பயனான நற்காரியங்களைச் செய்வாராக! ஏனெனில் மலை மீது உலாவும் மேகம்போல் காணப்பட்டு நிலை பெறாது இவ்வுடல் அழிந்துவிடும்

Explanation

The body like a cloud on the hillside.

Those who've gained and held fast by this well-knit frame (a human body) should take the gain, the body they have gained is intended to yield. Like a cloud that wanders over the hills, the body here appears, and abiding not, departs leaving no trace behind.

29. புல்நுனிமேல் நீர்போல் நிலையாமை என்றெண்ணி
இன்னினியே செய்க அறவினை — இன்னினியே
நின்றான் இருந்தான் கிடந்தான்தன் கேள்அலறச்
சென்றான் எனப்படுத லால்.

விளக்கம்

ஒருவன் இப்போது நின்றுகொண்டிருந்தான்; உட்கார்ந்தான்; படுத்தான்; தன் உறவினர் அலறி அழ இறந்தான் என்று கூறப்படுவதால், புல் நுனியிலிருக்கும் நீர்த்துளியைப்போல நிலையில்லாத தன்மையுடையது இந்த உடம்பு என்று எண்ணி, இப்பொழுதே அறவினைகளைச் செய்க!

Explanation

The body like a dew on the tip of a blade of grass.

Considering that all things are transient as the dew-drop on the tip of a blade of grass, now, now at once, do virtuous deeds! "Even now he stood, he sat, he fell—while his kindred cried aloud he died :' such is man's history!

Explanation

30. கேளாதே வந்து கிளைகளாய் இல்தோன்றி
வாளாதே போவரால் மாந்தர்கள் — வாளாதே
சேக்கை மரன்ஒழியச் சேண்நீங்கு புள்போல
யாக்கை தமர்க்கொழிய நீத்து.

விளக்கம்

மனிதர்கள் 'வரட்டுமா' என்று கேளாமல் வந்து உறவினராய் ஒரு வீட்டில் பிறந்து பின், தாம் வாழ்ந்த கூடு மரத்திலே கிடக்க, தூரத்தே பறந்து செல்லும் பறவைகளைப்போலச் சுற்றத்தாரிடம் உடம்பை விட்டு விட்டுப் பேசாமல் இறந்து போவார்கள். ('குடம்பை தனித்தொழியப் புள் பறந்தற்றே, உடம்போடு உயிரிடை நட்பு' என்பது குறள்.)

Explanation

All human relationships merely temporary.

Unasked men come, appear in the home as kinsmen, and then silently go. As the bird silently deserts the tree where its nest yet remains, and goes far off, so these leave but their body to their friends.

4. அறன்வலி யுறுத்தல்
4. The Might of Virtue

31. அகத்தாரே வாழ்வார்என் றண்ணாந்து நோக்கிப்
புகத்தாம் பெறாஅர் புறங்கடை பற்றி
மிகத்தாம் வருந்தி இருப்பாரே மேலைத்
தவத்தால் தவஞ்செய்யா தார்.

விளக்கம்

முற்பிறப்பில் தவம் செய்யாதவர், 'இவ்வீட்டில் உள்ளவர்களே சிறப்புடன் வாழ்பவராவர்! என்று கருதி உயர்ந்தோங்கி நிற்கும் ஒரு வீட்டை அண்ணாந்து நோக்கி, உள்ளே போக முடியாதவராகி, தலை வாயிலைப் பிடித்துக்கொண்டு மிக வருந்தியிருப்பர். (முற்பிறப்பில் தவம் செய்யாதவர் என்றதனால், அதற்கு முன் பிறப்பிலும் அவர் தவம் செய்யாதவர் என்பது கருத்து. 'தவமும் தவமுடையார்க்கு ஆகும்' என்பது திருக்குறள்.)

Explanation

The door closed. Too late.

'Yet those within are blest,' so saying, they look up, but obtain no entrance: their place is at the outer gate. There they will suffer much, who thro' lack of former penitence do not penance now. [In a former state penance won for them a human shape. As men they have now failed.]

32. ஆவாநாம் ஆக்கம் நசைஇ அறம்மறந்து
போவா நாம் என்னாப் புலைநெஞ்சே — ஓவாது
நின்றுஞற்றி வாழ்தி எனினும்நின் வாழ்நாள்கள்
சென்றன செய்வ துரை.

விளக்கம்

செல்வத்தை விரும்பி அதனைப் பெருக்கிப் பெருஞ்செல்அறத்தை மறந்து இறந்துபோவோம் நாம் என்று எண்ணாத அற்ப நெஞ்சே! செல்வோம் என்றெண்ணி ஓயாமல் உழைத்து வாழ்கின்றாய். எனினும், உன் வாழ் நாட்கள் ஒழிந்தன! இனி நீ மறுமைக்காகச் செய்யப்போவதுதான் என்ன? சொல்!

Explanation

What wilt thou do in the end thereof?
Say not, O silly soul, we will live desiring wealth and die forgetting virtue! We'll say that ceaselessly toiling thou shalt live long; but tell me, what wilt thou do when all thy happy days are over?

33. வினைப்பயன் வந்தக்கால் வெய்ய உயிரா
 மனத்தின் அழியுமாம் பேதை நினைத்ததனைத்
 தொல்லைய தென்றுணர் வாரே தடுமாற்றத்
 தெல்லை இகந்தொருவு வார்.

விளக்கம்

அறிவில்லாதவன், முன் செய்த தீவினை இப்போது வந்து பயனைத் தந்து துன்புறுத்தும்போது பெருமூச்சு விட்டு மனம் வருந்துவான். அத்தீவினைப் பயனை நினைத்துப் பார்த்து, இது முற்பிறப்பின் பாவத்தால் நேர்ந்தது என்று உணர்ந்து அதனை ஏற்று அமைதியாக அனுபவிக்கும் அறிவுடையோர், பிறவித்துன்பத்தின் எல்லையைக் கடந்து நீங்குவர்.

Explanation

The wise accept the sorrows of life as retributive.
When the 'fruit of deeds' is come, the fool sighs heavily, and all his soul dies out; but those who reflect and say, ,'Tis old desert,' will pass beyond the bound of life's perplexity, and escape by devoting themselves to virtue.

34. அரும்பெறல் யாக்கையைப் பெற்ற பயத்தால்
 பெரும்பயனும் ஆற்றவே கொள்க — கரும்பூர்ந்த
 சாறுபோல் சாலவும் பின்உதவி மற்றதன்
 கோதுபோல் போகும் உடம்பு.

விளக்கம்

பெறுதற்கு அரிய இம்மனித உடம்பை புண்ணியப் பயனால் பெற்றிருக்கிறோம். அப்படிப் பெற்றதைக் கொண்டு சிறந்த புண்ணியத்தை மேலும் மிகுதியாகத் தேடிக்கொள்ள வேண்டும்.

அப்புண்ணியம், கரும்பிலிருந்து உண்டான சாறுபோல், உயிருக்குப் பெரிதும் உதவும். அக்கரும்பின் சக்கைபோல் உடம்பு மட்டும் பயனற்றதாய் அழிந்துபோகும்!

Explanation

Virtue is the gain. The body is mere refuse.

As the gain from the mortal frame now reached —and which is so hard to reach —with all thy might lay hold of virtue's lasting good. As the juice expressed from the sugar-cane 'twill afterwards be thine aid, when the body goes like refuse flung away.

35. கரும்பாட்டிக் கட்டி சிறுகாலைக் கொண்டார்
    துரும்பெழுந்து வேம்கால் துயராண் டுழவார்
    வருந்தி உடம்பின் பயன்கொண்டார் கூற்றம்
    வருங்கால் பரிவ திலர்.

விளக்கம்

கரும்பை ஆலையில் ஆட்டி, அதன் சாற்றினால் ஆகிய வெல்லக் கட்டியை நல்ல பதத்திலே கொண்டவர்கள், அந்தக் கரும்பின் சக்கை தீப்பற்றி எரியும்போது துன்புறமாட்டார்கள். அதுபோல, முயன்று நல்லறம் செய்து பிறவிப்பயனைப் பெற்றவர் எமன் வரும்போது துன்பமடையார்.

Explanation

The same. The body is only sapless stalks.

Those who have pressed the sugar-cane, and early taken the juice, when the refuse heaped up burns, will suffer no grief: those who have toiled and gained the fruit won from embodied existence will feel no pangs when death shall come.

36. இன்றுகொல் அன்றுகொல் என்றுகொல் என்னாது
    பின்றையே நின்றது கூற்றமென் றெண்ணி
    ஒருவுமின் தீயவை ஒல்லும் வகையால்
    மருவுமின் மாண்டார் அறம்.

விளக்கம்

இறப்பு, இன்று வருமோ அன்று வருமோ என்று வருமோ என்று நினையாமல், எமன் பின்புறத்திலேயே நிற்கிறான் என எண்ணித் தீய செயல்களை விட்டு விடுங்கள். முடிந்த அளவு மாண்புடையார் போற்றிய அறத்தைச் செய்யுங்கள். (இன்று, அன்று, என்று என்பன இளமைக் காலத்தையும், முதுமைக் காலத்தையும் இடைக் காலத்தையும் உணர்த்தின. ஒல்லும் வகை இல்லறத்தைப் பொருள் நிலைக்கு ஏற்பவும், துறவறத்தை உடல் நிலைக்கு ஏற்பவும் மேற்கொள்ளல்.)

Explanation

Death stands waiting behind you. Delay not!

'This day ?' That day? What day? O question not the time! Bethink you, death stands behind you ever waiting! Put from you every evil thing; and with all your powers embrace the virtue which sages tea

37. **மக்களா லாய பெரும்பயனும் ஆயுங்கால்**
எத்துணையும் ஆற்றப் பலவானால் — தொக்க
உடம்பிற்கே ஒப்புரவு செய்தொழுகா தும்பர்க்
கிடந்துண்ணப் பண்ணப் படும்.

விளக்கம்

மக்கட் பிறவியால் செய்யத்தக்க நற்செயல்களைப் பற்றி எப்படி ஆராய்ந்து பார்த்தாலும் அவை மிகப் பலவாம். அப்படியிருக்க, எலும்பும், தோலும், சதையும், இரத்தமும் கூடிய இந்த உடம்புக்கே உதவி செய்து வாழ்ந்து கொண்டிராமல் மறுமை இன்பங்களை நுகர்தற்கேற்ற நல்லறங்களைச் செய்ய வேண்டும்.

Explanation

Use the body to gain the world to come.

When you examine closely the mighty gains to be acquired by birth in a human shape, if they seem manifold, perform not deeds which suit the body's frame alone, but deeds whose fruit is joy in the world to come!

38. **உறக்கும் துணையதோர் ஆலம்வித் தீண்டி**
இறப்ப நிழல்பயந் தாஅங்கு — அறப்பயனும்
தான் சிறிதாயினும் தக்கார்கைப் பட்டக்கால்
வான்சிறிதாப் போர்த்து விடும்.

விளக்கம்

விரலால் கிள்ளி எடுக்கும் அளவுள்ள மிகச்சிறிய ஆலம் விதை, வளர்ந்து ஓங்கித் தழைத்து மிக்க நிழலைத் தருவதுபோல, அறப்பொருள் மிகச்சிறியதாயினும் அது தகுதியுடையவர் கையில் சேர்ந்தால், அதன் பயன் வானினும் பெரிதாக விளங்கும்.

Explanation

A benefit conferred by the worthy on the worthy.

The banyan seed, though it be minute as one might see in dreams, grows to a mighty tree of amplest shade; so gifts from a virtuous hand, received by a worthy hand, though small, will hide the diminish'd heavens.

39. வைகலும் வைகல் வரக்கண்டும் அஃதுணரார்
வைகலும் வைகலை வைகுமென் றின்புறுவர்
வைகலும் வைகல்தம் வாழ்நாள்மேல் வைத்தல்
வைகலை வைத்துணரா தார்.

நாள்தோறும் நாள் கழிந்து வருவதைப் பார்த்திருந்தும், அப்படி நாள் தோறும் நாள் கழிதலை அறியாதவர், தமது ஆயுள் நாளில் ஒரு நாள் அப்படிக் கழிவதை உணராது, அது 'நிலையாக இருக்கிறது' என நினைத்து இன்புறுவர். (இதனால் ஒவ்வொரு நாளும் கழிதற்கு முன் நல்லறம் செய்ய வேண்டும் என வற்புறுத்தப்பட்டது.)

Explanation

Days pass.

Daily they see the passing day added to the sum of the days gone by, as a day that is spent from out the store of their days, yet daily, as they see day dawn, they say joyously, 'This day will abide with us till the close of day?'

40. மான அருங்கலம் நீக்கி இரவென்னும்
ஈன இளிவினால் வாழ்வேன்மன் — ஈனத்தால்
ஊட்டியக் கண்ணும் உறுதிசேர்ந் திவ்வுடம்பு
நீட்டித்து நிற்கும் எனின்.

விளக்கம்

இழிவான காரியத்தைச் செய்து, உணவு ஊட்டுவதனால் உறுதியுடன் இவ்வுடம்பு நீண்ட நாள் நிலைத்திருக்கும் என்பது உண்மையானால், மானம் என்னும் சிறந்த அணிகலனைக் களைந்தெறிந்துவிட்டு உயிர்வாழ்வேன்.(எப்படி ஊட்டினாலும் இந்த உடம்பு அழியக் கூடியதே.)

Explanation

Why should man maintain the perishable body by dishonourable begging ?

Parting with honour's jewel I might still consent to live a suppliant's life of shame, if then maintained by such disgrace, this body could abide in strength and last for length of days.

5. தூய்தன்மை

5. Impurity

41. மாக்கேழ் மடநல்லாய் என்றரற்றும் சான்றவர்
நோக்கார்கொல் நொய்யதோர் புக்கிலை — யாக்கைக்கோர்
ஈச்சிற கன்னதோர் தோல்அறினும் வேண்டுமே
காக்கை கடிவதோர் கோல்.

விளக்கம்

மாந்தளிர் போல் நிறமும், இளமையும் உடைய பெண்ணே!' என்று மாதரை நோக்கிப் பிதற்றும் அறிவுடையோர், அற்ப உடம்பின் இழிவை எண்ணிப் பார்க்க மாட்டார்களோ? அவ்வுடம்பில் ஈயின் சிறகு அளவான சிறிய தோல் அறுபட்டாலும், அந்த இடத்தில் உண்டான புண்ணை நோக்கி வரும் காக்கையை விரட்ட ஒரு கோல் வேண்டும். (அறிவுடையோர் என்பது எள்ளல் குறிப்பு.)

Explanation

Any slight wound may fester, and reduce the fairest form to a loathsome state.

'O gentle maiden, fair and good !' These paragons that thus rave, know they not 'the heavenly home invisible?' Let a bit of skin be broken slight as an insect's wing, and you need the stick that drives away the crows !

42. தோற்போர்வை மேலும் தொளைபலவாய்ப் பொய்ம்மறைக்கு
மீப்போர்வை மாட்சித் துடம்பானால் — மீப்போர்வை
பொய்ம்மறையாக் காமம் புகலாது மற்றதனைப்
பைம்மறியாப் பார்க்கப் படும்.

தோலாகிய போர்வையின் மீதும் துளைகள் பலவாகி உள்ளே அழுக்கை மறைக்கின்ற போர்வையினால், பெருமையுடையதாக இருக்கிறது இவ்வுடம்பு! ஆதலால், மேல் போர்வை கொண்டு உள்ளிருக்கும் அழுக்கை மறைக்காமலும், ஆசை மொழி புகழாமலும் அவ்வுடம்பை, ஒரு பையைத் திருப்பிப் பார்ப்பதுபோல எண்ணிப் பார்க்க வேண்டும்!

Explanation

The body's beauty only skin - deep.

If the body which, with a covering of skin above, possesses many apertures, owes its beauty only to that outward cloak that veils the false (the inner foulness), then is it fitting to say no word of lustful desire which hides the false from itself by the covering veil, but to regard that body as an undeveloped embryo.

43. தக்கோலம் தின்றுதலை நிறையப் பூச்சூடிப்
பொய்க்கோலம் செய்ய ஒழியுமே — எக்காலும்
உண்டி வினையுள் உறைக்கும் எனப்பெரியோர்
கண்டுகை விட்ட மயல்.

விளக்கம்

எப்பொழுதும் உண்ணும் தொழில், உடம்பின் உள்ளே அழுக்கை மிகுவிக்கும் என்று உணர்ந்து, பெரியோர் விலக்கிவிட்ட ஆசை என்னும் மயக்கத்தைத் தரும் உடம்பின் அழுக்கு, வால்மிளகு, வெற்றிலை, பாக்கு முதலான வாசனைப் பொருள்களை வாயிலிட்டு மென்று தின்று, தலை நிறைய மணமலர் சூடிச் செயற்கையாக அலங்கரித்துக்கொள்வதால் ஒழியுமா? ஒழியாது!

Explanation

Outward adornment is not inward purification.

Will impurity ever cease from the worthless body which the great have abandoned, knowing it to be reeking with odours from processes connected with nutrition, though aromatics be chewed, the head covered with garlands, and the body adorned with false splendour?

44. தெண்ணீர்க் குவளை பொருகயல் வேல்என்று
கண்ணில்புன் மாக்கள் கவற்ற விடுவேனோ
உண்ணீர் களைந்தக்கால் நுங்குசூன் றிட்டன்ன
கண்ணீர்மை கண்டொழுகு வேன்.

விளக்கம்

உள்ளே இருக்கும் நீரை நீக்கிவிட்டால், பனை நுங்கைத் தோண்டியெடுத்தாற்போல் காணப்படும் கண்ணின் இயல்பை

அறிந்து, பற்றற்று நடக்கும் நான், மகளிரின் கண்களைத் தெளிந்த நீரிலே உள்ள குவளை மலர்கள் என்றும், புரளும் கயல்மீன்கள் என்றும், வேற்படை என்றும் கூறி அறிவுக்கண் இல்லாத அற்ப மனிதன் எனது மனத்தைத் துன்புறுத்த விடுவேனா? (ஒழுக்கத்தை விட்டு விடுவேனா? விடமாட்டேன்.)

Explanation

Female eyes shall not bewilder me !

Shall I abandon (my ascetic purpose) because blind, low men worry me, saying that woman's eye is like the water-lily in the clear stream, or the warring carp, or a javelin? I will pursue my virtuous way as having seen (that) the eye's real nature (is), like (that of) the palm-tree fruit (which is) scooped out, after the water has been drained off!

45. முல்லை முகைமுறுவல் முத்தென் றிவைபிதற்றும்
கல்லாப்புன் மாக்கள் கவற்ற விடுவேனோ
எல்லாருங் காணப் புறங்காட் டுதிர்ந்துக்க
பல்லென்பு கண்டொழுகு வேன்.

விளக்கம்

எல்லோரும் காணுமாறு சுடுகாட்டில் உதிர்ந்து சிந்திக்கிடக்கின்ற பல்லாகிய எலும்புகளைப் பார்த்துப் பற்றற்று ஒழுகும் நான், மகளிரின் பற்களை முல்லை அரும்புகள் என்றும், முத்துகள் என்றும் கூறிப் பிதற்றும் மேலான நூலறிவு அற்ற கீழ் மக்கள் எனது உள்ளத்தைத் துன்புறுத்த விடுவேனா? (ஒழுக்கத்தை விட்டு விடுவேனா? விடமாட்டேன்.)

Explanation

The beauty of women's teeth shall not bewilder me.

Though worthless men untaught should fret my soul and rave of teeth like jasmine buds and pearls, shall I forego my fixed resolve, who have seen in the burning ground those bones—the fallen teeth —strewn round for all to see ?

46. குடரும் கொழுவும் குருதியும் என்புந்
தொடரும் நரம்பொடு தோலும் — இடையிடையே
வைத்த தடியும் வலம்புமாம் மற்றிவற்றுள்
எத்திறத்தாள் ஈர்ங்கோதை யாள்.

விளக்கம்

குடலும், கொழுப்பும், இரத்தமும், எலும்பும், ஒன்றோடொன்று சேர்ந்திருக்கின்ற நரம்பும், தோலும் இவற்றின் இடையிடையே வைத்த தசைகளும் நிணமும் ஆகிய இவற்றுள், குளிர்ந்த மாலை அணிந்த பெண் என்பவள் எந்தத் தன்மையைச் சேர்ந்தவள்? *(இத்தகைய பொருள்களின் சேர்க்கையான உடம்பில் பற்று வைத்து அறத்தை விடக்கூடாது என்பது கருத்து)*

Explanation

'This vile body.'
(The body) is entrails, and marrow, and blood, and bone, and connecting tendons, and skin, and here and there flesh interposed, and fat. In the midst of these, what sort of a being is she who wears the fresh garlands?

47. ஊறி உவர்த்தக்க ஒன்பது வாய்ப்புலனும்
 கோதிக் குழம்பலைக்கும் கும்பத்தைப் —பேதை
 பெருந்தோளி பெய்வளாய் என்னுமீப் போர்த்த
 கருந்தோலால் கண்விளக்கப் பட்டு.

விளக்கம்

அழுக்குகள் ஊறி, வெறுக்கத்தக்க ஒன்பது துளைகளையுடைய புலன்கள் வழியாக அவ்வழுக்குக் குழம்பை வெளிப்படுத்தும் உடலாகிய ஒரு குடத்தைப் பார்த்து அறிவில்லாத ஒருவன், மேலே போர்த்திருக்கும் அழகான தோலினால் கண்கள் கவரப்பட்டு, 'பெருத்த தோளையுடையவளே! வளையல்களை அணிந்தவளே! என்று பிதற்றுவான்! *(அறிவிலான் உடம்பின் புற அழகைக் கண்டு மயங்குவான்!)*

Explanation

The body is disgusting.
The fool will address the earthen pot (the body), from which defilement oozes, from which nine disgusting outlets scatters, pollution, and in which slimy liquids move to and fro—and say, 'O thou of the rounded arms,' 'O thou with armlets decked, '—because it is made bright to his eyes by a covering of black skin.

48. பண்டம் அறியார் படுசாந்தும் கோதையும்
கண்டுபா ராட்டுவார் கண்டிலர்கொல் மண்டிப்
பெடைச்சேவல் வன்கழுகு பேர்த்திட்டுக் குத்தும்
முடைச்சாகா டச்சிற் றுழி.

விளக்கம்

உடம்பாகிய பண்டத்தின் இயல்பை அறியாதவர்கள் அதன்மேல் பூசப்படும் சந்தனத்தையும், அணியப் பெறும் மலர் மாலையையும் கண்டு பாராட்டுகின்றனர். அவர்கள், முடை நாற்றமுடைய இவ்வுடம்பாகிய வண்டியை, அதன் அச்சாகிய உயிர் முறிந்தபின் பெண்ணும் ஆணுமான வலிமை மிக்க கழுகுகள் கூடிப் புரட்டிக் குத்தித் தின்பதைப் பார்க்கவில்லை போலும்!

Explanation

The body a prey to corruption.
They know not what the body is; with sandal paste and flowers they make it fine. Have they not seen, I pray, the vultures and their mates in flocks with busy beaks devour the body foul when the chariot-axle is snapt?

49. கழிந்தார் இடுதலை கண்டார்நெஞ் சுட்கக்
குழிந்தாழ்ந்த கண்ணவாய்த் தோன்றி — ஒழிந்தாரைப்
போற்றி நெறிநின்மின் இற்றிதன் பண்பென்று
சாற்றுங்கொல் சாலச் சிரித்து.

விளக்கம்

இறந்தவர்களுடைய, சுடுகாட்டில், எரிக்கப்பட்ட தலைகள், பார்த்தவர் மனம் அஞ்சுமாறு, பள்ளமாய் ஆழ்ந்திருக்கின்ற கண்களையுடையனவாகத் தோன்றி, இறவாதிருக்கும் மற்றவரைப் பார்த்து, ஏளனமாகச்சிரித்து, 'இவ்வுடம்பின் தன்மை இப்படிப்பட்டதுதான்! எனவே அறத்தைப் போற்றி நன்னெறியில் நில்லுங்கள்!' என்று கூறும் போலும்!

Explanation

The eyeless skulls tea

The skulls of the dead, at the sight of which the gazer fears, with deep cavernous eyes appear, and grinning say to those who still survive, 'Guard well! In virtue's path stand fast. This is the body's grace and worth."

50. உயிர்போயார் வெண்டலை உட்கச் சிரித்துச்
 செயிர்தீர்க்கும் செம்மாப் பவரைச் — செயிர்தீர்ந்தார்
 கண்டிற் றிதன்வண்ணம் என்பதனால் தம்மையோர்
 பண்டத்துள் வைப்பதிலர்.

விளக்கம்

இறந்தவரது மண்டை ஓடுகள், கண்டார் அஞ்சும்படி நகைத்து, இல்லறத்தில் இறுமாந்து கிடப்பவருடைய குற்றத்தைப் போக்கும், மயக்கமாகிய அக்குற்றத்தினின்றும் நீங்கியவர்கள், உண்மையை உணர்ந்து, இத்தகையதுதான் இவ்வுடம்பின் இயல்பு என்று நினைப்பதால், தமது உடம்பை ஒரு பொருளாக மதிப்பதில்லை!

Explanation

The sight of the skulls cures pride.

The skulls of the dead, grinning so as to excite disgust, cure the vain lovers of life of their folly. Those who are cured of this folly, seeing the skulls in the burning ground, say "such is this body,' and so value themselves as nothing.

6. துறவு
6. Renunciation

51. விளக்குப் புகஇருள் மாய்ந்தாங் கொருவன்
தவத்தின்முன் நில்லாதாம் பாவம் — விளக்கு நெய்
தேய்விடத்துச் சென்றிருள் பாய்ந்தாங்கு நல்வினை
தீர்விடத்து நிற்குமாம் தீது.

விளக்கம்

விளக்கொளி வர, அங்கே இருந்த இருள் அகல்வது போல,
ஒருவன் செய்த தவத்தின் முன்னே பாவம் விலகும், விளக்கில்
எண்ணெய் குறையும்போது, இருள் பரவுவது போல் நல்வினை
நீங்குமிடத்துப் பாவம் நிலைத்து நிற்கும்

Explanation

Penitence puts sin to flight.
As when a lamp enters darkness dies, so sin stands not before man's penitence. As, when in a lamp the oil wastes, darkness rushes in, so evil takes its stand where deeds of virtue cease.

52. நிலையாமை நோய்மூப்புச் சாக்காடென் றெண்ணித்
தலையாயார் தங்கருமஞ் செய்வார் — தொலைவில்லாச்
சத்தமும் சோதிடமும் என்றாங் கிவைபிதற்றும்
பித்தரின் பேதையார் இல்.

விளக்கம்

நிலையாமையும், நோயும், மூப்பும், சாவுத் துன்பமும்
இவ்வுடம்புக்கு உண்டு என ஞான நூல்களை ஆய்ந்துணர்ந்த,
சிறந்த அறிவுடையோர் தமக்கு உறுதியான தவத்தைச் செய்வர்.
முடிவில்லாத இலக்கணநூல் என்று சொல்லப்பட்ட பல
நூல்களையே விடாமல் சொல்லிக்கொண்டு திரியும் பித்தரைவிட
அறிவில்லாதவர் உலகில் இல்லை!

Explanation

Put away useless studies.
The chief of men reflect on change, disease, old age, and death, and do their needful work. Those who raving teach the endless round of sevenfold science, and the lore of stars, are maddest of the foolish throng.

53. இல்லம் இளமை எழில்வனப்பு மீக்கூற்றம்
செல்வம் வலிஎன் றிவையெல்லாம் — மெல்ல
நிலையாமை கண்டு நெடியார் துறப்பர்
தலையாயார் தாம்உய்யக் கொண்டு.

விளக்கம்

இல்லற வாழ்வு, இளமை, மிக்க அழகு, செல்வாக்கு, செல்வம், வலிமை என்று கூறப்படும் இவையெல்லாம் நாளடைவில் நிலையில்லாமல் போதலை அறிந்து, சான்றோர்கள் தாம் கடைத்தேறும் வழியை மேற்கொண்டு காலம் தாழ்த்தாது இருவகைப் பற்றையும் துறப்பர்.

Explanation

Renunciation at once.

The chief of men in quite thought discern how house, youth, beauty's grace, high estate, and wealth, strength, all pass away; and thus, to save themselves, prolonging not the time, renounce all these.

54. துன்பம் பலநாள் உழந்தும் ஒருநாளை
இன்பமே காமுறுவர் ஏழையார் — இன்பம்
இடைதெரிந் தின்னாமை நோக்கி மனையா
றடைவொழிந்தார் ஆன்றமைந் தார்.

விளக்கம்

அறிவில்லாதவர், பல நாட்கள் துன்பத்தால் வருந்தினாலும் ஒரு நாள் கிடைக்கும் அற்ப இன்பத்தையே விரும்புவர். கல்வி கேள்விகளால் நிறைந்த சான்றோர், இன்பத்தின் நிலையற்ற தன்மையையும் அதனால் நேரும் துன்பத்தையும் உணர்ந்து இல்லறத்தை நீங்கினர். (துறவறத்தை மேற்கொண்டனர்).

Explanation

Pleasure and pain.

Though wretched men suffer afflictions many a day, yet one day's delight they eagerly desire. The men of calm and full wisdom, in pleasure's core see pain, and quit the pleasant household paths.

55. கொன்னே கழிந்தன் றிளமையும் இன்னே
பிணியொடு மூப்பும் வருமால் — துணிவொன்றி
என்னொடு சூழா தெழுநெஞ்சே போதியோ
நன்னெறி சேர நமக்கு.

விளக்கம்

இளமைப் பருவமும் வீணாகக் கழிந்துவிட்டது. இப்பொழுதே நோயும் முதுமையும் வந்து சேரும்; ஆதலால் துணிவுடன், என்னோடு ஆராயாது புலன்வழி செல்லும் மனமே! நமக்கு நல்வழி உண்டாக நீ என்னுடன் வருவாயாக! (புலன் வழி செல்லாது அறிவுவழி செல்வாயாக! என ஆத்மா, மனத்தை நோக்கிக் கூறியது.)

Explanation

Unreflecting soul, why not seek the way of peace?

In vain is my youth spent. Even now disease and old age will come. O soul ! be bold; wrangle no more with me, but rise! Wilt thou not go where both thou and I may gain virtue's path?

56. மாண்ட குணத்தோடு மக்கட்பேறில்லெனினும்
பூண்டான் கழித்தற் கருமையால் — பூண்ட
மிடிஎன்னும் காரணத்தின் மேன்முறைக் கண்ணே
கடிஎன்றார் கற்றறிந் தார்.

விளக்கம்

மாட்சிமைப்பட்ட குணங்களும், பிள்ளைப்பேறும் மனைவியிடம் இல்லாவிட்டாலும், மணம் செய்துகொண்ட கணவன் அவளை விட்டுவிட முடியாது! எனவே திருமணம் என்பது ஒருவன் தானே மேற்கொண்ட துன்பம் ஆகும். ஆதலால்தான் மேலான ஒழுக்க நூல்களிலே உள்ள கருத்துக்களை கற்றுணர்ந்த ஞானிகள் 'திருமணம் செய்து கொள்ளாதீர்!' என்றனர்.

Explanation

Marriage to be dreaded.

Though your wife possess no excellence and bear no child, it is hard to get rid of the marriage bond. For this cause since he who weds puts sorrow on, in olden days the learned made marriage a synonym of dread.

57. ஊக்கித்தாம் கொண்ட விரதங்கள் உள்ளுடையத்
தாக்கருந் துன்பங்கள் தாம்தலை வந்தக்கால்
நீக்கி நிறூஉம் உரவோரே நல்லொழுக்கம்
காக்கும் திருவத் தவர்.

விளக்கம்

முயற்சியுடன் தாம் மேற்கொண்ட விரதங்களும் (தவங்களும்) உள்ளமும் சிதையுமாறு, தடுக்க முடியாத துன்பங்கள் வந்தபோதும், எப்படியாவது அத்துன்பங்களை விலக்கித் தம் விரதங்களை நிலை நிறுத்தும் மனவலிமை மிக்கவரே, துறவற ஒழுக்கத்தைக் காக்கும் சிறப்புடையவராவர். (நல்ல துறவிகளாவர்.)

Explanation

Patience and perseverance.

When troubles arise, hard to resist, to cause them to break the vows which their lofty spirits have pledged, the men of power set griefs aside and firmly fix their souls in right. These are the blessed, guarding decorum's rule.

58. தம்மை இகழ்ந்தமை தாம்பொறுப்ப தன்றிமற்
றெம்மை இகழ்ந்த வினைப்பயத்தால் — உம்மை
எரிவாய் நிரயத்து வீழ்வர்கொல் என்று
பரிவதூஉம் சான்றோர் கடன்.

பிறர் தம்மைப் பழித்துப் பேசியதைப் பொறுத்துக் கொள்வதல்லாமல், 'இவர்கள் எம்மை இகழ்ந்த தீவினைப் பயனால் மறுமையில் எரியும் நரகத்தில் வீழ்ந்து துன்புறுவார்களே!' என்று இரங்குவதும் துறவிகளின் கடமையாகும். திருவத்தவர் சிறப்பினை உடையவர். (மேல்பாட்டில் துறவிகளின் பொறையுடைமையும், இப்பாட்டில் அவர்தம் அருளுடைமையும் கூறப்பட்டுள்ளன.)

Explanation

Forbearance and pity for evil-doers.

To bear with those who speak contemptuous words; yea, more, to say, 'Ah, will these sink in the other world to hell, the place of fire, as fruit of their contemptuous words;' and to grieve, is duty of the perfect man.

59. மெய்வாய்கண் மூக்குச் செவியெனப் பேர்பெற்ற
ஐவாய வேட்கை அவாவினைக் — கைவாய்
கலங்காமற் காத்துய்க்கும் ஆற்றலுடையான்
விலங்காது வீடு பெறும்.

மெய், வாய், கண், மூக்கு, செவி எனப் பெயர் பெற்ற ஐந்து புலன்களை அடக்கி, அவற்றின் வழியாக வரும் மிகுந்த ஆசையை மனக்கலக்கமின்றித் தன்னிடம் சேராமல் பாதுகாத்து, நல்லொழுக்கத்தில் செலுத்தும் வல்லமையுடையவனே தவறாமல் வீடுபேறு அடைவான். (ஐம்புலன்களை அடக்கி ஆள்பவனே வீடு பேறு அடைவான்.)

Explanation

Repression of sensuous emotions.

He who undisturbed, in the ordered way of right, has power to guard and guide the desires and lusts that find entrance by the five sense-gates, called 'body, mouth, eye, nose, and ear' - unfailing shall gain 'release.'

60. துன்பமே மீதூரக் கண்டும் துறவுள்ளார்
இன்பமே காமுறுவர் ஏழையார் — இன்மம்
இசைதொறும் மற்றதன் இன்னாமை நோக்கிப்
பசைதல் பரியாதாம் மேல்.

அறிவிலாதார், வாழ்க்கையில் துன்பமே மிகுதியாக வருதலைக் கண்டும், துறத்தலை நினையாதவராய்ச் சிறிதளவாகிய இன்பத்தையே விரும்பியிருப்பர்! ஆனால், அறிவுடையவரோ அச்சிறிதளவு இன்பம் கிடைக்கும்போதெல்லாம் அதனைத்தொடர்ந்து வரும் துன்பத்தைக் கண்டு அச்சிற்றின்பத்தை விரும்பார்.

Explanation

The bitter pleasures of life.

Though wretched men behold afflictions urge and press, renunciation is not in their thoughts; delight they eagerly desire. The great in every joy behold its pain, and seek it not.

7. சினமின்மை
7. The Absence of Anger : Meekness

61. மதித்திறப் பாரும் இறக்க மதியா
மிதித்திறப் பாரும் இறக்க மிதித்தேறி
ஈயும் தலைமேல் இருத்தலால் அஃதறிவார்
காயும் கதமின்மை நன்று.

விளக்கம்

தம்மை மதித்து நடப்பாரும் நடக்கட்டும்; சிறிதும் மதிக்காது அவமதித்து நடப்பாரும் நடக்கட்டும்; அற்ப ஈயும் மிதித்து ஏறித் தலைமேல் உட்காருதலால், அந்நிலையை உணர்ந்து சிந்திக்கும் சான்றோர், தம்மை அவமதிப்போர் மீது சீறி விழும் சினம் இலராய் இருத்தல் நல்லது

Explanation

Disregard of the esteem or disesteem of men.
Who pass esteeming us, let them pass on! And those who contemn and trample on us as they pass, let them too pass on! If even a fly (especially unclean) should climb, trampling on their head, it is well that the wise who know its worth, should feel no wrath.

62. தண்டாச் சிறப்பின்தம் இன்னுயிரைத் தாங்காது
கண்டுழி யெல்லாம் துறப்பவோ — மண்டி
அடிபெயரா தாற்ற இளிவந்த போழ்தின்
முடிகிற்கும் உள்ளத் தவர்.

விளக்கம்

ஓர் அடி கூட எடுத்து வைக்க முடியாமல் நெருங்கி மிகவும் அவமதிப்பு வந்தபோதிலும், அதற்குக் கலங்காது எடுத்த காரியத்தை நிறைவேற்றும் மனவலிமை மிக்கவர், சிறிதே இடர் கண்டபோதெல்லாம் சினத்தைப் பொறுத்துத் தாங்காமல், அழியாச் சிறப்புடைய இனிய உயிரை விடுவரோ? (மனவலிமைமிக்கவர் கண்டதற்கெல்லாம் சினம் கொள்ளாமல் சாந்தமாயிருப்பர். முந்திக்குரிய உயிர் ஆதலின் அழியா உயிர் என்றார்).

Explanation

Resolute men bear meekly the evils of life.

Although disgraces throng thickly, and may not be repulsed, will those whose minds are set upon finishing the work begun, renounce sweet life's unfailing worth in their impatience, whenever they see (evils)?

63. காவா தொருவன்தன் வாய்திறந்து சொல்லும்சொல்
 ஓவாதே தன்னைச் சுடுதலால் ஓவாதே
 ஆய்ந்தமைந்த கேள்வி அறிவுடையார் எஞ்ஞான்றும்
 காய்ந்தமைந்த சொல்லார் கறுத்து.

விளக்கம்

ஒருவன் நா காவாமல் வாய் திறந்து சொல்லும் சினச்சொல், இடைவிடாது தன்னையே வருத்தும். ஆதலால், ஓயாது ஆராய்ந்தறிந்த அறிவையும், கேள்வி ஞானத்தையும் உடைய சான்றோர், எப்போதும் சினம் கொண்டு கடுமையான சொற்களைச் சொல்லமாட்டார்கள். (பிறர் மீது சினம் கொண்டு தாக்கும் கடுஞ்சொற்கள் திருப்பித் தம்மையே தாக்கும். ஆதலால் ஞானிகள் கடுமையான சொற்களைச் சொல்ல மாட்டார்கள்).

Explanation

Rashness in speech hurts one's self.

If a man opens his mouth and speaks unguarded words, his words will ceaselessly burn his soul. The wise who ceaselessly hear, and ponder well and calmly, even in their wrath, will never give utterance to words of fire.

64. நேர்த்து நிகரல்லார் நீரல்ல சொல்லியக்கால்
 வேர்த்து வெகுளார் விழுமியோர் ஓர்த்ததனை
 உள்ளத்தான் உள்ளி உரைத்துராய் ஊர்கேட்பத்
 துள்ளித்தூண் முட்டுமாம் கீழ்.

விளக்கம்

மேலோர், தமக்கு நிகரில்லாதவர் தம்மை எதிர்த்து நன்மையற்ற தீய சொற்களைச் சொன்னால், அதற்காக மனம் புழுங்கிச் சினம் கொள்ளார். ஆனால் கீழ்மக்களோ, பிறர் கூறும் இழி சொற்களையே மனத்தில் நினைத்து நினைத்து, பிறரிடம் சொல்லிச் சொல்லி, மேலும் மேலும் சினம் அடைந்து ஆற்றாது துள்ளிக் குதித்து தூணில் முட்டிக்கொண்டு ஆர்ப்பாட்டம் செய்வர்.

Explanation

The good man's meekness. The low man's ungoverned fury.

When men who are beneath them confront them, and speak unseemly words, the excellent wax not hot with anger. The base man will brood over it, chafe and rave for all the town to hear, and leap, and dash his head against a post.

65. இளையான் அடக்கம் அடக்கம் கிளைபொருள்
இல்லான் கொடையே கொடைப்பயன் — எல்லாம்
ஒறுக்கும் மதுகை உரனுடை யாளன்
பொறுக்கும் பொறையே பொறை.

விளக்கம்

வாலிபப் பருவம் உடையவனது புலனடக்கமே அடக்கம் எனப்படும். நிறைந்த பொருள் இல்லாதவனது கொடையே பயனுள்ள கொடையாம். அவைபோல, எல்லா எதிர்ப்புகளையும், வெல்லத்தக்க உடல்வலிமையும், உள்ளஉறுதியும் உடையவன், சினத்தைப் பொறுத்துக்கொள்ளும் பொறுமையே சிறந்த பொறுமை.

Explanation

Self-restraint in youth, gifts from the poor, and forbearance in the mighty are excellent.

The young man's self-restraint is self-restraint. The gift of him who owns no stores of wealth is gift indeed. When man has means and might to punish every fault, if he forbear, call him the patient man.

66. கல்எறிந் தன்ன கயவர்வாய் இன்னாச்சொல்
எல்லாருங் காணப் பொறுத்துய்ப்பர் — ஒல்லை
இடுநீற்றால் பைஅவிந்த நாகம்போல் தத்தம்
குடிமையான் வாதிக்கப் பட்டு.

விளக்கம்

மந்திரித்து இட்ட திருநீற்றினால் உடனே சீற்றம் தணிந்து படம் அடங்கும் பாம்பைப்போல, தங்கள் உயர்குலப் பெருமையால் தடைசெய்யப்பட்டு, கல்லால் எறிந்ததுபோல், கீழ் மக்கள் வாயிலிருந்து வரும் சொற்களை, யாவரும் காண, பெரியோர் சினம் கொள்ளாது பொறுத்துக்கொண்டு நல்லொழுக்க நெறியிலே தமது அறிவைச் செலுத்துவர்.

Explanation

Noble instinct restrains.

As stones the base shower down their bitter words: the noble bear, in sight of all, and let them pass, by sense of noble worth constrained : like serpent's crest at once by touch of sacred ash subdued.

67. மாற்றாராய் நின்றுதம் மாறேற்பார்க் கேலாமை
ஆற்றாமை என்னார் அறிவுடையார் — ஆற்றாமை
நேர்த்தின்னா மற்றவர் செய்தக்கால் தாம்அவரைப்
பேர்த்தின்னா செய்யாமை நன்று.

விளக்கம்

பகைவராக நின்று அப்பகைமைப் பண்புக்கேற்பக் காரியங்களைச் செய்யும்போது, தாமும் எதிர்த்துப் பகைமை கொள்ளாதவருடைய பொறுமையை, 'இயலாமையாகிய பலவீனம்' என்று கூறமாட்டார்கள், அறிஞர்கள். அப்பகைவர், தம் தீமையை அடக்கிக்கொள்ளாது மேலும் கொடுமைகள் செய்தாலும் தாம் அவர்களுக்குத் திருப்பித் தீங்கு செய்யாதிருத்தல் நல்லது.

Explanation

Return not evil for evil.

When men stand forth as our enemies, and would begin the conflict, to decline the strife is not, in the language of the wise, lack of power. Even when men have confronted and done us intolerable evils, it is good not to do them evil in return.

68. நெடுங்காலம் ஓடினும் நீசர் வெகுளி
கெடுங்காலம் இன்றிப் பாக்கும் — அடுங்காலை
நீர்கொண்ட வெப்பம்போல் தானே தணியுமே
சீர்கொண்ட சான்றோர் சினம்.

விளக்கம்

கீழ் மக்களின் சினம் நெடுங்காலம் கழிந்தாலும் தணியாது மேன்மேல் வளரும். ஆனால், புகழ்பெற்ற மேன் மக்களின் சினமானது, சுடவைக்கும்போது தண்ணீர் அடைந்த வெப்பத்தைப் போல, தானாகவே தணியும். (இயல்பில் குளிர்ச்சியும், பிறர் சுடவைத்தால் வெம்மையும் நீர்க்கு இருப்பதுபோல் பெரியோர்

குணத்துக்கும் உண்டு. பிறர் துன்புறுத்தும்போது உள்ளம் சினம் கொண்டாலும், பிறர்க்கு யாதொரு துன்பமும் செய்யாது அச்சினம் தானே தணியும் என்பது கருத்து).

The wrath of the base never expends itself. That of the good of itself dies out. Long time though base men's wrath run on, it spreads abroad, and knows no time when heat is spent; as the heat of water, when boiled at cooking time, itself grow's cool, the ire of perfect men of worth abates.

69. உபகாரம் செய்ததனை ஓராதே தங்கண்
அபகாரம் ஆற்றர் செயினும் — உபகாரம்
தாஞ்செய்வ தல்லால் தவற்றினால் தீங்கூக்கல்
வான்தோய் குடிப்பிறந்தார்க் கில்.

விளக்கம்

தாம் செய்த உதவியைச் சிறிதும் எண்ணிப் பாராது, தமக்கு மிகுதியான தீமைகளைச் செய்தாலும், தாம் அவருக்குத் திரும்பவும் உதவி செய்வார்களேயன்றி, தவறியும் தீமை செய்ய முயலுதல், வானளாவிய புகழ் மிக்க குடியிலே பிறந்தவரிடம் இல்லை.

Explanation

It is not the way of the noble to do evil to those who injure them.

Though men think not of good received, and do much ill to men of family whose fame has touched the sky, these still do good; nor are they wont provoked by faults, to render evil to the thankless ones.

70. கூர்த்துநாய் கௌவிக் கொளக்கண்டும் தம்வாயால்
பேர்த்துநாய் கௌவினார் ஈங்கில்லை — நீர்த்தன்றிக்
கீழ்மக்கள் கீழாய் சொல்லியக்கால் சொல்பவோ
மேன்மக்கள் தமவாயால் மீட்டு.

விளக்கம்

சினம் கொண்டு நாய் தமது உடம்பைக் கடிப்பதைப் பார்த்தும், அதற்குப் பதிலாகத் தம் வாயினால் நாயைக் கடித்தவர்கள் இவ்வுலகில் இல்லை! அதுபோல, தகுதியின்றி, கீழ் மக்கள் கீழ்த்தரமான சொற்களைச் சொல்லும்போது மேன் மக்கள், அவர்களுக்கு எதிராக அச்சொற்களைத் திருப்பிச் சொல்வார்களோ? சொல்லமாட்டார்கள்.

Explanation

Return not railing for railing.

Though a dog, in range, should lay hold of them, there are none in the world who, in return, would lay hold of it with their mouth; and thus, when low men speak, not what is fitting, but low words, will high-minded men, in reply, utter such words is their mouth.

8. பொறையுடைமை
8. Patience

71. கோதை யருவிக் குளிர்வரை நன்னாட
பேதையோ டியாதும் உரையற்க — பேதை
உரைப்பிற் சிதைந்துரைக்கும் ஒல்லும் வகையான்
வழுக்கிக் கழிதலே நன்று.

விளக்கம்

மாலை போன்ற அருவிகளாலே குளிர்ந்த மலைகளையுடைய மன்னனே! அறிவில்லாதவனிடம் எதையும் சொல்லவேண்டாம்! அவனிடம் ஒன்றைச் சொன்னால் அவன் மாறுபட்டுப் பதில் உரைப்பான். ஆதலின், கூடுமானவரை அப்பேதையிடமிருந்து தப்பித்து நீங்குதல் நல்லது.

Explanation

Don't argue with the foolish.

Lord of the pleasant land, where down the cool mountains the streams fall as garlands!— With a fool hold no converse. If you speak with him, in replying he will pervert your words. To slip away from him as best you can is well.

72. நேரல்லார் நீரல்ல சொல்லியக்கால் மற்றது
தாரித் திருத்தல் தகுதிமற் —றோரும்
புகழ்மையாக் கொள்ளாது பொங்குநீர் ஞாலம்
சமழ்மையாக் கொண்டு விடும்.

விளக்கம்

நற்குணமில்லாதவர் பண்பற்ற சொற்களைச் சொல்லும்போது அச்சொற்களைப் பொறுத்துக்கொண்டிருப்பதே தகுதியாகும்! அவற்றைப் பொறுக்காமல் பதில் கூறினால், கடல் சூழ்ந்த உலகம் அதனைப் புகழுக்குரிய செயலாகக் கொள்ளாது; பழிக்குரிய செயலாகக் கருதும்.

Explanation

Insults from inferiors.

When persons not our equals say unfitting things, to bear and to be still is worthy conduct. The world girt by foaming waters regards not a contrary course as praise-worthy, but as discreditable.

73. காதலார் சொல்லுங் கடுஞ்சொல் உவந்துரைக்கும்
ஏதிலார் இன்சொலின் தீதாமோ — போதெலாம்
மாதர்வண் டார்க்கும் மலிகடல் தண்சேர்ப்ப
ஆவ தறிவார்ப் பெறின்.

விளக்கம்

மலர்களிலெல்லாம் அழகான வண்டுகள் ஒலிக்கும் குளிர்ச்சி பொருந்திய கடற்கரையையுடைய வேந்தனே! நமக்கு நன்மை தருவதை ஆராய்ந்து சொல்லும் அறிஞரை உறுதுணையாகப் பெற்றால், அவர்கள் நம் மீது அன்பு கொண்டு கூறும் கடுமையான சொல்லானது, அயலார் மகிழ்ந்து கூறும் இனிமையான சொல்லினும் தீதாகுமா? ஆகாது. (ஏதிலார் என்பதற்குப் 'பகைவர்' எனப் பொருள் கொண்டு, உள்ளத்தில் பகையுணர்வுடன், அதை மறைக்க முகம் மலர்ந்து இனிமையாகப் பேசுபவரின் இன்சொல்லைப்போல், அன்புடையார் கடுஞ்சொல் தீதாகுமோ? எனவும் பொருள் கொள்ளலாம்.)

Explanation

Harsh words of those who love are better than complaisant words of foes.

Lord of the swelling sea's cool shore, where bright insects hum around every flower!—Are severe words from loving lips harder to bear, if men can only rightly estimate their result, than pleasant words that strangers courteously speak?

74. அறிவ தறிந்தடங்கி அஞ்சுவ தஞ்சி
உறுவ துலகுவப்பச் செய்து — பெறுவதனால்
இன்புற்று வாழும் இயல்பினார் எஞ்ஞான்றுந்
துன்புற்று வாழ்தல் அரிது.

விளக்கம்

அறிய வேண்டிய நன்மை தீமைகளை அறிந்து, அடக்கமுடையவராகி, அஞ்ச வேண்டிய பழி பாவங்களுக்கு அஞ்சி, செய்வதை உலகம் மகிழுமாறு செய்து, அறநெறியில் வந்த பொருளால் மகிழ்ந்து வாழும் இயல்புடையவர் எக்காலத்தும் துன்புற்று வாழ்தல் இல்லை. *(நன்மை தீமைகளை அறிந்து தீமைக்கு அஞ்சி உலகம் மகிழ வாழும் அடக்கமுடையவர் துன்புறுதல் இல்லை.)*

Explanation

The thoroughly disciplined and contented man is happy.

Those who know what should be known and rule themselves thereby; who fear what should be feared ; who use all their faculties to bless the world; and whose nature rejoices in all good gained: are for ever free from woes.

75.. இன்னா செயினும் இனிய ஒழிகென்று
தன்னையே தான்நோவின் அல்லது — துன்னிக்
கலந்தாரைக் கைவிடுதல், கானக நாட
விலங்குக்கும் விள்ளல் அரிது.

விளக்கம்

காடுகள் நிறைந்த நாட்டையுடைய மன்னனே! நண்பர்கள் நமக்குத் தீமைகள் செய்தாலும் அவை நன்மையாகக் கடவது என்று நினைத்து, வினைப்பயன் என எண்ணித் தன்னையே தான் வெறுப்பதல்லாமல், நெருங்கி மனம் ஒன்றிப் பழகியவரை விட்டு விடாதே! சேர்ந்தபின் பிரிதல் விலங்கினிடத்தும் இல்லை! *(பிறர் செய்யும் தீமையும் நாம் பொறுக்கும் தன்மையால் அவர் மனமாற்றத்துக்குக் காரணமாதல் கூடும். ஆதலால் 'விட்டு விலகாதே' என்றார்).*

Explanation

If a friend do evil to you, think it good, refrain from anger and blame yourself ;

but never forsake him.

Lord of the woodlands! Separation is hard even to beasts; therefore if friends do things that are unpleasant, think them pleasant. bid yourself cease (from wrath), and blame yourself alone; but forsake not those that have been joined to you in the intimacy of friendship.

76. பெரியார் பெருநட்புக் கோடல்தாம் செய்த
அரிய பொறுப்பஎன் றன்றோ — அரியரோ
ஒல்என் அருவி உயர்வரை நன்னாட
நல்லசெய் வார்க்குத் தமர்.

விளக்கம்

'ஒல்' என ஒலிக்கும் அருவிகளைக் கொண்ட உயர்ந்த மலைகளையுடைய நல்ல நாட்டின் வேந்தனே! பொயோர்களின் மேன்மையான நட்பைக் கொள்ளுதல், தாங்கள் செய்த அரிய குற்றங்களையும் அவர்கள் பொறுத்துக்கொள்வார்கள் அல்லவா? எப்போதும் நல்ல செயல்களைச் செய்பவர்க்கு நல்ல நண்பர்கள் கிடைக்க மாட்டார்களா? கிடைப்பார்கள். (பழகியவர் பிழையைப் பொறுத்தலே உயர்ந்த நட்பாம்).

Explanation

Forbearance cements friendship.

Is not the reason why the close friendship of the great is sought, that they will bear even with faults hard to endure? Lord of the good land of high mountains, with resounding waterfalls! — to good people are intimate friends rare?

77. வேற்றுமை யின்றிக் கலந்திருவர் நட்டக்கால்
தேற்றா வொழுக்கம் ஒருவன்கண் உண்டாயின்
ஆற்றுந் துணையும் பொறுக்க ; பொறானாயின்
தூற்றாதே தூர விடல்.

விளக்கம்

மனவேற்றுமை சிறிதும் இன்றி இருவர் நண்பரான பிறகு, தகாத ஒழுக்கம் ஒருவனிடம் உண்டானால் அதனை மற்றொருவன் பொறுக்கக் கூடிய அளவு பொறுத்துக் கொள்க! பொறுக்கமுடியாமற் போனால் பிறர் அறிய அவனது குற்றத்தை வெளிப்படுத்திப் பழிக்காமல் அவன் நட்பை விட்டு விடுக. (நண்பரிடையே மன வேறுபாடு தோன்றினால் விலகிவிட வேண்டுமேதவிர, பழி தூற்றித் திரியக்கூடாது.)

Explanation

If a friend act doubtfully, forgive or quietly withdraw.

When two with strict accord unite in friendship's bond, if one betray the other's confidence by unkind act, this latter should endure as best he may. And if he can't endure, he should not divulge it, but withdraw himself.

78. வற்றிமற் றாற்றப் பசிப்பினும் பண்பிலார்க்
கற்றம் அறிய உரையற்க அற்றம்
மறைக்குந் துணையார்க் குரைப்பவே தம்மைத்
துறக்குந் துணிவிலா தார்.

விளக்கம்

உடல்வற்றித் துரும்பு ஒத்த நிலை எய்துமாறு பசி வந்தாலும், உதவி செய்யும் பண்பு இல்லாதவரிடம் சென்று வறுமையைச் சொல்லாதீர்! உயிரை விடும் துணிவில்லாதவர், உதவி செய்யும் பண்புடையவரிடம் மட்டும் தமது வறுமைபற்றியுரைப்பர். (பசித் துன்பத்தைப் பொறுத்து, உழைத்து வாழ வேண்டுமே தவிர, பிறர் உதவிகேட்டு வாழ்தல் சிறப்பன்று என்பது பொருள்).

Explanation

Bear want

Though sore wasted with hunger, let not men tell out their destitution to ungracious churls. Those indeed who lack resolution to deny themselves may tell their wants to those who are able and willing to save them from destitution.

79. இன்பம் பயந்தாங் கிழிவு தலைவரினும்
    இன்பத்தின் பக்கம் இருந்தைக்கு —இன்பம்
    ஒழியாமை கண்டாலும் ஓங்கருவி நாட!
    பழியாகா ஆறே தலை.

விளக்கம்

இன்பம் தந்த செயலிலே தாழ்வு நேர்ந்தாலும் இன்பத்தையே கருதி, அவ்வின்பத்திலேயே நிலைத்திருக்கும் உனக்கு இன்பம் இடையறாது பெருகுவதைக் கண்டாலும், நீ பழியுண்டாகாத செயலைச் செய்வதுதான் சிறந்ததாகும். *(ஒரு செயலைச் செய்யும்போது அதில் இன்பம் உண்டாவதோடு தாழ்வும் பழியும் உண்டானால், அச்செயலை விட்டுவிட வேண்டும்).*

Explanation

Forsake pleasure that brings disgrace. To avoid guilt is the chief matter.

Although shameful things may present themselves. as things that yield pleasure, flee from that pleasure's side! Though thou couldst see pleasures that cease not soon, — Lord of the land of fountains high! — the guiltless way is best.

80. தான்கெடினும் தக்கார்கே டெண்ணற்க தன்உடம்பின்
    ஊன்கெடினும் உண்ணார்கைத் துண்ணற்க — வான்கவிந்த
    வையகம் எல்லாம் பெறினும் உரையற்க
    பொய்யோ டிடைமிடைந்த சொல்.

விளக்கம்

தான் கெட்டாலும் தக்கார்க்குக் கேடு செய்ய எண்ணாதிருப்பாயாக! தனது உடலில் உள்ள சதை முழுதும் பசியால் உலர்வதானாலும், உண்ணத் தகாதவரிடத்து உணவை உண்ணாதிருப்பாயாக! வானம் மூடிய இந்த உலகத்தையே பெறுவதாயினும் பொய் கலந்த சொற்களைச் சொல்லாதிருப்பாயாக!

Explanation

Never desire evil, nor eat with improper persons, nor lie.

Though ruin seize you plan not ruin to the juſt! Though body's flesh should waſte, eat not from hands unfit! Though the whole earth o'erarched by heaven accrue as gain, never speak word with falsehood mixed!

9. பிறர்மனை நயவாமை

9. Not Desiring Other Men's Wives

81. அச்சம் பெரிதால், அதற்கின்பம் சிற்றளவால்
நிச்சம் நினையுங்காற் கோக்கொலையால், —நிச்சலும்
கும்பிக்கே கூர்த்த வினையால் பிறன்தாரம்
நம்பற்க நாணுடை யார்.

விளக்கம்

காமத்தால் வரும் அச்சம் பெரிது! அந்த அச்சத்துடன் ஒப்பிட்டு நோக்கும்போது பெறும் இன்பம் சிறிதே! யோசித்துப் பார்த்தால் அரசனால் கொலைத் தண்டனையும் உண்டு! எந்நாளும் நரகவேதனையை அடைதற்குரிய பாவச் செயலாகும் அது! ஆதலால், நாணம் உடையவர்கள் பிறன் மனைவியை விரும்பாதிருப்பாராக!

Explanation

Against adultery.

The fear it brings is great ; its pleasure is brief ; each day if it is divulged death threatens by the king's decree; and ever it is a deed that tends to the pains of hell; O shamefast men, desire not your neighbour's wife.

82. அறம்புகழ் கேண்மை பெருமைஇந் நான்கும்
பிறன் தாரம் நச்சுவார்ச் சேரா — பிறன்தாரம்
நச்சுவார்ச் சேரும் பகைபழி பாவம்என்
றச்சத்தோ டிந்நாற் பொருள்.

விளக்கம்

புண்ணியம், புகழ், தக்கோர் நட்பு, பெருமை ஆகிய இந்நான்கும் பிறன் மனைவியை விரும்புபவரிடத்தில் சேரமாட்டா. மாறாகப் பகை, பழி, பாவம், அச்சம் ஆகிய இந்நான்கும் பிறன் மனைவியை விரும்புபவரிடத்தில் வந்து சேரும்.

Explanation

The sinner forfeits much, and incurs mu

Virtue, praise, friendship, greatness, all these four draw not anigh the men who covet their neighbour's wife. Hatred, disgrace and guilt, with fear, these four possessions abide with men who covet their neighbour's wife.

83. புக்க விடத்தச்சம் போதரும் போதச்சம்
துய்க்கு மிடத்தச்சம் தோன்றாமற் காப்பச்சம்
எக்காலும் அச்சம் தருமால் எவன்கொலோ
உட்கான் பிறன்இல் புகல்.

விளக்கம்

பிறர் மனைவியை நாடி அவள் வீட்டுக்குள் புகும்போது அச்சம்; திரும்பி வெளியே வரும்போது அச்சம்; இன்பம் நுகரும்போது அச்சம்; பிறர் அறியாமல் காப்பதில் அச்சம்; இவ்வாறு எப்போதும் அச்சம்; இவற்றையெல்லாம் எண்ணிப் பாராது ஒருவன் பிறன் மனைவியை விரும்புவது என்ன பயன் கருதியோ?

Explanation

Fear on every side.

In entering there's fear; in home returning fear; during enjoyment is fear; in guarding the secret is fear; it evermore brings fear: why shuns he not with dread the entrance of neighbour's house?

84. காணின் குடிப்பழியாம் கையுறின் கால்குறையும்
ஆணின்மை செய்யுங்கால் அச்சமாம் — நீள்நிரயத்
துன்பம் பயக்குமால்; துச்சாரி! நீ கண்ட
இன்பம் எனக்கெனைத்தால் கூறு.

விளக்கம்

அயலார் கண்டால் தன் குலத்துக்குப் பழிப்பாகும்; கையில் அகப்பட்டால் கால் முறியும்; ஆண்மையற்ற இப்பிறர்மனை புகுதலைச் செய்யின் அச்சம் தோன்றும்; பின் நரகமாகிய துன்பத்தைத் தரும்! எனவே தீய ஒழுக்கம் உடையவனே! நீ இதில் கண்ட இன்பம் எவ்வளவு? எனக்குச் சொல்!

Explanation

The way of transgressors is hard.

If any one see, disgrace lights on the house; if any hand should seize, leg's maimed; in the doing of the shameful deed is dread; it yields as fruit vast hell's affliction : tell me, O profligate, what measure of delight is thine ?

85. செம்மையொன் றின்றிச் சிறியா ரினத்தராய்க்
கொம்மை வரிமுலையாள் தோள்மரீஇ உம்மை
வலியாற் பிறர்மனைமேற் சென்றாரே இம்மை
அலியாகி ஆடிஉண் பார்.

விளக்கம்

சிறிதும் நல்லொழுக்கம் இன்றிச் சிற்றினம் சேர்ந்து, அழகிய கோலம் எழுதப்பெற்ற கொங்கைகளை உடையவளின் தோளைச் சேர விரும்பி, முற்பிறப்பில் தமது வலிமையால் பிறர் மனைவியிடம் சென்றவரே, இப்பிறப்பில் அலித் தன்மையுடையவராய்க் கூத்தாடி உண்டு வாழ்வர்.

Explanation

Punishment of ravishers.

Those who, in a former state, without any regard to right, becoming associates of the mean, enjoyed the embraces of beautiful women, and by violence approached their neighbour's wife, in this state will become eunuchs, and dancing shall earn their bread.

86. பல்லார் அறியப் பறையறைந்து நாள்கேட்டுக்
கல்யாணம் செய்து கடிப்புக்க— மெல்லியல்
காதல் மனையாளும் இல்லாளா என்ஒருவன்
ஏதில் மனையாளை நோக்கு.

விளக்கம்

பலரும் அறியுமாறு மண முரசு கொட்டி, நல்ல நாளிலே திருமணம் செய்துகொண்டு, தன் காவலிற் புகுந்த மென்மைத் தன்மை வாய்ந்த அன்புடைய மனைவி வீட்டில் இருக்க, ஏன் ஒருவன் பிறர் மனையாளைக் கெட்ட எண்ணத்துடன் நோக்குகிறான்?

(தன் மனைவி வீட்டில் இருக்கப் பிறன் மனைவியை நாடுதல் குற்றமாகும்; தன் மனைவிக்குச் செய்யும் துரோகமாகும்).

Explanation

Why should a man who has his own wife look at his neighbour's ?

While his loving wife dwells in his home, the tender one whom he espoused, — seeking (out an auspicious) day, and sounding the drum, for many folks to know,—and 'whom he guards as his own, what means a man's glance at another's wife?

87. அம்பல் அயல்எடுப்ப அஞ்சித் தமர்பரீஇ
வம்பலன் பெண்மரீஇ மைந்துற்று — நம்பும்
நிலைமைஇல் நெஞ்சத்தான் துப்புரவு பாம்பின்
தலைநக்கி யன்ன துடைத்து.

விளக்கம்

அயலார் பழித்துரைக்க, சுற்றத்தார் பயந்து வருந்தி நிற்க, அயலான் மனைவியைத் தழுவி மகிழ்ச்சியுற்ற, யாவராலும் நம்பத்தக்க இயல்பு இல்லாத மனத்தையுடையவனது காம நுகர்ச்சி, பாம்பின் தலையை நக்கியது போன்ற தன்மையுடையது! (பிறர் மனைவியை விரும்புதல் பாம்பின் தலையைத் தொடுவது போன்ற ஆபத்தானது).

Explanation

Pleasure dearly purchased.

The enjoyment of the man of unstable heart, who under the influence of infatuation approaches his neighbour's wife and sets his affections upon her, while neighbours spread abroad his guilt, and kinsmen dread and mourn, is like (that of the person who takes pleasure in) licking a serpent's head.

88. பரவா வெளிப்படா பல்லோர்கண் தங்கா
உரவோர்கண் காமநோய் ஓஓ கொடிதே!
விரவாருள் நாணுப் படல்அஞ்சி யாதும்
உரையாதுள் ஆறி விடும்.

விளக்கம்

காமநோய் கொடியது! ஆயினும் அந்நோய் மனவலிமை மிக்கவரிடம் வளராது; ஒருகால் வளர்ந்தாலும் வெளிப்படாது; அப்படி ஒருகால் வெளிப்பட்டாலும் அயல் மாந்தரிடம் செல்லாது! பலருக்கும் நாண வேண்டியிருப்பதால் மனவலிமை மிக்க அவர்தம் காம உணர்வு சிறிதும் தோன்றாது உள்ளேயே தணிந்து ஆறிவிடும்.

Explanation

The passions of virtuous men are under control.

The disease of lust in men mighty (in wisdom) gains not ascendancy, is not revealed, does not remain fixed on many objects.

O! it is a cruel conflict; but fearing to incur shame in the midst of their foes, they say nothing about it, and it is extinguished within them.

89. அம்பும் அழலும் அவிர்கதிர் ஞாயிறும்
வெம்பிச் சுடினும் புறம்சுடும் — வெம்பிக்
கவற்றி மனத்தைச் சுடுதலாற் காமம்
அவற்றினும் அஞ்சப் படும்.

விளக்கம்

அம்பும், தீயும், ஒளிவீசும் கதிர்களையுடைய சூரியனும் வெப்பத்துடன் சுட்டாலும், உடம்பை மட்டுமே சுடும். ஆனால், காமமானது வெப்பமாகி மனத்தை வருத்திச் சுடுதலால், அந்தக்காமம் மற்றவற்றைக் காட்டிலும் அஞ்சத்தக்கதாம்.

Explanation

Lust the most deadly enemy.

Arrow and fire and sun with glistening rays may rage and burn; but these burn the outer man alone. Lust rages and distracts and burns the mind, and is more to be feared than they.

90. ஊருள் எழுந்த உருகெழு செந்தீக்கு
நீருள் குளித்தும் உயலாகும் — நீருள்

குளிப்பினும் காமம் சுடுமேகுன்றேறி
ஒளிப்பினும் காமம் சுடும்.

விளக்கம்

ஊர் நடுவே பற்றிக்கொண்ட செந்தழலுக்கு, அருகில் இருக்கும் நீருள் மூழ்கியும் தப்பித்துக்கொள்ள முடியும். ஆனால், நீருள் மூழ்கினாலும் காமம் சுடும்; மலைமீது ஏறி ஒளிந்துகொண்டாலும் அது சுட்டு எரிக்கும்!

Fire and lust.

From the ruddy fire that fiercely rises in the village you may scape by bathing in water. — Although you bathe in water, lust will burn; and though you climb the hill and hide you there, still lust will burn!

10. ஈகை
10. Liberality

91. இல்லா இடத்தும் இயைந்த அளவினால்
உள்ள இடம்போல் பெரிதுவந்து — மெல்லக்
கொடையொடு பட்ட குணனுடை மாந்தர்க்
கடையாவாம் ஆண்டைக் கதவு.

விளக்கம்

பொருள் இல்லாதபோதும் தம்மால் இயன்ற அளவு பொருள் உள்ளதுபோல் மகிழ்ந்து இயல்பாகக் கொடுக்கும் குணமுள்ள மக்களுக்கு மறுமை உலகத்தின் கதவுகள் எப்போதும் திறந்தே இருக்கும்.

Explanation

Unchilled by adversity the good do good : heaven's gate is open to them.

Even in their adverse hour, up to the measure of their means, as in the prosperous times, with large rejoicing heart to give is their nature still. To such good men heaven's gate is never closed.

92. முன்னரே சாநாள் முனிதக்க மூப்புள
பின்னரும் பீடழிக்கும் நோயுள — கொன்னே
பரவன்மின் பற்றன்மின் பாத்துண்மின் யாதுங்
கரவன்மின் கைத்துண்டாம் போழ்து.

விளக்கம்

எதிரிலேயே இறக்கும் நாளும், வெறுக்கத்தக்க முதுமைப் பருவமும் உள்ளன. அவை அல்லாமல் வலிமையை அழிக்கும் நோய்களும் உண்டாகியிருக்கின்றன. ஆதலால், பொருள் உள்ள காலத்தில் மேலும் அதனைச் சேர்க்க நாற்புறமும் ஓடி அலையாதீர்! பொருளை இறுகப் பிடித்துக்கொண்டிராதீர்! பலருக்கும் பகுத்துக் கொடுத்து உண்ணுங்கள்! சிறிதும் ஒளிக்காதீர்!

Explanation

Death, old age, disease stand round. Give!

Before (you) are death's day and age detestable ; behind is disease that humbles pride. Discursive thoughts indulge not. Cling not to earth. Eat, sharing food; hide not your powers while wealth is in your hand.

93. நடுக்குற்றுத் தற்சேர்ந்தார் துன்பந்துடையார்
கொடுத்துத்தான் துய்ப்பினும் ஈண்டுங்கால் ஈண்டும்
இடுக்குற்றுப் பற்றினும் நில்லாது செல்வம்
விடுக்கும் வினையுலந்தக் கால்.

விளக்கம்

பிறருக்குக் கொடுத்துத் தானும் அனுபவித்தாலும், பொருள் சேரும் காலத்தில் சேரும். (நம்மிடத்தில் பொருளைச் சேர்த்த) நல்வினை தொலைந்தபோது, அப் பொருளை எவ்வளவுதான் இறுக்கிப் பிடித்தாலும் நில்லாது நீங்கிவிடும். (இந்த உண்மையை அறியாதவர்) வறுமையால் வாடி வருந்தித் தம் உதவி நாடி வந்தவரின் துயரைப் போக்கமாட்டார்கள் (அறிந்தவர்கள் பிறர் துன்பம் களைவர் என்பது கருத்து).

Explanation

It is useless saving: fate gives and takes away.

Though dread of want they do not relieve the woes of men who as suppliants draw near! Yet although men enjoy and give, wealth grows in growing time: cling to it, and yet it flies when former deeds that brought wealth have lost their power.

94. இம்மி அரிசித் துணையானும் வைகலும்
நும்மில் இயைவ கொடுத்துண்மின் — உம்மைக்
கொடாஅ தவரென்பர் குண்டுநீர் வையத்
தடாஅ அடுப்பி னவர்.

விளக்கம்

ஒரு சிறிய அரிசியின் அளவாவது நாள்தோறும் உங்களால் இயன்ற அளவு பிறருக்குக் கொடுத்துவிட்டு உண்ணுங்கள்! ஏனென்றால், ஆழமான கடல் சூழ்ந்த இவ்வுலகில் சமைத்தல்

இல்லாத அடுப்பினையுடைய வறியவர்களை, 'முற்பிறப்பில் பிறருக்கு ஒன்றும் உதவாது இருந்தவர்கள்' என்று சான்றோர் உரைப்பர்.

Explanation

Give according to your power.

Daily having given somewhat, though the fraction of a grain of rice, according to your ability, eat ye (your own food).

Those who gave not in that world, men say on this earth girt by deep waters are those on whose hearth nothing is cooked.

95. மறுமையும் இம்மையும் நோக்கி ஒருவர்க்
குறுமா றியைவ கொடுத்தல் — வறுமையால்
ஈதல் இசையா தெனினும் இரவாமை
ஈதல் இரட்டி யுறும்.

விளக்கம்

மறுமையில் துறக்க வாழ்வும், இம்மையில் புகழும் நோக்கி ஏற்ற வகையில், முடிந்த அளவு கொடுக்க வேண்டும். வறுமை காரணமாக அவ்வாறு தர முடியாவிட்டாலும், பிறரிடம் சென்று பிச்சை எடுக்காமல் இருத்தல், கொடுப்பதைவிட இரண்டு மடங்கு நல்லது. (வறுமையால் பிறருக்கு ஒன்றும் தர முடியாவிட்டாலும் பிறரிடம் பிச்சை கேட்காமல் இருத்தல் மிக நன்று).

Explanation

Do charity for the sake of this world and the future and beg not.

Regarding the other world and this world, give to any suppliant, in fitting way, according to your ability. And if on account of poverty giving is not possible, yet refraining from begging is twice as meritorious as giving.

96. நடுவூருள் வேதிகை சுற்றுக்கோட் புக்க
படுபனை அன்னர் பலர்நச்ச வாழ்வார்
குடிகொழுத்தக்கக் கண்ணுங் கொடுத்துண்ணாமாக்கள்
இடுகாட்டுள் ஏற்றைப் பனை.

விளக்கம்

பலரும் தம்மை விரும்புமாறு வள்ளல் தன்மையுடன் வாழ்பவர்கள், ஊர் நடுவிலே மேடையால் சூழப்பட்ட பயன்தரும் பெண் பனை மரத்தைப் போன்றவர், தன் குடும்பம் வளமுடையதாயிருக்கும் போதும் பிறர்க்குக் கொடுத்துத் தான் உண்ணாத மாக்கள் சுடு காட்டில் உள்ள ஆண் பனை மரமே ஆவர். (ஊர் நடுவில் பழம் தரும் பெண் பனையும் இருந்து, அதைச் சுற்றிலும் திண்ணையும் இருந்தால், பலரும் வந்து பழத்தைப் பறித்துத் திண்ணையில் அமர்ந்து உண்பர். அதுபோலச் செல்வர் தம்மை அடைந்தவர்க்கு உண்ண உணவும், இருக்க இடமும் தருவர். செல்வம் பெருகியிருந்தும் யாருக்கும் கொடாதவர், அனைவராலும் வெறுக்கத்தக்க சுடுகாட்டில் உள்ள ஆண் பனை போல்வர்).

Explanation

The fertile and sterile palms.

Those who live desired of many are as a fertile palm entered in the altar's enclosure in midmost of the town. Those who, even when their house grows great, give not before they eat, are like the sterile palm in the burning ground.

97. பெயற்பால் மழைபெய்யாக் கண்ணும் உலகம்
செயற்பால செய்யா விடினும் — கயற்புலால்
புன்னை கடியும் பொருகடல் தண்சேர்ப்ப
என்னை உலகுய்யும் ஆறு.

விளக்கம்

கயல் மீனின் புலால் நாற்றத்தைப் புன்னை மலர்கள் போக்கும், அலை மோதும் குளிர்ந்த கடற்கரையை உடைய அரசனே! பருவ மழை தவறியபோதும், உலகில் உள்ள உயர்ந்தோர் செய்யத்தக்க உதவிகளைப் பிறருக்குச் செய்யாவிட்டால் உலகத்து உயிர்கள் எவ்வாறு பிழைக்கும்?

Explanation

In troublous time charity must not be omitted.

Even when the rain rains not in due season, if all the world should fail in virtuous actions that ought to be done, —Lord of the warring sea's cool shore, where acrid fume of fish in Punnai's perfume dies! - how scapes the world?

98. ஏற்றகை மாற்றாமை என்னானும் தாம்வரையார்
ஆற்றாதார்க் கீவதாம் ஆண்கடன் — ஆற்றின்
மலிகடல் தண்சேர்ப்ப மாறிவார்க் கீதல்
பொலிகடன் என்னும் பெயர்த்து.

விளக்கம்

வளம் மிகுந்த குளிர்ச்சியான கடற்கரையை உடைய வேந்தே! ஏந்திய கையை மறுக்காது, எதையாவது, இன்னார் இன்னார் என ஒரு வரையறை செய்யாது, திருப்பித்தர முடியாத வறியவருக்கு ஒன்று ஈதலே ஆண் மக்களின் கடமையாகும். மீண்டும் திருப்பிக் கொடுப்பவர்க்கு ஒன்றை ஈதல் யாவரும் அறிந்த 'கடன்' என்னும் பெயருடையது.

Explanation

Give to him who cannot recompense thee.

Denying to no out-stretched hand, to give to needy men as he hath power, is duty of a man.—Lord of the swelling sea's cool shore!—A gift to those that can return the gift is usury!

99. இறப்பச் சிறிதென்னா தில்லென்னா தென்றும்
அறப்பயன் யார்மாட்டுஞ் செய்க — முறைப்புதவின்
ஐயம் புகூஉந் தவசி கடிஞைபோற்
பைய நிறைத்து விடும்.

விளக்கம்

நாம் தருவது மிகவும் சிறியது என்று கருதாது, இல்லை என்று சொல்லாது, எப்போதும், பயனுடைய அறத்தை அனைவரிடத்தும் செய்க! அது, வாயில் தோறும் பிச்சைக்குச் செல்லும் தவசியின் பிச்சைப்பாத்திரம் சிறிது சிறிதாய் நிரம்புவதுபோல, மெல்ல மெல்லப் புண்ணியப் பயனைப் பூரணமாக்கும்.

Explanation

Give though you have but little. The beggar's dish is filled in time.

Say not 'tis passing little,' nor ' tis nought I give;' on all confer thy boon of virtuous charity, Like the dish the mendicant presents from door to door, by frequent doles 'twill be filled full.

100. கடிப்பிடு கண்முரசம் காதத்தோர் கேட்பர்
இடித்து முழங்கியதோர் யோசனையோர் கேட்பர்
அடுக்கிய மூவுலகும் கேட்குமே சான்றோர்
கொடுத்தா ரெனப்படும் சொல்.

விளக்கம்

குறுங்கோலால் அடித்து ஒலிக்கப்படும் முரசின் ஒலியை ஒரு காத தூரம் வரையில் இருப்போர் மட்டுமே கேட்பர்! மேகத்தின் இடி ஓசையை ஒரு யோசனை தூரம் வரையில் இருப்போர் மட்டுமே கேட்பர்! ஆனால், தகுதியுடையவர்க்குக் கொடுத்தார் என்னும் புகழ்ச் சொல்லை, ஒன்றன் மேல் ஒன்றாக உள்ள மூவுலகங்களில் உள்ளாரும் கேட்பர். (இதனால் பாத்திரம் அறிந்து பிச்சையிடல் உணர்த்தப்பட்டது.)

Explanation

The fame of charitable deeds.

The sound of beaten drum a katham off they'll hear; the thunder's voice through a whole yojanai will reach men's ears; the three successive worlds will hear the word that says, 'Men excellent their gifts have given.'

11. பழவினை
11. Old Deeds

101. பல்லாவுள் உய்த்து விடினும் குழக்கன்று
வல்லதாம் தாய்நாடிக் கோடலைத் — தொல்லைப்
பழவினையும் அன்ன தகைத்தேதற் செய்த
கிழவனை நாடிக் கொளற்கு.

விளக்கம்

பல பசுக்களின் கூட்டத்தில் கொண்டுபோய் விட்டாலும் இளைய பசுங்கன்று தன் தாயைத் தேடி அடைதலில் வல்லதாகும். அதுபோல முற்பிறப்பிற் செய்த பழவினையும், அவ்வினை செய்தவனைத் தேடி அடைதலில் வல்லமை உடையதாகும். (பல பசுக்களின் நடுவே விட்ட கன்று தன்தாயைத் தேடி எப்படி அடைகின்றதோ அப்படியே ஒருவன் செய்த பாவ புண்ணியமும் அவனை வந்து அடையும். இதனால், கருமங்கள் அந்தந்தப் பிறப்பிலேயே கழியும் என நினையாமல் பல பிறப்பிலும் தொடர்ந்து பயனைத் தரும் என உணர்ந்து நல்வினையே செய்ய வேண்டும்).

Explanation

Deeds come home to the doer.

Although you send forth the tender calf amid many cows, it has unerring skill to seek out its own mother. Deeds of old days have even so the power to search him out to whom their fruit pertains.

102. உருவும் இளமையும் ஒண்பொருளும் உட்கும்
ஒருவழி நில்லாமை கண்டும் — ஒருவழி
ஒன்றேயும் இல்லாதான் வாழ்க்கை உடம்பிட்டு
நின்றுவீழ்ந் தக்க துடைத்து.

விளக்கம்

அழகும், வாலிபமும், மேன்மையான பொருளும், பலர் அஞ்சத்தக்க மதிப்பும் ஓரிடத்தில் நிலைத்திராமையைப் பார்த்தும், யாதேனும் ஒரு வகையில் ஒரு நற்செயலும் செய்யாதவனுடைய வாழ்க்கை, உடலெடுத்துச் சிலகாலம் நின்று பயனில்லாது பின் அழிந்துபோகும் தன்மையுடையது.

Explanation

A merely animal life.

Beauty and youth, and glittering wealth and reverence abide not in one stay. To him who, though he sees this, does no single virtuous act in this one stage of being, life's joy stands with the body and falls with it.

103. வளம்பட வேண்டாதார் யார்யாரு மில்லை ;
அளந்தன போகம் அவரவர் ஆற்றால்;
விளங்காய் திரட்டினார் இல்லை; களங்கனியைக்
கார்எனச் செய்தாரும் இல்.

விளக்கம்

உலகத்தில் செல்வமுதலிய வளப்பத்தை யாவருமே விரும்புகிறார்கள்; ஆயினும் அவரவர் செய்த புண்ணியங்களுக் கேற்றபடி அப்போகம் கிடைக்குமேயல்லது அதிகமாயும் குறைவாயும் கிடைக்க மாட்டாது; எங்ஙனமெனில், விளாங்காய் ஒருவரால் திரட்டப்படாமல் இயற்கையால் திரண்டிருப்பது போலவும் களங்கனி கறுப்பாக்கப்படாமல் தானே கறுப்பாய் இருப்பது போலவும் என அறிக. விளாங்காய் முதலியன தந்தம் இயற்கையால் அமைந்திருப்பதுபோல அவரவர் சுகமும் அவரவர் புண்ணியமும் இயற்கையால் அமைந்தது என்பதாம். இதனால் பிற்பிறப்பில் விசேஷமாக வளம்பட்டவர் முற்பிறப்பில் மிகுதியான புண்ணியம் செய்திருக்க வேண்டும் என்பது கருத்து.

Explanation

Wishes are inoperative.

Who would not see Prosperity? All seek her gifts; but as men's ways are, so each man's enjoyments are meted out. Who made the Vilam's apple round? Or who gave its dusky hue to the Kalam fruit ?

104. உறற்பால நீக்கல் உறுவர்க்கும் ஆகா
பெறற்பா லனையவும் அன்னவாம்; மாரி
வறப்பின் தருவாரும் இல்லை; அதனைச்
சிறப்பின் தணிப்பாரும் இல்.

விளக்கம்

வந்து சேரும் தீமைகளை முனிவர்களாலும் தடுக்க முடியாது! அவ்வாறே பெறக்கூடிய நன்மைகளையும் யாராலும் தடுக்க முடியாது! மழை பெய்யாது ஒழிந்தால் அதனைப் பெய்விப்பாரும் இல்லை! அதிகமாகப் பெய்தால் அதனைத் தடுத்து நிறுத்துவாரும் இல்லை! (மழை வறண்டபோது அதனைத் தருவதற்கோ, அது அதிகமானால் அதனைத் தணிப்பதற்கோ எப்படி ஒருவருக்கு ஆற்றல் இல்லையோ, அப்படியே ஒருவருக்குத் தீவினைப்பயன் நேரிட்டபோதும், நல்வினைப் பயன் நேரிட்டபோதும் தடுக்கும் ஆற்றல் இல்லை! அவற்றின் பயன்களை அனுபவித்தே ஆக வேண்டும்).

Explanation

What must be, must be.

Not even saints can drive away predestined ills; and all the fated gain must needs accrue. In time of drought who can bestow the rain ? Or who can check its rich abundance when it falls?

105. தினைத்துணைய ராகித்தம் தேசுஉள் அடக்கிப்
பனைத்துணையார் வைகலும் பாடழிந்து வாழ்வர்
நினைப்பக் கிடந்த தெவனுண்டாம் மேலை
வினைப்பய னல்லாற் பிற.

விளக்கம்

பனை அளவாக உயர்ந்த பெருமை மிக்கவரும், தினையளவாகச் சிறுத்துச் சிறுமையுற்று வருந்தி வாழ்வர்! இதற்குக் காரணம் முற்பிறப்பில் செய்த தீவினையின் பயனேயன்றி வேறில்லை. (உயர்ந்தோர் தாழ்ந்தோர் ஆவதற்குக் காரணம் முன் செய்வினையே).

Explanation

Vicissitudes of life are fate.

Those who lose like stately palms, when their greatness is gone, become small asthe millet seed, hiding their glory within, —and so they pass their days. This is the fruit of deeds of former days: when you think of it, what other cause can there be?

106. பல்லான்ற கேள்விப் பயனுணர்வார் வீயவும்
கல்லாதார் வாழ்வ தறிதிரேல் — கல்லாதார்
சேதன மென்னுமச் சேற்கத் தின்மையால்
கோதென்று கொள்ளாதாம் கூற்று.

விளக்கம்

பல மேன்மைப்பட்ட நூற்கேள்விகளின் பயனை அறிந்தவர்கள் இறப்பதையும், அறிவீனர்கள் நீடு வாழ்வதையும் அறிந்திருக்கிறீர்கள்! இதற்குக் காரணம், அறிவு என்னும் 'சாறு' கல்லாதார் உள்ளத்தில் இல்லாமையால் அவர்களை வெறும் 'சக்கை' என்று நினைத்து எமன் கொள்வதில்லை.

Explanation

Why ignorant men live, while the wise die.

Those that know the fruit of varied and profound learning die off, while the unlearned joyously live on. Would you know the cause? — The unlearned posses within no 'sap of sapience'; — so death deems then refuse stalks, and takes them not!

107. இடும்பைகூர் நெஞ்சத்தார் எல்லாருங் காண
நெடுங்கடை நின்றுழல்வ தெல்லாம் — அடம்பம்பூ
அன்னம் கிழிக்கும் அலைகடல் தண்சேர்ப்ப!
முன்னை வினையாய் விடும்.

விளக்கம்

அடம்பங் கொடியின் மலர்களை அன்னங்கள் கோதிக் கிழிக்கும், அலைகடலினது குளிர்ச்சியாகிய கரையை உடைய மன்னனே! சிலர் துன்பம் மிகுந்த மனமுடையவராகி யாவரும் காண, பெரிய வீடுகளின் தலைவாயிலில் நின்று பிச்சை கேட்டு வருந்தும் செயல் எல்லாம் முற்பிறப்பிற் செய்த தீவினையின் பயனே ஆகும். (வறுமைக்குக் காரணம் தீவினையே).

Explanation

Why some beg from door to door.Lord of the sea's cool shore, where amid the wave swans sport, tearing to shreds the Adambu flowers ! When those whose hearts are sore with urgent need stand begging, and wander through the long street, in sight of all, this is the fruit of former deeds.

108. அறியாரும் அல்லர் அறிவ தறிந்தும்
பழியோடு பட்டவை செய்தல் — வளியோடி
நெய்தல் நறவுயிர்க்கும் நீள்கடல் தண்சேர்ப்ப!
செய்த வினையான் வரும்.

விளக்கம்

காற்று வீசி நெய்தல் நிலங்களிலே தேனைச் சிந்தும், நீண்ட கடலினது குளிர்ச்சி பொருந்திய கரையை உடைய வேந்தனே! அறிவீனராக இன்றி அறிவுடையவராகத் திகழ்ந்தாலும் சிலர், பழியுடன் கூடிய செயல்களைச் செய்தல், முற்பிறப்பிற் செய்த தீவினையின் விளைவாகும். (நல்லறிவு கெடுவதற்கும் காரணம் தீவினையே).

Explanation

Why even wise men sin.

They are not ignorant; but, though what man should know they know, yet they do deeds that bring guilt to their souls. — Lord of the wide sea's pleasant shore, where breezes breathe the lily's fragrance round ! — This comes from former deeds.

109. ஈண்டுநீர் வையத்துள் எல்லாரும் எத்துணையும்
வேண்டார்மன் தீய; விழைபயன் நல்லவை
வேண்டினும் வேண்டாவிடினும் உறற்பால
தீண்டா விடுதல் அரிது.

விளக்கம்

மிகுதியான நீரையுடைய கடலால் சூழப்பட்ட இவ்வுலகில் வாழும் எல்லாரும் சிறிய தீமையையும் விரும்பமாட்டார்கள். நல்லதையே விரும்புவார்கள். ஆனால், அவர்கள் விரும்பினாலும் விரும்பாவிட்டாலும் முன்வினைப் பயனால் வரத்தக்கவை வராமற் போவதில்லை. (நம் விருப்பத்துக்கும் விரும்பாமைக்கும் ஏற்ப எதுவும் நடப்பதில்லை; வினைப்படியே எல்லாம் நடக்கும்.)

Explanation

Desires are unavailing.

On the earth begirt by gathering waters no men desire in anywise evil things, but choice fruit of good things. Yet whether they desire, or abhor, it is hard to shun the touch of what fate assigns.

110. சிறுகா பெருகா முறைபிறழ்ந்து வாரா
உறுகாலத் தூற்றாகா ஆமிடத்தே ஆகும்
சிறுகாலைப் பட்ட பொறியும் அதனால்
இறுகாலத் தென்னை பரிவு.

விளக்கம்

கரு அமைந்த காலத்திலேயே உண்டான ஊழ்வினைகள் குறையமாட்டா வளரமாட்டா முறைமாறி வரமாட்டா துன்பம் வந்த காலத்தே ஊன்றுகோலாக மாட்டா எவையும் வரவேண்டிய காலத்தே வந்து சேரும். அப்படியிருக்க மரண காலத்தில் ஒருவன் வருந்துவது ஏன்? (ஒருவனது வினைப்பயன் குறைந்தும், வளர்ந்தும், மாறியும் வருவதில்லை. வரும் காலத்து நிச்சயம் வரும். ஆதலால், நேரும் துன்பங்கள் குறித்துத் துயருறுவது வீண்).

Explanation

Fate is unalterable. Why grieve?

The early fates diminish not, nor do they increase, they come not in order changed help in troublous times is none; what haps will happen, there and then; and so, when all things fail, why grieve?

12. மெய்ம்மை
12. Truth: Reality

111. இசையா ஒருபொருள் இல்லென்றால் யார்க்கும்
வசையன்று வையத் தியற்கை — நசைஅழுங்க
நின்றோடிப் பொய்த்தல் நிரைதொடீஇ! செய்ந்நன்றி
கொன்றாரின் குற்ற முடைத்து.

வரிசையாக வளையலை அணிந்தவளே! தம்மால் தர முடியாத ஒரு பொருளை இரப்போர்க்கு இல்லை என்று கூறுதல் யார்க்கும் பழியாகாது. அது உலகில் இயற்கை. ஆனால், ஏற்பவன் ஆசை கெடும்படி பல நாட்கள் கழித்து இல்லையென்று சொல்லுதல் செய்ந்நன்றி மறந்தவன் குற்றத்தைப் போன்ற குற்றமாகும். ('தருகிறேன். தருகிறேன்' என்பவன் வள்ளல் தன்மையில் இருப்பது போல இரப்பவனை நம்பச் செய்து, நன்றிக்குரியவனாக இருந்துபின் பொய்த்தல் செய்ந்நன்றி கொன்றதற்கு இணையான குற்றம் என்பதாம்).

Explanation

Broken promises.

O maid with many armlets graced! To answer 'no' disgraces no man, when the boon asked exceeds his means. It is the world's course. But to delay and cheat the soul faint with desire is a sin like his who 'slays' a benefit conferred.

விளக்கம்

112. தக்காரும் தக்கவர் அல்லாரும் தம்நீர்மை
எக்காலும் குன்றல் இலராவர் —அக்காரம்
யாவரே தின்னினும் கையாதாம் கைக்குமாம்
தேவரே தின்னினும் வேம்பு.

சான்றோரும், சான்றோர் அல்லாதாரும் தத்தம் குணங்களில் எப்போதும் குறையாமல் இருப்பர். வெல்லத்தை யார் தின்றாலும் கசக்காது. வேப்பங்காயைத் தேவரே தின்றாலும் கசக்கும். (தக்காரும் தகவிலாரும் தங்கள் தங்கள் இயல்பிலேயே என்றும் நிலைத்து நிற்பர். இஃது உலக இயல்பு).

Explanation

Natures change not.

Men of worth, and men unworthy too, retain their natures ever unchanged. Whoever they be that eat it, sugar can never grow bitter; and margosa is bitter even when eaten by gods.

113. காலாடு போழ்தில் கழிகிளைஞர் வானத்து
மேலாடு மீனின் பலராவர் — ஏலா
இடர்ஒருவர் உற்றக்கால் ஈர்ங்குன்ற நாட!
தொடர்புடையேம் என்பார் சிலர்.

விளக்கம்

குளிர்ந்த மலைகளை உடைய நாட்டுக்கு அரசனே! செல்வம் உண்டான காலத்தில் மேலே வானத்தில் உள்ள நட்சத்திரங்களைவிட நெருங்கிய உறவினர் பலராவர். தகாத, கொடிய வறுமையை ஒருவர் அடைவராயின், அப்போது, 'அவர் எம் உறவினர்' என்று உரிமை பாராட்டுவோர் ஒரு சிலரே ஆவர். (இதுவும் உலக இயல்பாகும்).

Explanation

Friends in adverse and prosperous time.

When a man moves prosperously on, devoted kinsfolk are countless as shining stars that move in the upper heaven. But when grievous affliction haps,—Lord of the dripping hills !—few claim close alliance with him.

114. வடுவிலா வையத்து மன்னிய மூன்றில்
நடுவண தெய்த இருதலையும் எய்தும்!
நடுவண தெய்தாதான் எய்தும் உலைப்பெய்
தடுவது போலும் துயர்.

விளக்கம்

குற்றமற்ற இந்த உலகத்தில் போற்றத்தக்க அறம், பொருள், இன்பம் என்னும் உயிர்ப் பண்புகள் மூன்றனுள் நடுவில் உள்ள பொருளை ஒருவன் அடைந்தால் அவன், அதன் காரணமாக முதலில் உள்ள அறத்தையும், இறுதியில் உள்ள இன்பத்தையும் அடைவான்.

பொருளைப் பெறாதவன், கொல்லன் உலையிலிட்டு இரும்பைக் காய்ச்சுவதுபோல வறுமைத்துன்பமெய்தி வருந்துவான். (பொருள் உள்ளவன் அறம், இன்பம் ஆகிய இரண்டையும் பெறுவான். பொருள் இல்லாதவன் அறம் முதலான உயிர்ப்பண்புகளை இழந்து வருந்துவான்).

Explanation

Wealth the essential things. Virtue, wealth, and pleasure.

Of the three things that endure upon this faultless earth, he who gains the midmost gains the two extremes also. He who gains not the midmost gains the cruel smart that the turtle feels when put into the pot to boil.

115. நல்ஆவின் கன்றாயின் நாகும் விலைபெறூஉம்
 கல்லாரே ஆயினும் செல்வர்வாய்ச்சொல் செல்லும்
 புல்ஈரப் போழ்தின் உழவேபோல் மீதாடிச்
 செல்லாவாம் நல்கூர்ந்தார் சொல்.

விளக்கம்

உயர்ந்த சாதிப் பசுவின் கன்றாக இருந்தால் இளங்கன்றும் நல்ல விலை போகும். கல்லாரேயாயினும் செல்வரது வாயிலிருந்து வரும் சொற்கள் ஏற்றுக்கொள்ளப்படும். சிறிதே ஈரமுள்ள காலத்தில் உழுதலைப் போல, வறியவர் வாய்ச்சொல் மதிக்கப்படாது ஒழியும். (சிறிது ஈரத்தில் உழுதால் கொழு மேலே நிற்குமேயன்றி, உள்ளே செல்லாது. அதுபோல, வறியவனுடைய சொற்கள் மேலுக்குத் தலையசைத்துக் கேட்கப்பட்டாலும் ஏற்றுக்கொள்ளப்படமாட்டா).

Explanation

The words of the rich and of the poor.

A young heifer fetches a good price when it is the calf of a good cow; so the words of rich men though unlearned, pass current. Poor men's words, like the plough when moisture is scanty, merely graze the surface and are of no avail.

116. இடம்பட மெய்ஞ்ஞானம் கற்பினும் என்றும்
 அடங்காதார் என்றும் அடங்கார் — தடங்கண்ணாய்
 உப்பொடு நெய்பால் தயிர்காயம் பெய்தடினும்
 கைப்பறா பேய்ச்சுரையின் காய்.

விளக்கம்

அகன்ற கண்களையுடையவளே! பேய்ச் சுரைக்காயை உப்புடன் நெய்யும், பாலும், தயிரும், பெருங்காயமும் இட்டுச் சமைத்தாலும் அதன் கசப்பு நீங்காது. அதுபோல, மெய் அறிவை உணர்த்தும் நூல்களை மிக விரிவாக எக்காலம் கற்றாலும், இயல்பாக அடக்கமில்லாதவர் எப்போதும் அடங்காமலே இருப்பர்.

Explanation

Wisdom cannot benefit the undisciplined.

O wide-eyed one! though you cook the wild gourd pouring in salt, ghee, milk, curds, and spices, it never loses its bitterness. So those who never discipline themselves, though they may learn extensive works of true wisdom, never become disciplined.

117. தம்மை இகழ்வாரைத் தாம்அவரின் முன்இகழ்க
     என்னை அவரொடு பட்டது? —புன்னை
     விறல்பூங் கமழ்கானல் வீங்குநீர்ச் சேர்ப்ப!
     உறற்பால யார்க்கும் உறும்.

விளக்கம்

புன்னையின் அழகிய பூமணம் கமழும் சோலைகள் சூழ்ந்த கடற்கரையை உடைய வேந்தனே! ஒரு காரணமும் இன்றித் தம்மை இகழ்ந்து பேசுபவரை, அவர் முன்னிலையிலேயே கடிந்து பேசிப் புறக்கணித்துவிட வேண்டும். அவருடைய தொடர்பால் வருவதென்ன? வருபவை ஊழால் வரும். (ஒரு காரணமும் இன்றிப் பழிப்பவரை அடக்கும் வழி அவர் எதிரிலேயே அவரைக் கண்டிப்பதுதான்; புறங்கூறிப் பயனில்லை என்பது கருத்து.

Explanation

Scorn the scorners.

When men scorn you, before their faces scorn them too! what has a man to do with them? — Lord of shore where beauteous Punnai-flowers perfume the glades that surround the swelling tide, — what fated comes to all!

118. ஆவே றுருவின ஆயினும் ஆபயந்த
பால்வே றுருவின அல்லவாம் — பால் போல்
ஒருதன்மைத் தாகும் அறநெறி ஆபோல்
உருவு பலகொளல் ஈங்கு.

விளக்கம்

பசுக்கள் பல்வேறு நிறத்தனவாயினும் அவை தரும் பால் வெவ்வேறு நிறமுடையதன்று; ஒரே நிறம் உடையவைதான். பாலைப் போல், அறப்பயனும் ஒரே தன்மை உடையதாகும். அவ்வறத்தை ஆற்றும் முறைகள், பசுக்களின் நிறங்களைப்போலப் பலவாகும்.

Explanation

Cows of many colours, milk always white. Virtue one-many sects.

Though cows in form are diverse, the milk they yield is not diverse. The way of virtue, like that milk, is one in nature, though the schools that teach it here are like those cows, of many forms.

119. யாஅர் உலகத்தோர் சொல் இல்லார் தேருங்கால்
யாஅர் உபாயத்தின் வாழாதார் — யாஅர்
இடையாக இன்னாத தெய்தாதார் யாஅர்
கடைபோகச் செல்வம் உய்த் தார்

விளக்கம்

மனித வாழ்க்கையை ஆராய்ந்து பார்க்கும்போது, ஒரு பழிச்சொல் இல்லாமல் வாழ்ந்தவர் யார்? ஒரு தொழில் இன்றி வாழ்ந்தவர் யார்? வாழ்நாளின் இடையே துன்பத்தை அடையாதவர் யார்? வாழ்நாள் முழுதும் செல்வத்துடன் வாழ்ந்து அதனை அனுபவித்தவர் யார்?

Explanation

Four questions. The common lot.

Look well! of whom hath not the world found word to say? And who have not by prudence prospered in life's way? Ah! who in life's mid course no bitter grief have known ? Ah! who to end of life have kept their wealth as their own?

120. தாம் செய்வினையல்லால் தம்மொடு செல்வதுமற்று
யாங்கணும் தேரின் பிறிதில்லை — ஆங்குத்தாம்
போற்றிப் புனைந்த உடம்பும் பயம்இன்றே
கூற்றம்கொண் டோடும் பொழுது.

விளக்கம்

எவ்வகையில் ஆராய்ந்து பார்த்தாலும் உயிருக்குத் துணையாக வருவது அவரவர் நல்வினைகளேயன்றி வேறில்லை. எமன் உயிரைக் கொண்டு செல்லும்போது, அதுவரை ஆடை அணிகளால் அழகுடன் பாதுகாத்த உடம்பும் உயிருக்குத் துணையாக வராது. (உடம்பும் வராது என்றதால், செல்வம் முதலானவையும் வாரா. வினையே தொடர்ந்து வரும் என்பது கருத்து).

Explanation

Nothing accompanies in death but deeds.

Save a man's deed: nought goes with him, search where you will. The body which men cherish so, and adorn, is itself profitless indeed when death shall seize and hurry off with it.

13. தீவினையச்சம்
13. Dread of Evil Deeds

121. துக்கத்துள் தூங்கித் துறவின்கண் சேர்கலா
மக்கட் பிணத்த சுடுகாடு — தொக்க
விலங்கிற்கும் புள்ளிற்கும் காடே புலன்கெட்ட
புல்லறி வாளர் வயிறு.

விளக்கம்

சுடுகாடுகள், துயரங்களைத் தரும். இல்வாழ்க்கையில் கிடந்து உழன்று அறிவுடையவர்களின் வயிறுகளோ, தொகுதியான விலங்குகளுக்கும் பறவைகளுக்கும் சுடுகாடுகளாக இருக்கின்றன. சுடுகாடுகள், துறவற நெறியை அடையாத மக்களின் பிணத்தையுடையன. அற்ப அறிவுடையவர்களின் வயிறுகளோ, தொகுதியான விலங்குகளுக்கும் பறவைகளுக்கும் சுடுகாடுகளாக இருக்கின்றன. (புலால் உண்பது தீவினைகளுள் தலையானது என்பது கருத்து.)

Explanation

Men lead lives of self-indulgence.

The burning ground is filled with the corpses of men that will not give themselves up to a self renouncing life, but oscillate amid sorrows; and the maws of perverted foolish men are a mere burning-ground for beasts and birds.

122. இரும்பார்க்குங் காலராய் ஏதிலார்க் காளாய்க்
கரும்பார் கழனியுட் சேர்வர் — சுரும்பார்க்கும்
காட்டுளாய் வாழும் சிவலும் குறும்பூழும்
கூட்டுளாய்க் கொண்டுவைப் பார்.

விளக்கம்

வண்டுகள் ஒலிக்கும் காட்டில் வாழும் கவுதாரியையும், காடையையும் பிடித்துக் கூட்டில் அடைத்து வைப்பவர்கள், மறு பிறவியில் பகைவர்களிடம் அடிமைகளாகி, காலில் விலங்குகள் பூட்டப்பட்டு, வலிய பார் நிலங்களிலோ கழனிகளிலோ வேலை வாங்கப்படுவார்கள்.

Explanation

Penalty for imprisoning birds.

Their legs in iron bound, as slaves to alien lords they will till the black and barren soil, who snared and kept in cages partridges and quails, that dwell in wilds where beetles hum amid the flowers.

123. அக்கேபோல் அங்கை ஒழிய, விரலழுகித்
துக்கத் தொழுநோய் எழுபவே — அக்கால்
அலவனைக் காதலித்துக் கால்முறித்துத் தின்ற
பழவினை வந்தடைந்தக் கால்.

விளக்கம்

அந்தக் காலத்தில் (முற்பிறவியில்) நண்டைப் பிடித்து, அதன் காலை ஒடித்து விரும்பித்தின்ற தீவினை வந்தடைந்தபோது சங்கு மணியைப்போல உள்ளங்கை மட்டும் வெண்ணிறமாய் விளங்க, விரல்களெல்லாம் அழுகிக் குறைந்து துன்பம் தரும் தொழுநோயால் வருந்துவர்.

Explanation

The penalty incurred by crab-eaters.

Like fire their palms shall glow, their fingers rotaway, who loved in other times on crabs to feed, and broke their joints, what time the guilt of 'olden deeds' comes home, and leprosy's fierce pangs assail.

124. நெருப்பழல் சேர்ந்தக்கால் நெய்போல் வதூஉம்
எரிப்பச்சட் டெவ்வநோய் ஆக்கும் — பரப்பக்
கொடுவினைய ராகுவர் கோடாரும் கோடிக்
கடுவினையர் ஆகியார்ச் சார்ந்து.

விளக்கம்

உடம்புக்கு நன்மை செய்யும் நெய்யும் நெருப்பிலிட்டுக் காய்ச்சப்பட்டால், உடம்பில் பட்டுச் சுட்டுத் துன்பம் தரும் நோயை உண்டாக்கும். அதுபோல, நெறி தவறாத நல்லோரும் தீவினையாளரைச் சார்ந்தால் நெறிகெட்டுக் கொடுந்தொழில் செய்பவர் ஆவர். (சிற்றினம் சேர அஞ்சுதல் வேண்டும் என்பது கருத்து).

Explanation

Bad companions.

Even things (soft and soothing) like ghee, when joined with the fierce heat of fire, will blaze and burn, and cause bitter anguish : so even upright men are perverted and give themselves up to deeds of utter evil, when they attach themselves to those whose deeds are evil.

125. பெரியவர் கேண்மை பிறைபோல நாளும்
வரிசை வரிசையா நந்தும் — வரிசையால்
வானூர் மதியம் போல் வைகலும் தேயுமே
தானே சிறியார் தொடர்பு.

விளக்கம்

பெரியோரின் நட்பு, பிறைச் சந்திரனைப்போல, நாள்தோறும் படிப்படியாக வளரும். கீழோர் உறவு, வானத்தில் தவழும் முழுமதி போல நாள்தோறும் சிறிது சிறிதாகத் தானே தேய்ந்து குறைந்து ஒழியும்.

Explanation

Friendships with great and mean.

Great men's intimate regard will daily grow in order due like the crescent moon. Mean men's alliance like the full moon that rides the sky daily by degrees dwindles away of itself.

126. சான்றோர்என மதித்துச் சார்ந்தாய்மன் சார்ந்தாய்க்குச்
சான்றாண்மை சார்ந்தார்கண் இல்லாயின் சார்ந்தோய்கேள்
சாந்தகத் துண்டென்று செப்புத் திறந்தொருவன்
பாம்பகத்துக் கண்ட துடைத்து.

விளக்கம்

நீ சிலரை நற்குணம் உடையவர் என மிகவும் மதித்து நட்புக்கொள்கிறாய்! அப்படி நீ நட்புக்கொண்ட அவர்களிடம் உண்மையிலேயே நற்குணம் இல்லையானால், அவர்களைச் சார்ந்தவனே! உனக்கு நேரும் துன்பத்தினை ஓர் உவமையால் கூறுகிறேன், கேட்பாயாக! அது, ஒருவன் வாசனை மிக்க சந்தனம் இருக்கிறதென நினைத்துச் செப்பைத் திறந்தபோது உள்ளே பாம்பைப் பார்த்தது போலாம்! (ஆராயாமல் நட்புக்கொள்ள அஞ்ச வேண்டும் என்பது கருத்து).

Explanation

Disappointment and danger from foolish attachments.

Thou didst attach thyself (to unworthy persons), saying, they are men of absolute integrity! If to thee who hast thus attached thyself, integrity in those thine intimates does not appear; hear, O thou who hast so attached thyself, it is as if one opened a casket, thinking it contained an odorous unguent, and saw a snake within.

127. யாஅர் ஒருவர் ஒருவர்தம் உள்ளத்தைத்
    தேரும் துணைமை உடையவர் — சாரல்
    கனமணி நின்றிமைக்கும் நாட!கேள்; மக்கள்
    மனம் வேறு செய்கையும் வேறு.

விளக்கம்

மலைச் சாரல்களில் ஒளிவிடும் மணிகள் மிகுந்திருக்கும் நாட்டை உடைய அரசனே! கேட்பாயாக! உலகில் ஒருவருடைய மனத்தில் உள்ள எண்ணத்தை அறியும் வல்லமையுடையவர் யார் இருக்கிறார்கள்? (ஒருவரும் இல்லை) ஏனெனில், மக்களின் மனம் வேறாக இருக்கிறது! சொல் வேறாக இருக்கிறது! செயல் வேறாக இருக்கிறது! (ஒருவர் நினைத்தபடி, சொன்னபடி, செய்யாமல் வஞ்சனை புரிதலால் அவருடன் தொடர்பு கொள்ள அஞ்ச வேண்டும் என்பதாம்).

Explanation

Man cannot fathom other men's minds.

What single man has power to search and clearly know the inmost self of other men? Lord of the land where weighty gems glisten on mountain slope, O hear! — Men's minds are otherwise, and otherwise their deeds.

128. உள்ளத்தான் நள்ளா துறுதித் தொழிலராய்க்
    கள்ளத்தான் நட்டார் கழிகேண்மை — தெள்ளிப்
    புனற்செதும்பு நின்றலைக்கும் பூங்குன்ற நாட!
    மனத்துக்கண் மாசாய் விடும்.

விளக்கம்

தெளிந்த தன்மையுடன் கூடிய அருவிநீர் சேற்றை அலசி ஒதுக்கும் மலைநாட்டு மன்னனே! மனபூர்வமாக நட்புக் கொள்ளாமல் (இவர் உண்மையாக அன்பு கொள்பவர் என நம்புமாறு) உறுதியான செயல்களைச் செய்து வஞ்சனையாக உறவு கொள்பவருடைய நட்பு, மனத்தில் பெருங் குற்றமுடையதாக இருக்கும். (வஞ்சனை மனத்தான் நட்பு நஞ்சாகும்; அதற்கு அஞ்சுக என்பது கருத்து).

Explanation

Friends from self-interest

Lord of the flowery hilly land where streams wash out and carry hither and thither (precious things) from the marshy land ! — The effusive friendship of those who do not attach themselves (to us) in heart, but perform certain friendly acts merely to strengthen their own position, and who form friendships guilefully, will issue in disappointment to the minds (of those who are intimate with them).

129. ஒக்கிய ஒள்வாள்தன் ஒன்னார்கைப்பட்டக்கால்
ஊக்கம் அழிப்பதூஉம் மெய்யாகும் — ஆக்கம்
இருமையும் சென்று சுடுதலால் நல்ல
கருமமே கல்லார்கண் தீர்வு.

விளக்கம்

தான் பகைவர் மீது வீசிய ஒளிமிக்க வாள், அப்பகைவர் கையில் அகப்பட்டால், அது தனது மனவலிமையைக் கெடுப்பது உறுதி. அதுபோல, தீயோர்க்குச் செய்த உதவி, உதவி செய்தவனின் இம்மை மறுமைப் பயன்களையும் தொடர்ந்து கெடுப்பதால், அத்தகைய தீயோரிடமிருந்து விலகி இருப்பது நல்லதே ஆகும். (ஒருவனைக் கொல்ல வீசிய வாள் அவன் கையில் அகப்பட்டால், அவ்வாளை வீசியவனின் உறுதி கெடும். ஆதலால் அவ்வாளுக்கு அஞ்சி அவனிடமிருந்து விலக வேண்டும். அப்படியே ஒரு மூடனுக்கு ஓர் உதவி செய்தால் அவன் அதைக் கொண்டு பல கொடுமைகள் செய்வான். அதனால் உதவி செய்தவனுக்கு இம்மையில் நன்மையும் புகழும் கெடுவதுமன்றி மறுமையில் நரகத்துக்கும் காரணமாகும். ஆகவே, வாளுக்கு அஞ்சுவதைவிட, மூடனுக்கு உதவி செய்வதில் மிகவும் அஞ்ச வேண்டும் என்பது கருத்து).

Explanation

Ruin from unfitting intimacies.

If the glittering swords a man brandishes (be allowed to) fall into the hands of his foes, it will assuredly come about that he will thus destroy also his own power of action. So wealth (bestowed on the foolish) will go and burn up (merit accruing in) both worlds, and therefore the really good thing is to keep clear of the foolish.

130. மனைப்பாசம் கைவிடாய் மக்கட்கென் றேங்கி
     எனைத்தூழி வாழ்தியோ நெஞ்சே — எனைத்தும்
     சிறுவரையே ஆயினும் செய்தநன் றல்லால்
     உறுபயனோ இல்லை உயிர்க்கு.

விளக்கம்

நெஞ்சமே! நீ மனைவியிடம் கொண்டுள்ள ஆசையை விடமாட்டாய்! உன் மக்களுக்குப் பொருள் முதலியன சேர்த்து வைக்க வேண்டும் என்று ஏக்கமுற்று இன்னும் எவ்வளவு காலம் வாழப் போகிறாய்? சிறிதளவாயினும் செய்யும் அறச்செயலாலன்றி உயிர்க்கு வேறு செயலால் கிடைக்கும் பயன் எதுவும் இல்லை! (மனைவி மக்களிடத்துப் பற்றுக் கொண்டு, அவர்களுக்கு வேண்டியவற்றைச் செய்ய வேண்டும் என ஏக்கம் கொண்டு இன்னும் எவ்வளவு காலம் வாழப்போகிறாய்? இந்த ஏக்கத்தினாலேயே நீ இறக்கப் போவதன்றி வேறொரு நற்பயனையும் பெறப்போவதில்லை! இருக்கும் குறைந்த ஆயுட்காலத்திலாவது அறம் செய்தால் அதுவே உயிர்க்கு நற்பயனாகும். ஆதலால், உயிர்க்கு உறுதி செய்யாமல் வாழ்வதற்கு அஞ்ச வேண்டும் என்பது கருத்து).

Explanation

To do good is life's gain.

O mind! thou leavest not the bonds of home. How many cycles, pray, with thou live yearning still for children? Save the good he has done, however small its measure may be, there is no true result to any living soul.

அறத்துப்பால் முற்றும்.

End of 'ON VIRTUE'.

பகுதி 2. பொருட்பால்
PART II. ON WEALTH

14. கல்வி
14. Learning

131. குஞ்சி யழகும் கொடுந்தானைக் கோட்டழகும்
மஞ்சள் அழகும் அழகல்ல நெஞ்சத்து
நல்லம்யாம் என்னும் நடுவு நிலைமையால்
கல்வி யழகே யழகு.

விளக்கம்

தலைமயிரைச் சீர்படுத்தி முடிப்பதால் வரும் அழகும், முந்தானையில் கரையிட்ட அழகும், மஞ்சள் பூசுவதால் உண்டாகும் அழகும் உண்மையான அழகல்ல. மனத்தளவில் உண்மையாக நடந்துகொள்கிறோம் என்னும் நடுவுநிலையாம் ஒழுக்க வாழ்க்கையைத் தரும் கல்வி அழகே மிக உயர்ந்த அழகாம்.

Explanation

Learning, the only beauty.

Beauty of locks, beauty of circling garments' folds, beauty of saffron tint: these are not beauty true. Integrity of soul that brings the conscience peace is learning's gift: that only is beauty true!

132. இம்மை பயக்குமால் ஈயக் குறைவின்றால்
தம்மை விளக்குமால் தாமுளராக் கேடின்றால்
எம்மை யுலகத்தும் யாம்காணேம் கல்விபோல்
மம்மர் அறுக்கும் மருந்து

விளக்கம்

கல்வி, இவ்வுலக இன்பத்தைத் தரும்; பிறர்க்குத் தருவதால் குறையாது; (கற்றவர்) புகழை எங்கும் பரவச் செய்யும்; (தாம்) உயிரோடு இருக்கும்வரை அழியாது. ஆதலால் எந்த உலகத்திலும் கல்வியைப்போல அறியாமையைப் போக்கும் மருந்தை யாம் கண்டதில்லை.

Explanation

The remedy for bewilderment

Since in this world it yields fruit; since given it grows not less; since it makes men illustrious; since it perishes not as long as (its possessors) themselves exist; in any world we see not any medicine that, like learning, removes the delusions of sense.

133. களர்நிலத் துப்பிறந்த உப்பினைச் சான்றோர்
விளைநிலத்து நெல்லின் விழுமிதாக் கொள்வர்;
கடைநிலத்தோ ராயினும் கற்றறிந் தோரைத்
தலைநிலத்து வைக்கப் படும்.

விளக்கம்

களர் நிலத்தில் உண்டான உப்பைச் சான்றோர், நல்ல நன்செய் நிலத்தில் விளைந்த நெல்லைவிட மேன்மையாகக் கருதுவர். அதுபோலக் கீழ்க்குடியிற் பிறந்தவர்களானாலும் கற்றறிந்தவராயின் அவர்களை மேலான குடியினும் உயர்ந்த இடத்தில் வைத்து மதித்தல் வேண்டும்.

Explanation

The learned, though low-born, are first.

The excellent regard the salt produced in brackish ground as choicer than the Nel from fertile soil. It is fitting to place in the first rank the learned wise, though (sprung) from the lowest origin.

134. வைப்புழிக் கோட்பாடா வாய்த்தீயிற் கேடில்லை
மிக்க சிறப்பின் அரசர் செறின்வவ்வார்
எச்சம் எனஒருவன் மக்கட்குச் செய்வன
விச்சைமற் றல்ல பிற.

விளக்கம்

வைத்த இடத்திலிருந்து (மனத்திலிருந்து) பிறரால் கவர்ந்து கொள்ள இயலாது; தமக்குக் கிடைத்துப் பிறருக்குக் கொடுத்தால் அழிவதில்லை; மேலான படை வலிமையையுடைய மன்னர் சினந்தாலும் கவர்ந்துகொள்ள முடியாது. ஆதலால், ஒருவன் தன் மக்கட்குச் 'செல்வம்' எனச் சேர்த்து வைக்கத்தக்கது கல்வியே; பிற அல்ல!

Explanation

Learning, the best legacy.

It cannot be taken from its place of deposit; it does not perish anywhere by fire; if kings of surpassing grandeur are angry they cannot take it away; (and therefore) what any man should provide for his children as a legacy is learning. Other things are not (real wealth).

135. கல்வி கரையில கற்பவர் நாள்சில
மெல்ல நினைக்கின் பிணிபல — தெள்ளிதின்
ஆராய்ந் தமைவுடைய கற்பவே நீரொழியப்
பாலுண் குருகின் தெரிந்து.

விளக்கம்

கல்வி முடிவில்லாதது; ஆனால் கற்பவருடைய வாழ்நாட்கள் சில! சற்றுப் பொறுமையாக நினைத்துப் பார்த்தால் அந்தச் சில வாழ்நாட்களிலும் பிணிகள் பலவாக இருக்கின்றன. ஆதலால் நீரை நீக்கிப் பாலைப் பருகும் அன்னப்பறவையைப்போல அறிவுடையார், நூலின் தன்மைகளை அறிந்து நல்ல நூல்களையே கற்பர்.

Explanation

Discriminating study.

Learning hath no bounds, the learners' days are few. If you think calmly diseases many wait around! With clear discrimination learn what is meet for you, like the swan that leaving the water drinks the milk.

136. தோணி இயக்குவான் தொல்லை வருணத்துக்
காணின் கடைப்பட்டான் என்றிகழார் — காணாய்
அவன்துணையா ஆறுபோய் அற்றேநூல் கற்ற
மகன் துணையா நல்ல கொளல்.

விளக்கம்

படகு செலுத்துபவனைப் பழமையான சாதிகளில் கீழ்ச்சாதியைச் சார்ந்தவன் என இகழமாட்டார்கள் மேலோர்! நீ காண்பாயாக! அப்படகு ஓட்டுபவனின் துணைகொண்டு ஆற்றைக் கடப்பது போலாகும், நல்ல சாத்திரங்களைக் கற்ற அந்த மகனின் துணைகொண்டு நூல் பொருளைக் கற்றல்.

Explanation

Never mind the boatman's caste if he take you over!

As none contemn the ferryman, by old caste rule to lowest rank assigned, but cross the stream by help he lends; so take thou teachings good and wise by help of him who is the learned man.

137. தவலருந் தொல்கேள்வித் தன்மை யுடையார்
இகலிலர் எஃகுடையார் தம்முள் குழீஇ
நகலின் இனிதாயின் காண்பாம் அகல்வானத்
தும்பர் உறைவார் பதி.

விளக்கம்

குற்றமற்ற, பழமையான நூற்கேள்வியுடையவராய், பகைமையில்லாதவராய், கூர்மையான அறிவுள்ளவராய் விளங்கும் கற்றோர் குழுவில் சேர்ந்து அளவளாவி மகிழ்தலைவிட இன்பம் உடையதாயின், அகன்ற வானத்தின் மேல் தேவர்கள் வாழும் திருநகரைக் காண முயல்வோம். (கற்றோருடன் சேர்ந்து பெறும் இன்பத்தைவிடத் துறக்க இன்பம் சிறந்ததன்று.)

Explanation

The supreme enjoyment of the society of learned and amiable men.

We shall see whether any greater bliss is found in the city inhabited by the dwellers in the ample heaven than is felt when men of natures formed by old imperishable lore, from rivalries exempt keen as tempered steel, meet together and laugh.

138. கனைகடல் தண்சேர்ப்ப! கற்றறிந்தார் கேண்மை
நுனியின் கரும்புதின்றற்றே — நுனிநீக்கித்
தூரின்தின் றன்ன தகைத்தரோ பண்பிலா
ஈர மிலாளர் தொடர்பு.

விளக்கம்

ஒலிக்கும் கடலினது குளிர்ச்சி பொருந்திய துறையையுடைய வேந்தனே! கற்றறிந்தவன் நட்பு, நுனியிலிருந்து கரும்பைத் தின்பது போலாம். அதன் அடிப்பகுதியிலிருந்து தின்பது போலாம், நற்பண்பும், அன்பும் இல்லாதார் நட்பு.

Explanation

The friendship of the learned ever grows sweeter, that of the unlearned ever diminishes in sweetness.

Lord of the cool shore of the resounding sea intimacy with learned people is like eating sugar cane from the (tender, juicy) tip; association with graceless. sapless men is like leaving the (tender) tip and eating it from the (hard, dry) root.

139. கல்லாரே யாயினும் கற்றாரைச் சேர்ந்தொழுகின்
நல்லறிவு நாளும் தலைப்படுவர் — தொல்சிறப்பின்
ஒண்ணிறப் பாதிரிப்பூச் சேர்தலால் புத்தோடு
தண்ணீர்க்குத் தான்பயந் தாங்கு.

விளக்கம்

பழமையான சிறப்பினையுடைய அழகிய பாதிரிப்பூவைச் சேர்ந்திருப்பதால் புதிய மண்பானையானது, தன்னிடத்தில் உள்ள தண்ணீருக்குத் தனது நறுமணத்தைக் கொடுத்து, அத்தண்ணீரையும் நறுமணமுள்ளதாக்கும். அதுபோல கல்லாரே ஆயினும் கற்றாரைச் சார்ந்து அவர்போல் நடந்தால் நல்லறிவு நாளும் உண்டாகப் பெறுவர். (புதிய மண்பானையானது பாதிரிப்பூவைச் சேர்தலால் தன்னிடமுள்ள தண்ணீருக்கும் நறுமணம் தருவதுபோல, கல்லாதார்க்கும் கற்றவர் சேர்க்கையால் அறிவு உண்டாகும் என்பது கருத்து).

Explanation

The benefits of association with the learned. The pot impregnated with odour. Though themselves unlearned, if men live in association with the learned they advance daily in excellent knowledge. The new vessel, by contact with the Padri-flower of old renown and lustrous hue, imparts fragrance to the cold water it contains.

140. அலகுசால் கற்பின் அறிவுநூல் கல்லா
துலகநூல் ஓதுவ தெல்லாம் — கலகல
கூஉம் துணையல்லால் கொண்டு தடுமாற்றம்
போஒம் துணையறிவார் இல்.

விளக்கம்

எல்லையற்ற கல்விகளுக்குள்ளே மெய்ஞான நூல்களைக் கற்காமல் விட்டுவிட்டு, வெறும் உலக அறிவை மட்டும் தரும் நூல்களைக் கற்பதெல்லாம் 'கலகல' என்னும் வீணான சலசலப்பே யாகும்! இத்தகைய இவ்வுலக அறிவு நூல்களைக்கொண்டு பிறவியாகிய தடுமாற்றத்தைத் (துன்பத்தை) போக்கும் வழியை அறிபவர் எங்கும் இல்லை.

Explanation

Books of wisdom are the best. Others cannot remove confusion of mind.

If men leaving works of wisdom, that contain well-weighed instruction, unstudied, devote themselves to the recitation of mere worldly literature, they will acquire a store of empty high-sounding words, but not that wisdom by means of which mental confusion (that treats unreal things as real) is removed.

15. குடிப்பிறப்பு
15. High Birth

141. உடுக்கை உலறி உடம்பழிந்தக் கண்ணும்
 குடிப்பிறப் பாளர்தம் கொள்கையிற் குன்றார்
 இடுக்கண் தலைவந்தக் கண்ணும் அரிமா
 கொடிப்புல் கறிக்குமோ மற்று.

விளக்கம்

பசித்துன்பம் மிகுதியாக வந்த போதும் சிங்கம் அருகம்புல்லைத் தின்னுமோ? தின்னாது. அதுபோல, உடை கிழிந்து, உடல்மெலிந்து, வறுமையுற்றபோதும் உயர்ந்த குடியிலே பிறந்தவர்கள் தமக்குரிய ஒழுக்கங்களில் சிறிதும் குறைய மாட்டார்கள்.

Explanation

In adversity noble men do not desert their principles.

Though their clothes may be old and their body worn with want, men of noble birth diminish nothing of their due observances. Will the lion nibble the creeping grass although soreſt need should assail him?

142. சான்றாண்மை சாயல் ஒழுக்கம் இவைமூன்றும்
 வான்தோய் குடிப்பிறந்தார்க் கல்லது — வான்தோயும்
 மைதவழ் வெற்ப! படாஅ பெருஞ்செல்வம்
 எய்தியக் கண்ணும் பிறர்க்கு.

விளக்கம்

மேகங்கள் தவழும், வானளாவிய மலைகளையுடைய மன்னனே! பெருந்தன்மை, மென்மை, ஒழுக்கத்தைக் கடைப்பிடித்தல் என்னும் இவை மூன்றும் மிகவும் உயர்ந்த குடியில் பிறந்தவரிடம் அல்லாமல், பெரும் செல்வம் உண்டான காலத்தும் பிறரிடம் உண்டாகமாட்டா.

Explanation

The high-born only have perfect excellence, greatness, and good manners.

Lord of the hills traversed by clouds that touch the heavens! true excellence, and dignity, and good conduct, — these three things belong to men of race that touches heaven, and not to others, even though they may have acquired great wealth.

143. இருக்கை எழலும் எதிர்செலவும் ஏனை
விடுப்ப ஒழிதலோ டின்ன — குடிப்பிறந்தார்
குன்றா ஒழுக்கமாக் கொண்டார் ; கயவரோ
டொன்றா உணரற்பாற் றன்று.

விளக்கம்

பெரியோர் வரக் கண்டால் தன் இருக்கையிலிருந்து எழுதலும், சற்று எதிர் சென்று மகிழ்வுடன் வரவேற்றலும், மற்ற உபசாரங்களைச் செய்தலும், அவர் பிரியும்போது சற்றுப் பின் செல்லுதலும், அவர் விடைதரத் திரும்பி வருதலும் ஆகிய நற்குணங்களை, உயர்குடிப் பிறந்தார் தமது அழியாத ஒழுக்கங்களாகக் கொண்டுள்ளனர். ஆனால், கீழ்மக்களிடம் இவற்றில் ஒன்றேனும் பொருந்தியிருக்கும் என எண்ணுதல் சரியன்று.

Explanation

The noble only have an instinctive sense of propriety.

Rising from their seat (at the approach of worshipful persons), going forth to meet them, departing when they dismiss, and such - like things, the well born maintain as invariable decorum. The low understand not one of these things.

144. நல்லவை செய்யின் இயல்பாகும் தீயவை
பல்லவர் தூற்றும் பழியாகும் — எல்லாம்
உணருங் குடிப்பிறப்பின் மதியம் என்னோ
புணரும் ஒருவர்க் கெனின்.

விளக்கம்

உயர்குடிப் பிறந்தார் நல்ல செயல்களைச் செய்தால் அஃது அவர்க்கு இயல்பு என்று கருதப்படும். தீய செயல்களைச் செய்தால் பழிக்கத்தக்கதாக முடியும். ஆதலால் ஒருவர்க்கு உயர்குடிப்பிறப்பு வாய்க்குமானால், வாய்த்த அக்குடிப்பிறப்பால் அவர் அடையும்

பயன்தான் என்ன? (உயர்குடிப் பிறப்பால் பயன் என்ன என்று கூறியது பழிப்பதுபோலப் புகழும் வஞ்சகப் புகழ்ச்சியாம்.)

Explanation

Noble birth makes duty easy.

If men (of noble birth) do good things it is natural to them. As to evil things (to commit these is impossible to them); for this would be guilt which many would bruit abroad. What greater good then can accrue to men than high-birth, if it be their lot, to which the perception of all (these things) belongs!

145. கல்லாமை அச்சம் கயவர் தொழில்அச்சம்
சொல்லாமை யுள்ளும்ஓர் சோர்வச்சம் — எல்லாம்
இரப்பார்க்கொன் றீயாமை அச்சம் மரத்தார்இம்
மாணாக் குடிப்பிறந் தார்.

விளக்கம்

உயர்குடிப் பிறந்தோர், கல்லாமைக்கு அஞ்சுபவர்; கீழோர்க்குரிய இழிதொழிலைச் செய்ய அஞ்சுவர்; தகாத சொற்களை வாய் தவறிச் சொல்லிவிடுவோமோ என அஞ்சுவர்; இரப்பார்க்கு ஒன்றும் தர முடியாமை நேருமோ என அஞ்சுவர். (இவ்வாறு அச்சம் கொள்ளுதல் உயர்குடிப் பிறந்தார் இயல்பாகும்). ஆதலால் இத்தகைய மாண்புகள் அற்ற குடியிற் பிறந்தவர்கள் மரம் போல்வர் ஆவர்.

Explanation

These four pious fears exist only among the really worthy.

Dread of unlearned ignorance; dread of the work that base men do; dread of forgetful slip in words which one must not utter; dread of not giving to those that ask: those who are born of a race not so distinguished by conscientious fears are as trees.

146. இனநன்மை இன்சொலொன் றீதல்மற் றேனை
மன நன்மை எனறிவை யெல்லாம் — கனமணி
மூத்தோ டிமைக்கும் முழங்குவரித் தண்சேர்ப்ப
இற்பிறந்தார் கண்ணே யுள.

விளக்கம்

சிறந்த மாணிக்க மணிகள் முத்துக்களுடன் சேர்ந்து ஒளி வீசும் இடமான, ஒலிக்கும் கடலின் குளிர்ச்சி பொருந்திய கரையையுடைய வேந்தனே! நல்லோர் தொடர்பு, இன்சொல் கூறுதல், வறியார்க்கு ஒன்றைக் கொடுத்தல் மற்றும் மனத்தூய்மை என்னும் இப்படிப்பட்ட நற்குணங்கள் எல்லாம் நல்லகுடியில் பிறந்தவரிடம் பொருந்தியிருக்கின்றன.

Explanation

The fine qualities of the high born.

Lord of the roaring salt-sea's cool shore, where gleam rare gems with pearls! Association with the good, pleasant speech, a liberal hand, and purity of mind, —all these are only found among the nobly born.

147. செய்கை யழிந்து சிதல்மண்டிற் றாயினும்
 பெய்யா ஒருசிறை பேரில் உடைத்தாகும்;
 எவ்வம் உழந்தக் கடைத்தும் குடிப்பிறந்தார்
 செய்வர் செயற்பா லவை.

விளக்கம்

கட்டுக் குலைந்து கறையான் பிடித்திருந்தாலும் பெரிய வீடானது, மழைநீர் ஒழுகாத ஒரு பக்கத்தை உடையதாயிருக்கும். அதுபோல, எத்தகைய வறுமைத் துன்பங்களில் ஆழ்ந்திருந்தாலும் நற்குடிப்பிறந்தோர் தம்மால் இயன்ற நற்செயல்களைச் செய்வர்.

Explanation

High-born men do their duty always.

Though its frame-work has perished, and thronging white ants infest it, in a spacious mansion some rooms will still afford shelter from the rain. Thus, although want annoys them, the nobly born even yet will do what should be done.

148. ஒருபுடை பாம்பு கொளினும் ஒருபுடை
 அங்கண்மா ஞாலம் விளக்குறூஉம் — திங்கள்போல்
 செல்லாமை செவ்வன்நேர் நிற்பினும் ஒப்புரவிற்
 கொல்கார் குடிப்பிறந் தார்.

விளக்கம்

ஒரு பக்கத்தினை இராகு என்னும் பாம்பு பிடித்துக்கொண்டாலும், தனது மற்றொரு பக்கத்தால் அழகிய பெரிய இவ்வுலகத்தினை ஒளிபெறச் செய்யும் திங்களைப் போன்று, வறுமையினால் எவ்வளவு துன்புற்ற போதிலும், உயர்குடிப் பிறந்தவர் பிறர்க்கு உதவி செய்வதில் மனம் தளரார்.

Explanation

The moon when half in the serpent's mouth still gives light.

Like the moon which affords light to the fair and spacious earth with one side, while the dragon holds the other, the nobly born do not become remiss in works of seemly benevolence, though poverty (inability) stand fronting them.

149. செல்லா இடத்தும் குடிப்பிறந்தார் செய்வன
செல்லிடத்தும் செய்யார் சிறியவர் — புல்வாய்
பருமம் பொறுப்பினும் பாய்பரி மாபோல்
பொருமுரண் ஆற்றுதல் இன்று.

விளக்கம்

மான், சேணத்தைத் தாங்கியிருந்தாலும், பாயும் குதிரைபோலத் தாக்கிப் போரிட இயலாது. அதுபோல, வறுமைக் காலத்தும் உயர்குடிப் பிறந்தார் செய்யும் நல்ல செயல்களை செல்வம் இருக்கும் காலத்தும் கீழோர் செய்ய மாட்டார்கள். ('பருமம் பொறுப்பினும்' என்பதற்குப் பருத்திருள்தூறும் எனப் பொருள் கொள்வரும் உண்டு.)

Explanation

The deer becomes not a charger.

Men of mean descent, even when all goes well with them, will not perform the good deeds that the well-born will do, even when things do not go well with them.

Though the antelope should bear a pillion, it rushes not to war like the prancing charger.

150. எற்றொன்றும் இல்லா விடத்தும் குடிப்பிறந்தார்
அற்றுத்தற் சேர்ந்தார்க் கசைவிடத்து ஊற்றாவர்
அற்றக் கடைத்தும் அகல்யா றகழ்ந்தக்கால்
தெற்றெனத் தெண்ணீர் படும்.

விளக்கம்

நீரற்ற அகன்ற ஆறு, தோண்டிய உடனே சுரந்து தெளிந்த நீரைத் தரும். அதுபோல, உயர்குடிப் பிறந்தோர் தம்மிடம் யாதொரு பொருளும் இல்லாத போதும், துன்புற்றுத் தம்மைச் சார்ந்தவர்க்கு அவரது தளர்ச்சி நீங்க ஊன்றுகோல்போல உதவுவர்.

Explanation

The noble even in poverty afford aid do those who seek it.

The nobly born, even when destitute, are props in time of feebleness to the needy ones that draw nigh to them. So, when the wide river is dry, if you dig in its bed, forth with clear waters gush out.

16. மேன்மக்கள்
16. Great Men

151. அங்கண் விசும்பின் அசல்நிலாப் பாரிக்குந்
    திங்களும் சான்றோரும் ஒப்பர்மன் — திங்கள்
    மறுவாற்றும் சான்றோர் அஃ தாற்றார் தெருமந்து
    தேய்வர் ஒருமா சுறின்.

விளக்கம்

அழகிய வானத்தில் விரிந்த இடத்தில் நில ஒளியைப் பரப்பும் சந்திரனும் மேன்மக்களும் பெரும்பாலும் தம்முள் ஒப்பாவார். ஆனால், திங்கள் தன்னிடமுள்ள களங்கத்தைப் பொறுத்துக்கொள்ளும்; மேன்மக்களோ அதனைப் பொறார். அவர்கள் தமது ஒழுக்கத்தில் ஒரு சிறிது தவறு நேர்ந்தாலும் வருந்தி மெலிவர்.

Explanation

The good cannot endure a stain.

The moon that diffuses light through heaven's fair realms, and truly worthy men are alike: yet that moon endures a spot, while the truly worthy endures it not; — perplexed and sad they pine away if one stain appears.

152. இசையும் எனினும் இசையா தெனினும்
    வசைதீர எண்ணுவர் சான்றோர் — விசையின்
    நரிமா வுளங்கிழித்த அம்பினில் தீதோ
    அரிமாப் பிழைப்பெய்த கோல்.

விளக்கம்

விரைவோடு நரியின் மார்பைப் பிளந்து சென்ற அம்பைவிட, சிங்கத்தை நோக்கிவிடப்பட்ட குறி தவறிய அம்பு உயர்ந்ததாகும். அதனால், முடிந்தாலும் முடியாவிட்டாலும் சான்றோர் பழியற்ற செயல்களையே எண்ணிச் செய்வர்.

Explanation

Aim high! Better miss a lion, than hit a jackal

Whether success attend, or do not attend the work, the excellent will even ponder blameless ends.—Is the shaft that missed the lion worse than the arrow sent forth, that with its impulse pierced the jackal's heart?

153. நரம்பெழுந்து நல்கூர்ந்தா ராயினும் சான்றோர்
குரம்பெழுந்து குற்றங்கொண் டேறார் — உரம்கவறா
உள்ளமெனும் நாரினாற் கட்டி உளவரையால்
செய்வர் செயற்பா லவை.

விளக்கம்

நரம்புகள் மேலே தோன்றுமாறு உடல் மெலிந்து வறுமையுற்ற போதும், மேன்மக்கள் நல்லொழுக்கத்தின் வரம்பு கடந்து இரத்தலாகிய குற்றத்தை மேற்கொண்டு பிறரிடம் செல்லார். அவர்கள் தம் அறிவைக் கவறாகக் கொண்டு முயற்சி என்னும் நாரினால் மனத்தைக் கட்டி (இரத்தல் என்னும் தீய நினைவை அடக்கி) தம்மிடம் உள்ள பொருளுக்கு ஏற்ப நற்செயல்களைச் செய்வர். *(கவறு பிளவுள்ள பனமட்டை; ஒன்றைப் பிடித்து இறுக்கிக் கயிற்றால் கட்ட உதவுவது).*

Explanation

The excellent are not led by want to commit evil.

The excellent though emaciated and poor, do not transgress the limits of virtue and commit evil. With wisdom for the pillar, with perseverance as the band, they bind (the mind); and as long as they live they do what it behoves them to do.

154. செல்வுழிக் கண்ஒருநாள் காணினும் சான்றவர்
தொல்வழிக் கேண்மையின் தோன்றப் புரிந்தியாப்பர்
நல்வரை நாட! சிலநாள் அடிப்படின்
கல்வரையும் உண்டாம் நெறி.

விளக்கம்

நல்ல மலைகள் உள்ள நாட்டையுடைய மன்னனே! மேன்மக்கள் தாம்போகும் வழியில் ஒருவரை ஒருநாள் கண்டாலும், பல நாள் பழகியவர் போல் அன்பு கொண்டு விரும்பி அளவளாவி அவரை நட்பினராக (அல்லது உறவினராக)க் கொள்வர். சில நாள் காலடிப் பட்டு நடந்து சென்றால், கல் மிகுந்த மலையும் தேய்ந்து வழி உண்டாகும். (பல நாள் பழகிப் பின் நட்புக் கொள்வதில் என்ன பெருமையிருக்கிறது? மேன்மக்கள் ஒரு நாள் பழகினும் நண்பராவர்).

Explanation

The good never forget even a casual acquaintance.

Lord of the land of goodly hills ! —If trodden for a few days a path is formed over even the craggy hill; so excellent persons, though they have seen (worthy) men only for one day, as they were travelling, will bind them to their soul, exhibiting all the marks of an ancient friendship.

155. புல்லா எழுத்தின் பொருளில் வறுங்கோட்டி
கல்லா ஒருவன் உரைப்பவும், கண்ணோடி
நல்லார் வருந்தியுங் கேட்பரே; மற்றவன்
பல்லாருள் நாணல் பரிந்து.

விளக்கம்

கல்வியறிவு இல்லாத பயனற்ற வீணர் அவையில் நூல்களைக் கல்லாத ஒருவன் பொருத்தமில்லாமல் உரைப்பனவற்றையும், (அறிவுடையோர்) அவனது குற்றங்களைச் சுட்டிக் காட்டினால், அவன் பல்லோரிடை அவமானப்பட நேரிடும் என்பதற்காக இரங்கி, மனம் வருந்தினாலும் அமைதியாகக் கேட்டுக்கொண்டிருப்பர்.

Explanation

The good listen with patient courtesy to the orations of the ignorant.

Even when one speaks who has an ungrammatical knowledge of the letter, but not of the meaning who is of a low (empty) school, and is unlearned the good with kindly compassion will listen, though it is pain to them, being grieved that he should be put to shame in the presence of many.

156. கடித்துக் கரும்பினைக் கண்தகர நூறி
இடித்துநீர் கொள்ளினும் இன்சுவைத்தே ஆகும்
வடுப்பட வைதுஇறந்தக் கண்ணும் குடிப்பிறந்தார்
கூறார் தம் வாயிற் சிதைந்து.

விளக்கம்

கரும்பைப் பல்லால் கடித்தும், கணுக்கள் நெரியுமாறு ஆலையிலிட்டுச் சிதைத்தும், உரலில் இட்டு இடித்து அதன் சாற்றைக் கொண்டாலும், அச்சாறு, இனிய சுவையுள்ளதாகவே இருக்கும். அதுபோல, மேன்மக்களின் மனம் புண்ணாகுமாறு பிறர் எவ்வளவுதான் இகழ்ந்துரைத்தாலும் அம்மேன்மக்கள் தம் வாயால் தீயன சொல்லார்.

Explanation

Sugar-cane, crush it as you will, is ever sweet.

Although you bite the sugar-cane, crush it till its joints are broken, grind it, and express its juice, it still will be sweet. The highly born, even when men have passed by abusing them so as to wound, never lose their self-respect so as to utter from their mouth (words of abuse).

157. கள்ளார்கள் உண்ணார் கடிவ கடிந்தொரீஇ
எள்ளிப் பிறரை இகழ்ந்துரையார் — தள்ளியும்
வாயின்பொய் கூறார் வடுவறு காட்சியார்
சாயின் பரிவ திலர்.

விளக்கம்

குற்றமற்ற அறிவுடைய மேலோர் திருடார்; கள் அருந்தார்; விலக்கத்தக்க தீயனவற்றை விலக்கித் தூயராகி விளங்குவர்; பிறரை அவமதித்து இகழ்ந்து உரையார்; மறந்தும் தம் வாயால் பொய் கூறார். ஊழ்வினையால் வறுமையுற்றாலும் அதற்காக வருந்தவும் மாட்டார்.

Explanation

The wise free from gross evils.

They defraud not, drink not palm-wine, shun what is forbidden, never despise and speak contemptuously of their neighbours, nor even forgetfully do they utter anything untrue with their mouth : these men of faultless vision grieve not though they fall into distress.

158. பிறர்மறை யின்கண் செவிடாய்த் தீய
ஏதிலார் இல்கண் குருடனாய்த் திறன்அறிந்து
புறங்கூற்றின் மூகையாய் நிற்பானேல் யாதும்
அறங்கூற வேண்டா அவற்கு.

விளக்கம்

ஒழுக்கத்தின் மேன்மையை உணர்ந்து, ஒருவன் பிறருடைய இரகசியங்களைக் கேட்பதில் செவிடனாகவும், அயலார் மனைவியைக் காண்பதில் குருடனாகவும், பிறர் இல்லாதபோது அவரைப் பற்றிப் பழித்துப் பேசுவதில் ஊமையாகவும் இருப்பானானால் அவனுக்கு வேறெந்த அறமும் கூற வேண்டியதில்லை.

Explanation

When a man should be deaf, blind, and dumb.

Deaf to others' secrets, blind to his neighbour's wife, dumb to evil backbiting—if, knowing what is befitting, a man thus abides, it is not necessary to teach him any virtuous precepts.

159. பன்னாளும் சென்றக்கால் பண்பிலார் தம் உழை
என்னானும் வேண்டுப என்றிகழ்ப — என்னானும்
வேண்டினும் நன்றுமற் றென்று விழுமியோர்
காண்டொறும் செய்வர் சிறப்பு.

விளக்கம்

நற்பண்பு இல்லாத கீழ்மக்கள் தம்மிடம், ஒருவர் பல நாட்கள் வந்துகொண்டிருந்தால், (இவர் எதையோ விரும்பி இங்கு வருகிறார்) என்று கருதி அவரை அவமதிப்பர். ஆனால், நற்குணம் நிறைந்த மேன்மக்களோ தம்மிடம் வருபவர் எதையாவது விரும்பினாலும் 'நல்லது' என்று கூறி மகிழ்ந்து நாள் தோறும் அவர்க்கு நன்மையே செய்வர்.

Explanation

Seek the good they are always kind.

They who are destitute of kindly courtesy, even after the lapse of many days, will contemn (those that visit them), saying, 'they will ask something of us'. The excellent will treat them with distinction whenever they see them, saying, 'if they ask something of us, it is well'.

160. உடையார் இவர்என் றொருதலையாப் பற்றிக்
    கடையாயர் பின்சென்று வாழ்வர் — உடைய
    பிலம்தலைப் பட்டது போலாதே, நல்ல
    குலம்தலைப் பட்ட இடத்து.

விளக்கம்

'இவர் செல்வம் உடையவர்' என்று மதித்து, கீழ்மக்கள் பின்சென்று அவர் தருவன பெற்று வயிறு வளர்ப்பர், அவர்களுக்கு நற்குணம் மிக்க மேன்மக்களின் தொடர்பு கிடைக்குமானால் பொருள் நிறைந்த ஒரு சுரங்கமே கிடைத்தது போல் இருக்குமல்லவா?

Explanation

The treasure cave.

The lowest sort of men say, there are men of property,'— cling to them steadily, follow them, and so flourish. Is it not as when a mine of treasure has been found, when men of good lineage have become our friends.

17. பெரியாரைப் பிழையாமை
17. Avoidance of Offence to the Great

161. பொறுப்பரென் றெண்ணிப் புரைதீர்ந்தார் மாட்டும்
வெறுப்பன செய்யாமை வேண்டும் — வெறுத்தபின்
ஆர்க்கும் அருவி அணிமலை நல்நாட!
பேர்க்குதல் யார்க்கும் அரிது.

விளக்கம்

ஒலிக்கும் அருவிகளை அணிகளாகக் கொண்ட மலைகள் மிக்க நாட்டையுடைய வேந்தனே! 'பொறுத்துக் கொள்வர்' என நினைத்து, மாசற்ற பெரியோரிடத்தும் அவர் வருந்தத்தக்க குற்றங்களைச் செய்யாதிருத்தல் வேண்டும். ஏனெனில், அவர்கள் கோபித்த பின் அதனால் ஏற்படும் துன்பங்களை யாராலும் விலக்க இயலாது. ('சிறியோர் பெரும்பிழை செய்தனராயின், பெரியோர் அப்பிழை பொறுத்தலும் அரிதே' என்பது இங்குக் கருதத் தக்கது).

Explanation

It is difficult to regain the forfeited favour of good men.

Lord of the pleasant land whose hills resounding water-falls adorn! — You may not even to faultless men do things that enkindle wrath; for when their wrath is once kindled, it is hard for any one to change their mood.

162. பொன்னே கொடுத்தும் புணர்தற் கரியாரைக்
கொன்னே தலைக்கூடப் பெற்றிருந்தும் — அன்னோ
பயனில் பொழுதாக் கழிப்பரே நல்ல
நயமில் அறிவி னவர்.

விளக்கம்

பொன்னையே கொடுத்தாலும் நெருங்குதற்கரிய பெரியோரை, யாதொரு பொருட்செலவுமின்றியே சேரத்தக்க நிலையைப் பெற்றிருந்தும், நற்பண்பு அற்ற அறிவிலார் வீணாகக் காலத்தைக் கழிக்கின்றனரே! (அருமையான பெரியோர் தொடர்பு வாய்க்கப் பெற்றும் அவரைக் கொண்டு நன்மை பெறாமல் காலம் கழிப்பதும் பெரியாரைப் பிழைத்தலாம் என்பது கருத்து.)

Explanation

Waste of golden opportunities.

Although those whose (pretended) wisdom is without moral excellence have gained access to men to whom approach is difficult even by gifts of gold alas! they pass away (the precious moments) as mere waste of time.

163. அவமதிப்பும் ஆன்ற மதிப்பும் இரண்டும்
மிகைமக்க ளான்மதிக்கற் பால — நயமுணராக்
கையறியா மாக்கள் இழிப்பும் எடுத்தேத்தும்
வையார் வடித்த நூலார்.

விளக்கம்

அவமதிப்பும், மிக்க மதிப்பும் ஆகிய இரண்டும் மேன்மக்களாகிய பெரியோர்களால் மதிக்கத்தக்கனவாகும். (கருதத்தக்கனவாகும்). ஒழுக்கமில்லாக் கீழ்மக்களின் பழிப்புரையையும், பாராட்டுரையையும் கற்றறிந்த பெரியோர்கள் ஒரு பொருளாக மதிக்க மாட்டார்கள். (உலகில் சான்றோர், ஏற்றமிகு செயல் கண்டு உள்ளத்தில் மதித்து மகிழ்வர். நிகழ்வன பொருத்த மற்றவையாயின் அவற்றை மதியாமல் விடுப்பர். எனவே பெரியோர் மதிக்க வாழ வேண்டும் என்பது கருத்து).

Explanation

Praise and dispraise of noble persons only of importance.

Both disesteem and thorough esteem are in the class of things that depend on the estimation of the great. Those who have a discriminating knowledge of true science, lay no stress on either the abuse or the fulsome praise of man who comprehend not moral principles, and know not the rules of propriety.

164. விரிநில நாகம் விடருள தேனும்
உருமின் கடுஞ்சினம் சேணின்றும் உட்கும்
அருமை உடைய அரண்சேர்ந்தும் உய்யார்
பெருமை உடையார் செறின்.

விளக்கம்

படம் விரிக்கும் நாகப்பாம்பு நிலத்தின் வெடிப்பினுள்ளே இருந்தாலும், தொலைவில் எழும் இடியோசைக்கு அஞ்சும். அதுபோல மேன்மை மிக்க பெரியோர் சினம் கொள்வாரானால், தவறு செய்தவர் பாதுகாவலான இடத்தைச் சேர்ந்திருந்தாலும் தப்பிப் பிழைக்கமாட்டார்.

Explanation

None safe from the wrath of the great.

The serpent rich of hue, though it dwells in the mountain-cleft, from far is frightened by the thunderbolt's fierce wrath; so men escape not though hid in strongholds hard to reach, when those great in virtue are worth.

165. எம்மை அறிந்திலின் எம்போல்வர் இல்லென்று
தம்மைத்தாம் கொள்வது கோளன்று — தம்மை
அரியரா நோக்கி அரன்அறியுஞ் சான்றோர்
பெரியராக் கொள்வது கோள்.

விளக்கம்

'எம்மை நீர் அறியமாட்டீர்; எமக்கு நிகர் இவ்வுலகில் யாரும் இல்லை!' என்று நம்மை நாமே உயர்வாக மதிப்பது பெருமை ஆகாது! அறம் உணர்ந்த சான்றோர், நமது அருமையை உணர்ந்து 'பெரியோர்' என மதிப்பதே பெருமையாகும்.

Explanation

Self-praise is no commendation.

'You know not all our worth, for equals have we none:' when self thus estimates itself, this is not 'esteem' ! When perfect men, proficients in virtue, regard any as dear, and esteem them as great, this is 'esteem' !

166. நளிகடல் தண்சேர்ப்ப! நாள்நிழல் போல
விளியும் சிறியவர் கேண்மை — விளிவின்றி
அல்கு நிழல்போல் அகன்றகன் றோடுமே
தொல்புக ழாளர் தொடர்பு.

விளக்கம்

பெரிய கடலின் குளிர்ந்த கரையை உடையவனே! சிறியோர் நட்பு, காலை நேரத்து நிழல்போல வர வரக் குறையும்; புகழ் மிக்க பெரியோர் நட்பு அவ்வாறு குறையாது, மாலை நேரத்து நிழல்போல் மேலும் மேலும் வளரும்.

Explanation

Morning and evening shadows.

Lord of the great sea's cool margin!—Friendships formed with mean men dwindling die like shadows of the morn; friendship of men of old renown as shadows of the after-day will lengthen out and grow.

167. மன்னர் திருவும் மகளிர் எழில்நலமும்
துன்னியார் துய்ப்பர் தகல்வேண்டா — துன்னிக்
குழைகொண்டு தாழ்ந்த குளிர்மர மெல்லாம்
உழைதங்கட் சென்றார்க் கொருங்கு.

விளக்கம்

மன்னரின் செல்வத்தையும், மகளிரின் அழகையும் நெருங்கினவர்கள் துய்ப்பர்; அதற்குத் தகுதி ஒன்றும் வேண்டாம். எதுபோல் எனின், கிளைகள் நெருங்கித் தளிர்விட்டுத் தழைத்து இருக்கும் குளிர்ச்சியான மரங்களெல்லாம் தம்மிடம் வந்தடைந்தவர்களுக்கு நிழல்தருவது போல! (இங்கு மகளிர் என்பது பொதுமகளிரைக் குறிக்கும். தாழ்ந்தோர் உயர்ந்தோர் என்ற வேறுபாடின்றி வந்தவரையெல்லாம் தம்மிடம் சேர்க்கும் மரங்கள் போலவும், பொதுமகளிர்போலவும், மன்னர், பெரியோரைச் சிறியாரோடு ஒருமிக்க சேர்த்தலும் பெரியாரைப் பிழைத்தலாகும் என்பது கருத்து).

Explanation

To those who cultivate them fruits accrue.

Those who press their suit, fitness a part, enjoy the wealth of kings, and the charms of maidens fair; so all the cool (shady) trees that droop earthward with thick foliage, give room to those that thronging seek their shelter.

168. தெரியத் தெரியுந் தெரிவிலார் கண்ணும்
பிரியப் பெரும்படர்நோய் செய்யும் — பெரிய
உலவா இருங்கழிச் சேர்ப்ப!யார் மாட்டுங்
கலவாமை கோடி உறும்.

விளக்கம்

நீர் வளம் குன்றாத கழிக்கரை உடைய வேந்தனே! நன்மை, தீமைகளை ஆராய்ந்து உணரும் தெளிவிலாரிடத்தும் நட்புக் கொண்டு பின் பிரிய நேர்ந்தால், அப்பிரிவு மிக்க துன்பத்தை உண்டாக்கும். ஆதலால், யாரிடத்தும் நட்புக் கொள்ளாமை கோடி பங்கு சிறந்ததாகும். (அற்பர் நட்பைப் பிரிதலே துன்பமானால் அறிவுடையோர் நட்பைப் பிரிதல் மிகத் துன்பமாகும். ஆதலால், யாரிடமும் நட்புக் கொள்ளாமையே நலம் என்பதாம். இதனால் பெரியாரைச் சேர்தலில் இருக்கும் நன்மையைச் சுட்டிக் காட்டி, அத்தகையோரிடம் பிழைத்தல் நல்லதன்று என்பது உணர்த்தப்பட்டது).

Explanation

Friendship brings pangs of severance.

Severance from even those who have no under ſtanding [lit. no underſtanding that underſtands (so as) to underſtand] causes great and spreading sorrow. — Lord of the shore of the great, unfailing, swelling bay! — To be intimate with none is ten million times the beſt.

169. கல்லாது போகிய நாளும் பெரியவர்கட்
செல்லாது வைகிய வைகலும் — ஒல்வ
கொடாஅ தொழிந்த பகலும் உரைப்பிற்
படாஅவாம் பண்புடையார் கண்.

விளக்கம்

கற்க வேண்டிய நூல்களைக் கற்காமல் வீணாகக் கழிந்த நாளும், கேள்வியின் காரணமாகப் பெரியோரிடத்தில் செல்லாமல் கழிந்த நாளும், இயன்ற அளவு பொருளை இரப்பார்க்குக் கொடாது கழிந்த நாளும் பண்புடையாரிடத்தில் உண்டாகாவாம். (இப்பாடலும் பெரியோர்பால் சேரும் நன்மையைக் காட்டி அவரிடம் பிழையாமை நன்று எனக் கூறுவதாகும்).

Explanation

No day unimproved.

Days gone by without learning, those passed without any intercourse with the great, those spent without giving what is fitting;— in the case of the excellent, if you tell them over, none such occur.

170. பெரியார் பெருமை சிறுதகைமை ஒன்றிற்
குரியார் உரிமை அடக்கம் — தெரியுங்கால்
செல்வ முடையாரும் செல்வரே தற்சேர்ந்தார்
அல்லல் களைப வெனின்.

விளக்கம்

பெரியோர்க்குப் பெருமை தருவது, எளிமையை உணர்த்தும் செருக்கிலாப் பணிவுடைமையாகும். வீடுபேற்றை விரும்பும் மெய்ஞானிகளுக்குரிய பண்பாவது மனம், மொழி, மெய்களின் அடக்கமுடையாம். ஆராய்ந்து பார்க்கும்போது தம்மைச் சார்ந்தவரின் வறுமைத்துன்பத்தைப் போக்குவாராயின் செல்வம் உடையவரும்; செல்வரே ஆவர். (பெரியோர் பணிவுடைமையும், அடக்கமுடைமையும், ஈகைத் தன்மையும் உடையவராவர் என்பதும், ஆதலின் அவரைப் பிழைத்தல் தகாது என்பதும் கருத்தாகும்).

Explanation

Humility. Self-restraint. Charity.

The greatness of the great is [the quality of littleness (in their own sight), i. e.] humility; the (real) acquisition of those who have acquired (any). one (science) is modest self-restraint. If you rightly understand things, those possessors of wealth only are really wealthy who relieve the wants of those that approach them (as suppliants).

18. நல்லினஞ்சேர்தல்
18. Association with the Good

171. அறியாப் பருவத் தடங்காரோ டொன்றி
நெறியல்ல செய்தொழுகி யவ்வும் நெறியறிந்த
நற்சார்வு சாரக் கெடுமே வெயில்முறுகப்
புற்பனிப் பற்றுவிட் டாங்கு.

விளக்கம்

அறியாப் பருவத்தில் அடக்கம் இல்லாதவரோடு கூடி நெறியல்லாதன செய்தமையால் நேர்ந்த பாவங்களும், நல்லாரைச் சார்ந்து ஒழுகலால், வெயில் மிகுந்தோறும் புல்லின்மேல் படிந்த பனிநீர் அதனை விட்டு நீங்குதல் போலக் கெடும்.

Explanation

Good companionship cures the follies of youth.

In youth unwise, though men consort with haughty ones and walk in lawless ways; yet, when they join with those that know the righteous path, their faults shall melt away as dew from off the grass when sunbeams scor

172. அறிமின் அறநெறி அஞ்சுமின் கூற்றம்
பொறுமின் பிறர்கடுஞ்சொல் போற்றுமின் வஞ்சம்
வெறுமின் வினைதீயார் கேண்மையெஞ் ஞான்றும்
பெறுமின் பெரியார்வாய்ச் சொல்.

விளக்கம்

அறத்தின் நெறியை அறியுங்கள்! எமனுக்கு அஞ்சுங்கள்! அறியார் கூறும் கடுஞ்சொல்லைப் பொறுத்துக்கொள்ளுங்கள்! வஞ்சனைக் குணம் உங்களிடம் வராதபடி பாதுகாத்துக்கொள்ளுங்கள்! தீயோர் நட்பை வெறுத்து ஒதுக்குங்கள்! எப்போதும் பெரியோர் அறவுரைகளைக் கேளுங்கள்!

Explanation

Six precepts.

Know virtue's path ! Dread death! Beat others' words severe! Beware ye practise no deceit! Friendship detest with men of evil deeds! Daily get gain of words that fall from greatmen's lips!

173. அடைந்தார்ப் பிரிவும் அரும்பிணியும் கேடும்
உடங்குடம்பு கொண்டார்க் குறலால் — தொடங்கிப்
பிறப்பின்னா தென்றுணரும் பேரறிவி னாரை
உறப்புணர்க அம்மாஎன் நெஞ்சு .

விளக்கம்

அன்புடன் தன்னைச் சார்ந்திருப்பவர்களைப் பிரிதலும், மருந்தால் தீர்தற்கரிய நோயும், மரணமும் உடம்பு எடுத்தார்க்கு உடனே வந்து எய்தலால், பழையதாய்த் தொடர்ந்து வரும் பிறப்பினைத் துன்பம் தருவது என்று அறியும் சிறந்த அறிவுடையாரை என் நெஞ்சமானது சிக்கெனப் பற்றுவதாக! *(பிறப்புத் துன்பத்தை உணரும் ஞானிகளைச் சேர்தல் நல்லதாம்.)*

Explanation

Life has many evils. Attach yourself to the wise.

Severance of close-joined friends and sore disease and death, all these combined hap to those that have assumed a human body: so the truly wise have felt that birth, from the very first, is bitterness. Ah! soul, cleave close to these!

174. இறப்ப நினையுங்கால் இன்னா தெனினும்
பிறப்பினை யாரும் முனியார் — பிறப்பினும்
பண்பாற்று நெஞ்சத் தவர்களோ டெஞ்ஞான்றும்
நண்பாற்றி நட்கப் பெறின்.

விளக்கம்

மிகவும் ஆராய்ந்து பார்த்தால், பிறப்பு, துன்பம் தருவது எனினும் நற்குணங்கள் நிறைந்த நல்லோருடன் சேர்ந்து அவர் தம் நற்குணங்களைப் பெற்று எல்லா நாளும் அவர்களுடன்

நட்புக் கொள்வாராயின் அப்போது யாரும் இந்தப் பிறப்பினை வெறுக்கமாட்டார்கள். (இந்தப் பிறப்பு இனிமையுடையது என்பர்).

Explanation

Friendship makes life endurable.

Though when you ponder it, it is surpassing: bitterness, none hate (this mortal) birth, if in (this mortal) birth they ever perform friendly acts to men whose hearts are set on noble excellence, and gain their friendship.

175. ஊரங் கணநீர் உரவுநீர் சேர்ந்தக்கால்
பேரும் பிறிதாகித் தீர்த்தமாம் — ஓருங்
குலமாட்சி யில்லாரும் குன்றுபோல் நிற்பர்
நலமாட்சி நல்லாரைச் சார்ந்து.

விளக்கம்

ஊரில் உள்ள சாக்கடை நீர், கடல்நீரைச் சேர்ந்தால், அது (தன்தன்மை மாறுபடுவதோடு) பெயரும் வேறுபட்டுத் 'தீர்த்தம்' என்னும் பெயர் பெறும். அதுபோல, பெருமையில்லாத குடியிற் பிறந்தவரும் பெருமை மிக்க பெரியாரைச் சேர்ந்தால், மலைபோல் உயர்ந்து நிற்பர் (தீர்த்தம் தூயநீர்).

Explanation

The water from the sewer becomes a sacred stream.

When water from the town-sewers has joined the great river its very name is changed, and it becomes a 'sacred stream'. Ponder well! Even those who have no greatness of clan, if they ally themselves with good men of goodly fame, shall stand firm as a hill.

176. ஒண்கதிர் வாள்மதியம் சேர்தலால் ஓங்கிய
அங்கண் விசும்பின் முயலும் தொழப்படூஉம்
குன்றிய சீர்மை யராயினும் சீர்பெறுவர்
குன்றன்னார் கேண்மை கொளின்.

விளக்கம்

அழகிய இடத்தையுடைய வானத்திலே உள்ள ஒளி பொருந்திய சந்திரனைச் சேர்ந்திருப்பதால், முயலும் சந்திரனைத் தொழும்போது

சேர்த்துத் தொழப்படும். அதுபோல, சிறப்பு இல்லாதவராயினும் குன்றுபோலும் உயர்ந்த நற்குணங்கள் உடையாரைச் சேர்ந்தவராயின் பெருமை பெறுவர். *(குன்று போல் உயர்ந்து தோன்றுவர்).*

Explanation

The hare in the moon is worshipped.

Because it is in the bright-beamed moon the very hare in heaven's lofty fair expanse is worshipped. Though scant their worthiness, men obtain worth who share friendship with those firm as a hill.

177. பாலோ டளாயநீர் பாலாகும் அல்லது
நீராய் நிறந்தெரிந்து தோன்றாதாம் — தேரின்
சிறியார் சிறுமையும் தோன்றாதாம் நல்ல
பெரியார் பெருமையைச் சார்ந்து.

விளக்கம்

பாலுடன் கலந்த தண்ணீர் பாலாகவே தோன்றுமே அல்லாமல் நீரின் நிறத்தை வேறுபடுத்திக் காட்டாது. அதுபோல், ஆராயுமிடத்து நற்குணமுடைய பெரியோரின் பெருங்குணத்தைச் சேர்ந்தால் சிறியோரின் சிறுமைக் குணமும் தோன்றாது.

Explanation

Water with milk seems milk.

Commingled with milk water becomes milk; at least, it shows no more as water by its hue. Look close, the mean men's meanness shows not if they join themselves to greatness of the good and great.

178. கொல்லை யிரும்புனத்துக் குற்றி யடைந்தபுல்
ஒல்காவே யாகும் உழவர் உழுபடைக்கு
மெல்லியரே யாயினும் நற்சார்வு சார்ந்தார்மேல்
செல்லாவாம் செற்றார் சினம்.

விளக்கம்

புன்செய் நிலத்திலும், பெரிய நன்செய் நிலத்திலும் மரக்கட்டையைச் சார்ந்து முளைத்திருக்கும் புல்லானது, உழவரின் கலப்பைக்குச் சிறிதும் அசையாது. அதுபோல, வலிமை

அற்றவராயினும் வலிமை மிக்காரைச் சார்ந்திருப்பாராயின், பகைவர் சினம் அவர்மேல் செல்லாது.

Explanation

The society of the good a protection.

Grass close around the stump in the field adjoining the house will not be destroyed by the ploughshare of the farmer ; [thus] though men are weak, if they get under safe protection, the wrath of their foes will not reach them.

179 நிலநலத்தால் நந்திய நெல்லேபோல் தத்தம்
   குலநலத்தால் ஆகுவர் சான்றோர் — கலநலத்தைத்
   தீவளி சென்று சிதைத்தாங்குச் சான்றாண்மை
   தீயினம் சேரக் கெடும்.

விளக்கம்

நிலத்தின் வளத்தினால் செழித்து வளரும் நெற்பயிர்போல, மக்கள் தாங்கள் சேரும் கூட்டத்தின் சிறப்பால் உயர்வர். கடலில் செல்லும் மரக்கலத்தைச் சுழல்காற்றுத் தாக்கிக் கெடுப்பதுபோல, ஒருவரின் உயர் குணங்கள் தீயோருடன் சேர்தலால் கெடும்

Explanation

Good tribal associations maintain excellence, and evil ones wreck it.

As Nel that flourishes through the goodness of the soil, good men become illustrious by the excellence of their respective clanships.

Goodness perishes when it comes near evil associates, as the tornado advances and destroys the excellence of the ship.

180. மனத்தால் மறுவில ரேனுந்தாஞ் சேர்ந்த
   இனத்தால் இகழப் படுவர் — புனத்து
   வெறிகமழ் சந்தனமும் வேங்கையும் வேமே
   எறிபுனந் தீப்பட்டக் கால்.

விளக்கம்

காடு தீப்பற்றி எரியும்போது, மணம் வீசும் சந்தன மரமும் வேங்கை மரமும்கூட வெந்து போகும். அதுபோல, மனத்தில் ஒரு குற்றமும் இல்லாத நல்லவராயினும் அவர்கள் தாம் சேர்ந்த தீய இனத்தின் காரணமாக இகழப்படுவர்.

Explanation

Evil association brings ruin.

Though themselves pure in mind, even good men incur contempt because of their associations. So in the woodland glade when a conflagration takes place (not the worthless brushWood only, but) the fragrant Sandal and Vengai too are consumed.

19. பெருமை
19. (Moral) Greatness

181. ஈத லிசையா திளமைசேண் நீங்குதலால்
காத லவருங் கருத்தல்லர் — காதலித்
தாதும்நாம் என்னும் அவாவினைக் கைவிட்டுப்
போவதே போலும் பொருள்.

விளக்கம்

பொருள் இன்மையால் பிறர்க்கு ஒன்றைக் கொடுக்கவும் இயலவில்லை. இளமையும் வீணாகக் கழிந்துவிட்டது. முன்பு நம்மிடம் பற்றுக்கொண்டிருந்த மனைவி மக்களும் இப்போது அப்படி இல்லை; ஆதலால் 'இன்னும் நாம் வாழ்வோம்' என்னும் ஆசையை விட்டுத் துறந்து போவதே நல்ல செயலாகும்.

Explanation

Renunciation of desire is 'greatness.'

To give is no longer ours; and youth is gone far off ; our once beloved ones think of us no more! To depart, having abandoned 'desire' that bids us love and hope for future joys, appears the thing that's meet.

182. இற்சார்வின் ஏமாந்தேம் ஈங்கமைந்தேம் என்றெண்ணிப்
பொச்சாந் தொழுகுவர் பேதையார் — அச்சார்வு
நின்றன போன்று நிலையா எனவுணர்ந்தார்
என்றும் பரிவ திலர்.

விளக்கம்

'இல்வாழ்க்கையை மேற்கொண்டதனால் இன்புற்றோம்; இந்த இல்வாழ்க்கையில் ஒரு குறையுமின்றி இருக்கின்றோம்' என்று எண்ணிப் பின்னர் வரப்போகும் துன்பத்தை மறந்து நடப்பர் அறிவிலாதார். இல்வாழ்க்கை இன்பங்கள் நிலைபெற்றனபோல் காணப்பட்டு நிலையில்லாது அழிபவை என்ற உண்மையை அறிந்தவர்கள் ஒரு போதும் வருந்தார், இல்வாழ்க்கையில் வருவன துன்பமே என்ற உணர்வுடையர் எதிலும் பற்றற்று இருப்பர் என்பது பெருமையாகும்).

Explanation

Fools make their home in a changing world.

Fools thinking 'we have found joy in the refuge of home,' and 'we are here in perfect repose, forgetful (of the instability of all things), go on their way.

Those who have felt that 'refuge' is unstable, while it seems to stand fast, never fix their fond desire (on it).

183. மறுமைக்கு வித்து மயலின்றிச் செய்து
சிறுமைப் படாதேநீர் வாழ்மின் — அறிஞராய்
நின்றுழி நின்றே நிறம்வேறாங் காரணம்
இன்றிப் பலவும் உள்.

விளக்கம்

இருந்த இடத்தில் இருந்தே இளமை முதலான பருவங்கள் மாறிப் போகும். காரணம் தோன்றாமல் இன்னும் பல வேறுபாடுகளும் உண்டாகும். ஆதலால், மறுமைக்கு வித்தாகிய நல்லறங்களை மயக்கமின்றிச் செய்து அறிவுடையோராய் வாழுங்கள்! (பருவம் முதலியன மாறும்போது மனக்குறையின்றி இருத்தல் பெருமையாம்).

Explanation

Seek the unchanging. All things here change.

See that ye sow seed that in other world may germinate; free your lives from earth's bewilder-ment and meanness ; stand in your lot as wise men; the changing hue of things shall without cause fade, and many things be new.

184. உறைப்பருங் காலத்தும் ஊற்றுநீர்க் கேணி
இறைத்துணினும் ஊராற்றும் என்பர் கொடைக்கடனுஞ்
சாஅயக் கண்ணும் பெரியார்போன் மற்றையார்
ஆஅயக் கண்ணும் அரிது.

விளக்கம்

மழை இல்லாத கோடைக்காலத்தும், நீர் சுரக்கும் கிணறு தன்னிடம் உள்ள தண்ணீரைப் பிறர் இறைத்து உண்ணக் கொடுத்து

ஓர் ஊரைக் காப்பாற்றும். அதுபோல, பெரியோர் வறுமையால் தளர்ந்தபோதும், பிறர்க்குக் கொடுப்பர். ஆனால், பெருமையற்ற சிறியோர் செல்வம் மிக்க காலத்தும் பிறர்க்குத் தரமாட்டார்கள்.

Explanation

Good men are unfailing fountains of beneficence.

The well of springing water serves the town that draws and drinks, even in time when rains are scant; so great men in adverse hour dispense due gifts that others give not even in their best estate.

185. உறுபுனல் தந்துல கூட்டி அறுமிடத்தும்
கல்லூற் றுழியூறும் ஆறேபோற் செல்வம்
பலர்க்காற்றிக் கெட்டுலந்தக் கண்ணுஞ் சிலர்க்காற்றிச்
செய்வர் செயற்பா லவை.

விளக்கம்

மழைக் காலத்தில் வெள்ளம் வரும்போதும் மிக்க நீரைக் கொடுத்து உலக மக்களை உண்பித்த ஆறானது கோடைக் காலத்தில் நீரற்றபோதும், தோண்டப் பெற்ற ஊற்றுக் குழியில், நீர் சுரந்து உதவி செய்யும். அந்த ஆற்றைப்போல, பெரியோர் தமது செல்வத்தைப் பலருக்கும் கொடுத்து வறுமையுற்ற காலத்தும் தம்மால் இயன்ற அளவு பிறர்க்கு உதவி செய்வர். (வறுமையிலும் பிறர்க்குத் தருவது பெருமை).

Explanation

Great men do not neglect dutiesbecause of poverty.

The river pours forth a mighty stream and feeds the world; and when it is dried up, if men dig in its bed, streams gush out! So good men when rich, give to many; and, when ruined, give still at least to some, and do what should be done.

186. பெருவரை நாட பெரியார்கண் தீமை
கருநரைமேற் சூடேபோல் தோன்றும் — கருநரையைக்
கொன்றன்ன இன்னா செயினும் சிறியார்மேல்
ஒன்றானும் தோன்றா கெடும்.

விளக்கம்

பெரிய மலைகளைக் கொண்ட நாட்டை உடைய வேந்தனே! பெரியோரிடம் உண்டான குற்றம் பெரிய வெள்ளை எருதின்மீது போடப்பட்ட சூடுபோல எங்கும் விளங்கித் தோன்றும். சிறந்த வெள்ளை எருதைக் கொன்றது போன்ற கொடிய குற்றத்தைச் சிறியோர் செய்தாலும் அது ஒரு குற்றமாகத் தோன்றாமல் மறையும். (பெரியோர் ஒரு குற்றம் செய்தாலும் அஃது எல்லார்க்கும் தெரியும். சிறியோர் எத்தனை செய்தாலும் பிறர்க்குத் தெரியாது. ஆதலால் பெருமையுடையோர் ஒரு சிறிய குற்றமும் செய்யாது தம்மைக் காக்க வேண்டும் என்பது கருத்து).

Explanation

Faults are conspicuous in great persons.

Lord of the lofty hills! Any evil in men of moral greatness shows like a brand on a mighty bull; but although mean men do painful deeds, like the slaughter of that same mighty bull, none of these attracts attention.

187. இசைந்த சிறுமை இயல்பிலா தார்கட்
 பசைந்த துணையும் பரிவாம் — அசைந்த
 நகையேயும் வேண்டாத நல்லறிவினார்கட்
 பகையேயும் பாடு பெறும்.

விளக்கம்

அற்பத்தனம் மிக்க, நற்குணம் இல்லாதவரிடம் நட்புக் கொண்டிருக்கும் வரை துன்பமே மிகும். விளையாட்டாகக்கூடத் தீயனவற்றைச் செய்ய விரும்பாத நல்லறிவாளரிடம் கொண்ட பகையேனும் பெருமையைத் தரும். (அயோக்கியரிடம் கொள்ளும் நட்பைவிட யோக்கியரிடம் கொள்ளும் பகை நல்லது).

Explanation

Enmity of the wise better than friendship of the mean.

In proportion to the degree of one's intimacy with men essentially mean and without good qualities sorrow accrues; but even the hostility of those who do not desire forbidden things even in jest will confer dignity.

188. மெல்லிய நல்லாருள் மென்மை அதுவிறந்து
ஒன்னாருட் கூற்றுக்கும் உட்குடைமை எல்லாஞ்
சலவருட் சாலச் சலமே நலவருள்
நன்மை வரம்பாய் விடல்.

விளக்கம்

மென்மைத் தன்மையுள்ள மகளிரிடம் மென்மைக் குணம் உடையராய்த் திகழ்க! பகைவரிடத்தில், அந்த மென்மையை விட்டுவிட்டு எமனும் அஞ்சத்தக்க குணம் உடையவராகத் தோன்றுக! பொய்யர்தம் கூட்டத்தில் மிகவும் பொய்யராக மாறுக! நல்லவர் குழாத்தில் நன்மையின் வரம்பாய் விளங்குக! (பொய்யர் கூட்டத்தில் பொய்யராதல் தம்மைக் காக்கும் பொருட்டாம்).

Explanation

Be all things to all men.

With gentle fair ones use gentleness surpassing theirs; with foes display a wrath that death's self might dread; with persistent men show a persistency to match ; amongst men of good do good; let the law of life be thus laid down.

189. கடுக்கி ஒருவன் கடுங்குறளை பேசி
மயக்கி விடினும் மனப்பிரிப்பொன் றின்றித்
துளக்க மிலாதவர் தூய மனத்தார்
விளக்கினுள் ஒண்சுடரே போன்று.

விளக்கம்

ஒருவன் முகத்தைக் கடுமையாக வைத்துக்கொண்டு பிறர்பற்றி மிகவும் பொல்லாத கோள் சொற்களைச் சொல்லித் தம் அறிவை மயங்கச் செய்தாலும், அப்பிறர்பால் சிறிதும் மனவேறுபாடின்றி அசைவில்லாது இருப்பவரே, விளக்கில் ஒளிரும் சுடர்போலத் தூய மனத்தவராவர். (புறங்கூறலைப் பொருட்படுத்தாமையும் பெருமையாகும் என்பது கருத்து).

Explanation

The great men is unmoved amid insults.

These are the pure in heart who, though any vex, and with use of slanderous words would fain perplex them, with calm unruffled mind abide unwavering, like the bright flame within the lamp.

190. முற்றுற்றுந் துற்றினை நாளும் அறஞ்செய்து
பிற்றுற்றுத் துற்றுவர் சான்றவர் — அத்துற்று
முக்குற்றம் நீக்கி முடியும் அளவெல்லாம்
துக்கத்துள் நீக்கி விடும்.

விளக்கம்

சான்றோர்கள், முன்னர் உண்ணத் தகும் உணவினை நாள்தோறும் அறம் செய்த பின்னரே உண்பர். அப்படி உண்ட உணவு காமம், வெகுளி, மயக்கம் என்னும் மூன்று குற்றங்களையும் போக்குவதுடன், வாழ்நாள் வரை அவர்களைத் துன்பத்தினின்றும் காப்பாற்றும். (முதலில் உண்பதற்குக் கொண்ட உணவை இரப்போர்க்கு அளித்து மீதியை உண்டு வாழ்பவருக்கு வாழ்நாள் முழுதும் துன்பம் இல்லை; புண்ணியம் உண்டு).

Explanation

Feeding the hungry.

The excellent will daily give to the needy in charity their first-served food; they themselves will eat what is served after: such good conduct removes the three faults, and from sorrow sets men free, through all the days, till comes the end.

20. தாளாண்மை
20. Persevering Energy

191. கோளாற்றக் கொள்ளாக் குளத்தின்கீழ்ப் பைங்கூழ்போல்
கேள்ஈவ துண்டு கிளைகளோ துஞ்சுப
வாளாடு கூத்தியர் கண்போல் தடுமாறும்
தாளாளர்க் குண்டோ தவறு.

விளக்கம்

நீரை மிகுதியாகக் கொள்ளாத ஏரியின் கீழ் உள்ள பயிரைப் போல (ஒரு முயற்சியுமின்றி) சிலர், தம் உறவினர் தருவதை உண்டு (அவ்வுறவினர்) வறுமையுற்றபோது வேறு வழியின்றிச் சாவர். ஆனால், வாளின் மேல் கூத்தாடும் மகளிருடைய கண்ணைப் போல் இயங்கி, ஓடி ஆடிச் சுறுசுறுப்பாக உழைக்கும் முயற்சியுடையார்க்கு இத்தகைய பிழைபட்ட வாழ்வு உண்டாகுமோ?

Explanation

Active independence.

As for kindred that feed upon what relatives give them they will die off like green grain below a tank, which does not hold a sufficient supply (of water).

Explanation

Is failure possible to men of energy that are quick in movement as the eyes of those who perform the sword-dance ?

192. ஆடுகோ டாகி அதரிடை நின்றதூஉம்
காழ் கொண்ட கண்ணே களிறணைக்குங் கந்தாகும்;
வாழ்தலும் அன்ன தகைத்தே ஒருவன்றான்
தாழவின்றித் தன்னைச் செயின்.

விளக்கம்

அசையும் மெல்லிய கொம்பாகி வழியில் நின்ற இளமரமும், வைரம் கொண்டு உறுதி வாய்ந்த பெரிய மரமாக வளர்ந்த பின்னர்,

அது ஆண் யானையைக் கட்டும் தறியாகும். அதுபோல, ஒருவன் தன்னைத் தாழ்ந்த நிலையில் இல்லாமல் முயற்சி செய்தால், அவனுடைய வாழ்வும் அப்படிப்பட்ட பெருமை உடையதாகும்.

Explanation

By energy a man makes himself.

What d by the wayside, a twig that bent to every touch, when its core is developed within, may become a stake to which they tie an elephant. Life too is thus, if man himself, unfailing make himself !

193. உறுபுலி ஊனிரை இன்றி ஒருநாள்
சிறுதேரை பற்றியும் தின்னும் — அறிவினால்
கால்தொழில் என்று கருதற்க கையினால்
மேல்தொழிலும் ஆங்கே மிகும்.

விளக்கம்

வலிமை பொருந்திய புலியும் தனக்குரிய இறைச்சி உணவு ஒரு நாள் கிடைக்கவில்லையெனில் சிறிய தேரையைப் பிடித்துத் தின்னும், ஆதலால், அறிவினால் ஆராய்ந்து எந்தச் சிறிய, தொழிலையும் அற்பமான தொழில் என்று எண்ணவேண்டா. அந்த அற்பமான தொழிலே முயற்சியால் உயர்ந்த தொழிலாக மேம்படும். (தொழில் சிறியதாயினும் அக்கறையுடன் செய்தால் உயர்வு கிடைக்கும் என்பதாம்).

Explanation

Stoop to conquer.

The huge tiger, when lacking flesh for food one day, may even seize a little frog and eat it. Think not 'By (all my) knowledge I only gain menial tasks;" to the skillful hand nobler employments shall even there abound.

194. இசையா தெனினும் இயற்றியோர் ஆற்றால்
அசையாது நிற்பதாம் ஆண்மை — இசையுங்கால்
கண்டல் திரையலைக்கும் கானலம் தண்சேர்ப்ப
பெண்டிரும் வாழாரோ மற்று.

விளக்கம்

தாழையை அலைகள் அசைத்தற்கிடமான சோலைகள் சூழ்ந்த கடற்கரையை உடைய வேந்தனே! மேற்கொண்ட ஒரு செயல் எளிதில் முடியாததாய் இருப்பினும், தளராது முயன்று செய்வதே ஆண்மையாகும். எடுத்த காரியம் எளிதில் முடியுமானால் மென்மைத் தன்மை வாய்ந்த மகளிரும் அதனை முடித்துப் பெருமையடைய மாட்டார்களா? (எளிதான செயலை யாவரும் முடிப்பர்; அதில் பெருமை இல்லை. கடினமான செயலை மெய்வருத்தம் பாராது, கண் துஞ்சாது, இடைவிடாது செய்து முடிப்பதே ஆண்மையின் பெருமையாம்).

Explanation

Manliness is perseverance in spite of failure.

Manliness is working on, in no wise faltering, remaining stedfast though the matter succeed not. When all is successful,— Lord of the cool lovely shore, in whose groves the waves agitate the scented thorn, — will not even women live and flourish?

195. நல்ல குலமென்றும் தீய குலமென்றும்
சொல்லள வல்லால் பொருளில்லை — தொல்சிறப்பின்
ஒண்பொருள் ஒன்றோ தவம்கல்வி ஆள்வினை
என்றிவற்றான் ஆகுங் குலம்.

விளக்கம்

நல்ல குலம்' என்றும் 'தீய குலம்' என்றும் கூறுவதெல்லாம் வெறும் சொல்லளவே ஆகும். அப்படிக் கூறுவதில் ஒரு பொருளும் இல்லை. பழமையான சிறப்புடைய மிக்க பொருளும், தவமும், கல்வியும், முயற்சியும் இந்த நான்கினால் நல்ல குலம் அமைவதாகும். (ஒன்றோ என்பதனை ஒண்பொருள் ஒன்று, தவம் ஒன்று, கல்வி ஒன்று, ஆள்வினை ஒன்று எனக் கூட்டுக).

Explanation

What is good or bad caste ?

When men speak of 'good caste' and 'bad caste' it is a mere form of speech, and has no real meaning. Not even by possessions, made splendid by ancient glories, but by self-denial, learning, and energy is Caste determined.

196. ஆற்றுந் துணையும் அறிவினை உள்ளடக்கி
ஊக்கம் உரையார் உணர்வுடையார் — ஊக்கம்
உறுப்பினால் ஆராயும் ஒண்மை யுடையார்
குறிப்பின்கீழ்ப் பட்ட துலகு.

விளக்கம்

தாம் மேற்கொண்ட செயலை, அது முடியும்வரை அறிவின் திறத்தால் மனத்துள் அடக்கிக்கொண்டு, தமது முயற்சியினை வெளிப்படையாக உரையார் அறிவுடையார். மேலும், அவர்கள், பிறர் முயற்சியினை அவர்தம் உறுப்புகளின் குறிப்பினால் ஆராய்ந்து அறிவர். இத்தகையோர்க் கீழ் அடங்கும் உலகு. (அவருக்குக் கீழ் உலகம் அடங்கும் என்பது அவரது ஆற்றலை வியந்து கூறியதாம்).

Explanation

Reserve as to your own plans, and skill in detecting those of others.

Till the time for action comes men of understanding keep close within themselves their wisdom and speak not of their designs (ஊக்கம் = What they are labouring to effect).

The world is subject to the nod of the brilliant (diplomatists) who search out (and know) men's designs from outward indications (lit. from) their members, i.e. from eye, gesture, tone, expression etc.).

197. சிதலை தினப்பட்ட ஆல மரத்தை
மதலையாய் மற்றதன் வீழூன்றி யாங்குக்
குதலைமை தந்தைகண் தோன்றில்தான் பெற்ற
புதல்வன் மறைப்பக் கெடும்.

விளக்கம்

கறையானால் அரிக்கப்பட்ட ஆலமரத்தினை அதன் விழுது தூணாக நின்று தாங்குவதுபோல, தந்தையிடம் முதுமையினால் தளர்ச்சி உண்டாகும்போது, அவன் பெற்றமகன் முன் வந்து பாதுகாக்க, தந்தையின் தளர்ச்சி நீங்கும். (ஒவ்வொருவரும் தமது குடி தாழாதிருக்க முயலல் வேண்டும் என்பது கருத்து).

Explanation

The worthy son conceals his sire's defects, and sustains his weakness.

If the banyan's trunk be eaten by the gnawing ant, its 'branch root' bears it up, like a buttress; even so, when decay appears in the sire, the son he has begotten shall hide it, and weakness is no more.

198. ஈனமாய் இல்லிருந் தின்றி விளியினும்
மானந் தலைவருவ செய்பவோ — யானை
வரிமுகம் புண்படுக்கும் வள்ளுகிர் நோன்றாள்
அரிமா மதுகை யவர்.

விளக்கம்

யானையின் புள்ளிகள் பொருந்திய முகத்தைத் தாக்கிப் புண்படுத்தவல்ல கூர்மையான நகங்களையும், வலிமையான கால்களையும் உடைய சிங்கத்தைப்போன்ற வலிமையுடையோர், வறுமையுற்று நிலைதாழ்ந்தபோதும் மானம் கெடத்தக்க செயலைச் செய்வரோ? செய்யார்.

Explanation

Poverty but not dishonour.

The lion's pointed claw and mighty foot will wound the spotted face of an elephant; those who have power like his , — though bereft of all, they die in want within their home, — will they do deeds that bring disgrace?

199. தீங்கரும் பீன்ற திரள்கால் உளையலரி
தேங்கமழ் நாற்றம் இழந்தார்அங்கு — ஓங்கும்
உயர்குடி யுட்பிறப்பி னென்னாம் பெயர்பொறிக்கும்
பேராண்மை யில்லாக் கடை.

விளக்கம்

இனிய கரும்பு ஈன்ற, திரண்ட காம்பினையுடைய, குதிரையின் பிடரி மயிர்போல் கற்றையான பூவானது, நறுமணத்தை இழந்ததுபோல, ஒருவனிடம் தன்பெயரை நிலைநாட்டும் பெருமுயற்சி இல்லாதபோது, அவன் மிகச் சிறந்த குடியிலே பிறந்ததால் மட்டும் என்ன பயன் உண்டாகும்?

Explanation

High birth useless without lofty energies.

Like the flowers on a rounded stalk, with hair like filaments that sweet cane bare, when the sweet fragrance they breathed is lost, what gain accrues from birth in a lofty noble house when energy that makes the name noteworthy, is wanting?

200. பெருமுத் தரையர் பெரிதுவந் தீயுங்
கருனைச்சோ றார்வர் கயவர் — கருனையைப்
பேரும் அறியார் நனிவிரும்பு தாளாண்மை
நீரும் அமிழ்தாய் விடும்.

விளக்கம்

முயற்சியற்ற கீழ்மக்கள், பெருமுத்தரையர் என்னும் சிறப்புப் பெயர்பெற்ற செல்வர் மகிழ்ந்து தரும் கறிகளோடு கூடிய உணவை உண்டு மகிழ்வர். கறியின் பேரையும் அறியாத மேலோர் தாம் மிகவும் விரும்பிச் செய்த முயற்சியால் வந்தது நீர் உணவாயினும் அதனை அமிழ்தமாக உண்பர். (தமது முயற்சியால் வருவது கூழ் நீராயினும் அமிழ்தமாம்).

Explanation

The scant fare of the laborious is the diet of the gods.

The base feed full of rice and savoury food, that men, great lords of the triple lands, with generous gladness give; but water won with willing strenuous toil by those who know, not savoury food by name even, will turn to nectar.

21. சுற்றந்தழால்
21. The Support of Kindred

201. வயாவும் வருத்தமும் ஈன்றக்கால் நோவும்
கவாஅன் மகற்கண்டு தாய்மறந் தாஅங்கு
அசாஅத்தான் உற்ற வருத்தம் உசாஅத்தன்
கேளிரைக் காணக் கெடும்.

விளக்கம்

கருக்கொண்ட காலத்து உண்டாகும் மசக்கையாகிய நோயும், அது பற்றி வரும் பல துன்பங்களும், குழந்தை பெறுங்காலத்து உண்டாகும் நோவும், ஆகிய இத்தகைய துன்பங்களையெல்லாம் மடியில் இருக்கும் குழந்தையைக் கண்டு தாய் மறப்பதுபோல், தளர்ச்சியால் தான் உற்ற துன்பம் எல்லாம் நலம் விசாரிக்கும் சுற்றத்தாரைக் காணின் நீங்கும்.

Explanation

Comfort from sympathy of kinsmen.

As a mother when she sees her son upon her lap forgets the languors, the pains, and the throes of birth; so trouble arising from weakness will die when a man sees his sympathizing kinsmen around him.

202. அழல்மண்டு போழ்தின் அடைந்தவர்கட் கெல்லாம்
நிழல்மரம்போல் நேரொப்பத் தாங்கிப் — பழுமரம்போல்
பல்லார் பயன்துய்ப்பத் தான்வருந்தி வாழ்வதே
நல்லாண் மகற்குக் கடன்.

விளக்கம்

வெப்பம் மிகும் கோடைக்காலத்தில் தன்னை அடைந்தார்க்கு எல்லாம் நிழலைத் தரும் மரம்போல, தன்னைச் சார்ந்த சுற்றத்தாரையெல்லாம் ஒரே தன்மையாகக் காத்து, பழுத்த மரம் போலப் பலரும் பயன் நுகர, தான் வருந்தி உழைத்து வாழ்வது நல்ல ஆண்மகனுக்கு உரிய கடமையாம்.

Explanation

Good friends like trees that afford both shade and fruit.

To yield ready protection alike to all, as a tree affords shade to those that seek its shelter when the heat grows fierce; and to live toiling so that many may enjoy the gain, resembling thus a fruit producing tree, is the duty of the manly man.

203. அடுக்கல் மலைநாட தற்சேர்ந் தவரை
எடுக்கலாம் என்றார் பெரியோர் — அடுத்தடுத்து
வன்காய் பலபல காய்ப்பினும் இல்லையே
தன்காய் பொறுக்கலாக் கொம்பு.

விளக்கம்

அடுக்கடுக்கான மலைகள் பொருந்திய நாட்டையுடைய அரசனே! ஒரு மரத்தில் பெரிய பெரிய காய்கள் பலவாகக் காய்த்தாலும் தன் காய்களைத் தாங்க மாட்டாத கிளை இல்லை. அதுபோல பெரியோர் தம்மைச் சார்ந்தவர்களை 'தாங்க மாட்டோம்' என்று சொல்ல மாட்டார்.

Explanation

The magnanimous never refuse to support their kindred. The bough sustains all its fruits.

Lord of the land where mountains piled on mountains rise! the great demur not to support their kith and kin ;—there is no bough but will support the fruit it bears, though clustered thick great fruits and many cling thereon.

204. உலகறியத் தீரக் கலப்பினும் நில்லா
சிலபகலாஞ் சிற்றினத்தார் கேண்மை — நிலைதிரியா
நிற்கும் பெரியோர் நெறியடைய நின்றனைத்தால்
ஒற்க மிலாளர் தொடர்பு.

விளக்கம்

உலகத்தார் அறியும்படி மிகுதியாக உறவு கொண்டாலும், சிற்றினத்தாரிடம் கொண்ட உறவு, நீடித்து நில்லாது சில நாட்களே

நிற்கும். பிறரைத் தாங்கும் பண்பில் தளர்ச்சியில்லாதவரிடம் கொண்ட உறவோ, இயல்பாகவே தம் பண்பில் திரியாது நிற்கும் பெரியோர், வீட்டினை அடையத் தவம் செய்யும் காலத்தில் அவ்வீட்டு நெறியில் ஊன்றி நிற்பதுபோல நிலைத்து நிற்கும்.

Explanation

The friendship of the great alone is lasting.

Though mingled in a complete intimacy so that all the world knows of it, the friendship of the little will last but little time. Connection with the firm unyielding men endures till the great one's path, who never swerve, is reached.

205. இன்னர் இனையர் எமர்பிறர் என்னுஞ்சொல்
என்னும் இலராம் இயல்பினால் — துன்னித்
தொலைமக்கள் துன்பந் தீர்ப் பாரேயார் மாட்டும்
தலைமக்க ளாகற்பா லார்.

விளக்கம்

'இவர், இப்படிப்பட்டவர்; எம் உறவினர்; அயலார்' என்று வேறுபாடு குறிக்கும் சொல்லைச் சொல்லாத இயல்பினராய், வறுமைத் துன்பத்தால் வாடும் மக்களைச் சார்ந்து அவர்தம் துயரத்தைக் களைபவரே யாவர்க்கும் தலைவர் ஆகும் தன்மையுடையவர் ஆவர்.

Explanation

Universal benevolence.

'Such are they and so many;' 'these are ours; those strange:' those worthy to be classed as chief of men say nothing like this; so to speak is not their nature ; for they relieve the distress of ALL that troubled come to them!

206. பொற்கலத்துப் பெய்த புலியுகிர் வான்புழுக்கல்
அக்காரம் பாலோ டமரார்கைத் துண்டலின்
உப்பிலிப் புற்கை உயிர்போற் கிளைஞர்மாட்டு
எக்காலத் தானும் இனிது.

விளக்கம்

பொற்கலத்தில் இட்ட, புலிநகம் போன்ற வெண்மையான சோற்றைச் சர்க்கரையுடன் பாலும் கலந்து பகைவர் தர, அதைப் பெற்று உண்பதைவிட, உப்பில்லாத புல்லரிசிக் கூழை, உயிர்போன்ற சுற்றத்தாரிடத்திலே பெற்று, எந்தக் காலத்திலும் இட்டு உண்ணல் இனிதாம்.

Explanation

Hard fare with kindred, better than a feast without love.

More sweet than rice, though white as tiger's claw with milk and sugar served on plate of gold, by loveless hands, is any tasteless mess, in any dish, when shared with kindred dear as life.

207. நாள்வாய்ப் பெறினுந்தந் நள்ளாதோர் இல்லத்து
வேளாண்மை வெங்கருனை வேம்பாகும் — கேளாய்
அபராணப் போழ்தின் அடகிடுவ ரேனுந்
தமராயார் மாட்டே இனிது.

விளக்கம்

நெஞ்சமே, கேள்! பகைவர் இல்லத்தில் வேளை தவறாமல் பொரிக்கறியுடன் கூடிய உணவினை உதவியாகப் பெற்றாலும், அது, வேம்புக்கு நிகராகும், உணவுக்குரிய நேரம் கடந்தபோதும், சுற்றத்தாரிடமிருந்து கீரை உணவே கிடைத்தாலும் அஃது இனிமையாகும்.

Explanation

Any food with foes bitter, with friends sweet.

Most bitter (Margosa) is the bounteous meal of dainty food at early dawn in house of those who love us not. Hear thou! though not till evening given, the mess of herbs when eaten with our own is sweet.

208. முட்டிகை போல முனியாது வைகலும்
கொட்டியுண் பாருங் குறடுபோற் கைவிடுவர்
சுட்டுக்கோல் போல எரியும் புகுவரே
நட்டா ரெனப்படு வார்.

விளக்கம்

சம்மட்டி போல, வெறுக்காமல் இருக்கும்படி நாள்தோறும் நெருங்கி இதமாக வாங்கி உண்பவர்களும், காலம் வாய்த்தால் (நெருப்பிலே இரும்பைப் போட்டு விட்டு மீளும்) குறடு போல் கைவிட்டுப் போவார். ஆனால், அன்புள்ள உறவினரோ, பொருளுடன் நெருப்பை அடையும் சூட்டுக்கோலைப் போன்று (சுற்றத்தார்க்குத் துன்பம் நேர்ந்தபோது) நெருப்பிலும் மூழ்குவர்.

Interested and disinterested friends.

Even those who, like the artificer's small hammer (with slight strokes fashioning the jewel), gently (முனியாது), day by day, moulding their patron to their will, eat his food, will drop him (when poverty assails him), as the pincers do the gold put into the crucible. Those worthy to be called friends are like the artificer's rod which enters the fire with it.

209. நறுமலர்த் தண்கோதாய்! நட்டார்க்கு நட்டார்
மறுமையுஞ் செய்வதொன் றுண்டோ — இறுமளவும்
இன்புறுவ இன்புற் றெழீஇ அவரோடு
துன்புறுவ துன்புறாக் கால்.

விளக்கம்

நறுமண மலர்களால் கட்டிய குளிர்ந்த மாலையுடையவனே! உறவினர்க்கு உறவினராவார், சாகும் வரை அவர் இன்புறுங்கால் இன்புற்று, அவர் துன்புறுங்கால் அவரோடு சேர்ந்து தாமும் துன்புறாவிடில், மறுபிறப்பிலே போய் அவர்களுக்கு உதவுவதும் உண்டோ? (சுற்றத்தார் சமமாக இன்ப துன்பங்களை அனுபவிக்க வேண்டும் என்பது கருத்து).

Explanation

Sympathy in sorrow and in joy.

O maid adorned with fresh garlands of fragrant flowers! is there one thing that even in other world, friends may perform for friends, if till they die, their joys they share, but shun to share their griefs ?

210. விருப்பிலா ரில்லத்து வேறிருந் துண்ணும்

வெருக்குக்கண் வெங்கருனை வேம்பாம் — விருப்புடைத்

தன்போல்வா ரில்லுள தயங்குநீர்த் தண்புற்கை

என்போ டியைந்த அமிழ்து.

விளக்கம்

தன்னை விரும்பாதார் வீட்டிலே தனித்திருந்து உண்ணும், பூனைக்கண் போன்ற நிறமுள்ள, வெம்மையான பொரிக்கறி உணவும் வேம்பாகும். ஆனால், தன்னிடம் விருப்பம் கொண்டவர் வீட்டில் உண்ணப்படும் தெளிந்த நீருடன் கூடிய குளிர்ச்சியான புல்லரிசிக் கூழும் உடம்புக்குப் பொருந்தும் அமிழ்தம் ஆகும்.

Explanation

Better fast with friends than feast with foes.

The savoury fried curry, (in colour) like a cat's eye, which one eats seated a part in the house of those who are without affection, will be bitter as margosa; but cold gruel (weak and insipid), like clear water, in the house of affectionate equals, is ambrosia that cleaves to the bones.

22. நட்பாராய்தல்
22. Scrutiny in Forming Friendships

211. கருத்துணர்ந்து கற்றறிந்தார் கேண்மையெஞ் ஞான்றும்
குருத்திற் கரும்புதின் றற்றே — குருத்திற்கு
எதிர்செலத்தின் றன்ன தகைத்தரோ என்றும்
மதுர மிலாளர் தொடர்பு.

விளக்கம்

நூல்களின் உட்பொருளை உணர்ந்து கற்று அறிந்தவருடன் கொண்ட நட்பு, எப்போதும் குருத்திலிருந்து கரும்பைத் தின்பது போலாம். எக்காலத்தும் நன்மையில்லாதாரிடம் கொண்ட நட்பு, கரும்பை அடியிலிருந்து நுனியை நோக்கித் தின்பது போலும் தன்மையுடையதாகும். (கரும்பை நுனியிலிருந்து தின்றால் வரவர இனிமை அதிகமாவதுபோல், கற்றோர் நட்பு நாளுக்கு நாள் இனிமை மிகும்; அதற்கு எதிர் செலத் தின்றால் வரவர இனிமை குறைவதுபோல் கல்லாதார் நட்புச் சுவை குறைந்து வெறுக்கப்படும் என்பதாம்).

Explanation

Satisfying friendships.

Intimacy with those who understand the real intention (of one's words), and who have acquired wisdom by learning, will at all times be like eating sweet cane from the tender shoots; but attachment to those who have no sweetness of disposition is like eating it in a direction opposite to the tender shoot (it grows harder and less sweet).

212. இற்பிறப் பெண்ணி இடைதிரியார் என்பதோர்
நற்புடை கொண்டமை யல்லது — பொற்கேழ்
புனலொழுகப் புள்ளிரியும் பூங்குன்ற நாட!
மனமறியப் பட்டதொன் றன்று.

விளக்கம்

பொன்னைக் கொழித்து விழும் அருவியின் ஓசையால் பறவைகள் அஞ்சி ஓடுதற்கு இடமான அழகிய மலைகள் உள்ள

நாட்டை உடைய மன்னனே! ஒருவன் உயர் குடிப்பிறப்பை நோக்கி, 'இவர் இடையில் மாறமாட்டார்' என்னும் நம்பிக்கையால் நட்புக் கொள்வதேயல்லாமல், பிறருடைய மனநிலையை அறிந்து நட்புக் கொள்வது என்பதில்லை. (எனினும் நட்புக்கு மனக்கருத்தும் அறிதல் வேண்டும் என்பது உட்பொருள்).

Explanation

Examine the lineage of a candidate for your friendship.

Lord of the land of flowery hills, where wild-fowl golden in hue fly, scared by the rush of the waterfall.

Regarding the mobility of their birth—these will not swerve:—To say thus is a good ground of confidence—(a good position to take up); but to say 'their minds are known,' is not any (i. e. real ground).

213. யானை அனையவர் நண்பொரீஇ நாயனையார்
கேண்மை கெழீஇக் கொளல்வேண்டும் — யானை
அறிந்தறிந்தும் பாகனையே கொல்லும் எறிந்தவேல்
மெய்யதா வால்குழைக்கும் நாய்.

விளக்கம்

யானை போன்ற பெருமையுடையார் நட்பை விலக்கி, நாய் போன்ற இழிவுத் தன்மை உடையராயினும் அவரது நட்பை விரும்பிக் கொள்ளல் வேண்டும். ஏனெனில் யானை பலநாள் பழகியிருந்தும் சமயம் வாய்க்கும்போது பாகனையே கொல்லும்! ஆனால் நாயோ, தன்னை வளர்த்தவன் சினம் கொண்டு எறிந்த வேலானது தனது உடலில் அழுந்திக் கிடக்க, அவனைக் கண்டதும் வாலை ஆட்டி அவன் அருகே செல்லும். (கல்வி நலம், குல நலம் ஆகியவற்றை மட்டுமே கருதாமல், மனநலத்தையும் அறிந்து ஒருவரிடம் நட்புக்கொள்ள வேண்டும். அகன்ற கல்வியும், சிறந்த குடியும் இல்லையெனினும் மனம் தூயராயின் அவருடன் நட்புக் கொள்ளலாம் என்பது கருத்து.)

Explanation

The elephant and the dog, types of false and true friends.

Forsaking friendship with those who resemble the elephant, embrace and hold fast intimacy with those who are like the dog; for the elephant will slay even its keeper though it has long known him ; but the dog will wag its tail when it has in its body the javelin (hurled at it by its angry master).

214. பலநாளும் பக்கத்தா ராயினும் நெஞ்சிற்
சிலநாளும் ஒட்டாரோ டொட்டார் — பலநாளும்
நீத்தா ரெனக்கை விடலுண்டோ தந்நெஞ்சத்து
யாத்தாரோ டியாத்த தொடர்பு.

விளக்கம்

பலநாட்களாகப் பக்கத்தில் இருந்து பழகுவராயினும் சில பொழுதேனும் தன் மனத்துடன் பொருத்தமில்லாதரோடு அறிவுடையோர் சேரமாட்டார்கள். அங்ஙனமின்றித் தம் நெஞ்சம் பிணித்தாரோடு கொண்ட நட்பினை, தம்மை விட்டுப் பல நாட்கள் விலகியிருந்தார்கள் என்பதற்காக அவர்களைக் கைவிடுவார்களோ? (மனப்பொருத்தம் உடையாரை நண்பராகக் கொள்ள வேண்டும் என்பது கருத்து. 'புணர்ச்சி பழகுதல் வேண்டா உணர்ச்சிதான் நட்பாங்கிழமை தரும்' என்பது குறள்).

Explanation

Friends are not to be forsaken because long severed

Though men dwell side by side for many days when their souls cleave not (are not congenial) for even a few days they retain not their friendship. But is it possible to let go attachment's well-knit ties, though those to whom one's soul is knit dwell many days afar?

215. கோட்டுப்பூப் போல் மலர்ந்துபின் கூம்பாது
வேட்டதே வேட்டதாம் நட்பாட்சி — தோட்ட
கயப்பூப்போல் முன்மலர்ந்து பின்கூம்பு வாரை
நயப்பாரும் நட்பாரும் இல்.

விளக்கம்

கொம்பிலே பூக்கும் பூக்கள் முதலில் மலர்ந்து பின் உதிரும் வரை குவியாதிருத்தல்போல, முதல்நாள் உள்ளம் மகிழ்ந்து விரும்பியதுபோலவே முடிவு வரையில் மகிழ்ந்து விரும்பியிருப்பது நட்புடைமையாகும். அப்படியின்றி, தோண்டப்பட்ட குளத்திலே

மிதக்கும் பூவைப் போல முதலில் மலர்ச்சியைக் காட்டிப் பின்பு முகம் சுருங்கும் தன்மையுடையவரை விரும்புவாரும் இல்லை; நட்புச் செய்வாரும் இல்லை. (என்றும் முகமலர்ச்சியுடன் பழகுவரே நட்புக்கு அழகாம்).

Explanation

Tree-flowers and water-flowers.

The use and wont of friendship is that, what once it has loved it loves always,— like the flower on the tree-branch which having once unfolded afterwards closes not; but who will esteem, or make friends of those who are like flowers on the surface of the excavated tank, which unfold and afterwards close themselves?

216. கடையாயார் நட்பிற் கமுகனையர் ஏனை
 இடையாயார் தெங்கின் அனையர் — தலையாயார்
 எண்ணரும் பெண்ணைபோன் றிட்டஞான் றிட்டதே
 தொன்மை உடையார் தொடர்பு.

விளக்கம்

நட்புத் தன்மையில் கடையாயவர், நாள்தோறும் தண்ணீர் பாய்ச்சிப் பராமரிக்க உதவும் பாக்குமரம்போல, நாள்தோறும் உதவி செய்தால்தான் பயன்படுவர்; இடையாயவர், விட்டு விட்டு நீர் பாய்ச்சிக் கவனித்து வந்தால் உதவும் தென்னை மரம்போல அவ்வப்போது உதவி செய்தால் பயன்படுவர்; தொன்மைத் தொடர்பு பாராட்டும் (ஒருமுறை செய்த நட்பினைப் போற்றும்) தன்மையுடைய தலையாயவர். விதையிட்ட நாளில் வார்த்த தண்ணீரன்றிப் பிறகு ஒரு பராமரிப்பும் செய்யாமலே உதவும் மதிப்பு மிக்க பனைமரம்போல் பயன்படுவர்.

Explanation

Three grades of friends.

The lowest sort of men in friendship are like the Arecanut tree. The middle sort are like the cocoa-nut tree. Attachments to the chief of men — who are old friends — is like the Palmyra tree of rare worth : what was given that first day was given once for all.

217. கழுநீருட் காரட கேனும் ஒருவன்
விழுமிதாக் கொள்ளின் அமிழ்தம் — விழுமிய
குய்த்துவையார் வெண்சோறே யாயினும் மேவாதார்
கைத்துண்டல் காஞ்சிரங் காய்.

விளக்கம்

அரிசி கழுவிய நீரிலே உப்பின்றி வெந்த, கறுத்த கீரைக் கறியானாலும் ஒருவன் (நண்பரிடமிருந்து) அன்புடன் பெற்றால் அஃது அமிழ்தமாகும். (ஆனால்) சீரிய தாளிப்பினையுடைய துவையலுடன் கூடிய வெள்ளிய சோறேயாயினும், அன்பிலாதார் கையிலிருந்து வாங்கி உண்பதாயின், அஃது எட்டிக் காயைத் தின்பது போலாம். (உணவின் சுவையும் நட்பினர் பண்புக்கு ஏற்ப அமையும்).

Explanation

A dinner of herbs with affection is ambrosia. The greatest delicacies without it, nux vomica.

If one receive you courteously, though what he gives is but rank herbs dressed in water in which rice had been washed, it is ambrosia. To eat from the hands of those who love us not, though it be white rice with rich spicy condiments, is nux vomica.

218. நாய்க்காற் சிறுவிரல்போல் நன்கணிய ராயினும்
ஈக்கால் துணையும் உதவாதார் நட்பென்னாம் ?
சேய்த்தானும் சென்று கொளல்வேண்டும் செய்விளைக்கும்
வாய்க்காலனையார் தொடர்பு.

விளக்கம்

நாயின் காலில் இருக்கும் சிறிய விரல்களைப்போல மிகவும் நெருக்கம் உள்ளவராக இருந்தாலும், ஈயின் காலளவாயினும் உதவி செய்யாதவர் நட்பினால் என்ன பயன் உண்டாகும்? ஒரு பயனும் உண்டாகாது. ஆதலால், வயலை விளையும்படி செய்கின்ற வாய்க்காலைப் போன்றவரின் நட்பினை, தூரத்தில் இருப்பதாயினும் போய்க் கொள்ளல் வேண்டும். (வயலால் தனக்கு ஒரு பயனும் இல்லையாயினும் தூரத்து நீரைக் கொணர்ந்து வயலை

விளைவிக்கும் வாய்க்கால்போலும் பண்புடையாரது நட்பினை நாடிப் பெற வேண்டும் என்பது கருத்து).

Explanation

Friendship of those who though near aid not.

Of what value is the friendship of those who being very near like the little claw on a dog's leg, afford not help as much as a fly's foot? Though you go far to seek it, lay hold of the friendship of those who are like the water channel that causes the crops in the field to flourish.

219. தெளிவிலார் நட்பிற் பகைநன்று சாதல்
விளியா அருநோயின் நன்றால் — அளிய
இகழ்தலின் கோறல் இனிதேமற் றில்ல
புகழ்தலின் வைதலே நன்று.

விளக்கம்

அறிவுத் தெளிவில்லாதவர் நட்பைவிட அவர் பகை நல்லது; மருந்தினால் தீராத கொடிய நோயைவிடச் சாதல் நல்லது; ஒருவரது மனம் மிகவும் வருந்தும்படி இகழ்தலைவிட அவரைக் கொல்வது நல்லது; ஒருவரிடம் இல்லாத சிறப்புகளைக் கூறிப் புகழ்தலைவிட அவரைப் பழித்தல் நல்லது. (நோயினும் சாதல் நன்றாதல்போல, புகழ்தலைவிடப் பழித்தல் நன்றாதல்போல, அறிவிலார் நட்பைவிடப் பகை நல்லது என்பது கருத்து).

Explanation

Four bad things.

Better hate than friendship of the ignorant. Better death than disease which comes on yielding to no remedy. Sweeter is killing thin contempt that breaks the spirit. Better abuse than undeserved praise.

220. மரீஇப் பலரோடு பன்னாள் முயங்கிப்
பொரீஇப் பொருட்டக்கார்க் கோடலே வேண்டும் ;
பரீஇ உயிர்செகுக்கும் பாம்பொடும் இன்னா
மரீஇப் பின்னைப் பிரிவு.

விளக்கம்

பலருடன் சேர்ந்து பலநாள் கலந்து பழகி பலருடைய குணங்களையும் ஒப்பிட்டு அறிந்து, தகுதியுடைய மேலோரை நண்பராகக்கொள்ள வேண்டும். ஏனெனில் பல்லினால் கடித்து உயிரைக் கொல்லும் பாம்போடாயினும், பழகிவிட்டுப் பின் பிரிதல் துன்பம் தருவதாகும். (கூடிப் பழகியபின் பிரிதல் துன்பம் ஆதலின், முன்பே ஒருவரது குணங்களை ஆராய்ந்து நட்புக் கொள்ள வேண்டும் என்பது கருத்து).

Explanation

Never forsake a friend!

When men have formed an intimacy (மரீஇ) separation afterwards even from a snake which slays with its tooth (பரீஇ), causes affliction (இன்னா) therefore associate intimately with many, and for many days take them to your bosom, conform to their tastes and habits (பொரீஇ), and hold fast the really worthy ones.

23. நட்பிற் பிழை பொறுத்தல்
23. Bearing and Forbearing in Friendship

221. நல்லார் எனத்தாம் நனிவிரும்பிக் கொண்டாரை
அல்லார் எனினும் அடக்கிக் கொளல்வேண்டும்;
நெல்லுக் குமியுண்டு நீர்க்கு நுரையுண்டு
புல்லிதழ் பூவிற்கு முண்டு.

விளக்கம்

யாவரும் விரும்பும் நெல்லுக்கு உமியாகிய குற்றம் உண்டு; தண்ணீருக்கு நுரையாகிய குற்றம் உண்டு; பூவுக்கும் புற விதழாகிய குற்றம் உண்டு; ஆதலால் 'இவர் நல்லவர்' என்று மிகவும் விரும்பி நண்பராக ஏற்றுக்கொள்ளப்பட்டவர், பின் கெட்ட குணமுடையவராகத் தோன்றினாலும், அவர்தம் குற்றங்களைப் பிறர் அறியாமல் மறைத்து, அவரை நட்பினராகவே மதிக்க வேண்டும்.

Explanation

Bear with infirmities. None are perfect.

When those to whom with strong desire we clung as good, prove otherwise, keep the sad secret bid, - cling to them still! The growing grain has husks; the water has its foam: flowers too have scentless outer sheath of leaves.

222. செறுத்தோ றுடைப்பினுஞ் செம்புனலோ டூடார்
மறுத்துஞ் சிறைசெய்வர் நீர்நசைஇ வாழ்நர்
வெறுப்ப வெறுப்பச் செயினும் பொறுப்பரே
தாம்வேண்டிக் கொண்டார் தொடர்பு.

விளக்கம்

தண்ணீர், அடைக்குந்தோறும் கரையினை உடைத்துக் கொண்டேயிருப்பினும், அந்த நல்ல நீருடன் யாரும் சினம் கொள்ளார்; அதனை விரும்பி வாழ்பவர் மீண்டும் அந்த நீரை அணை கட்டித் தடுப்பர். அதுபோலத் தாம் விரும்பி நண்பராக ஏற்றுக்கொள்ளப்பட்டவர் மனம் வெறுக்கத் தக்க பிழைகளைச் செய்தாலும் சான்றோர் அவற்றைப் பொறுத்துக்கொள்வர்.

Explanation

Bear with your friends' faults, as the cultivator bears with the stream that often bursts its enclosure.

If though they dam it up, the fresh flood should burst its bonds, men do not feel aggrieved; but straightway imprison it again, for by the precious stream they live: so though their friends again and again do very disagreeable things, men bear with those whose friendship is dear.

223. இறப்பவே தீய செயினுந்தம் நட்டார்
பொறுத்தல் தகுவதொன் றன்றோ — நிறக்கோங்கு
உருவவண் டார்க்கும் உயர்வரை நாட!
ஒருவர் பொறையிருவர் நட்பு.

விளக்கம்

பொன்னிறமான கோங்க மலரில் அழகிய வண்டுகள் ஆரவாரிக்கும் உயர்ந்த மலைகள் உள்ள நல்ல நாட்டுக்கு அரசனே! ஒருவனுடைய பொறுமையினால் இருவருடைய நட்பு வளரும். ஆதலால், நண்பர் மிகவும் தீயனவற்றைச் செய்தாலும், அவற்றைப் பொறுத்துக்கொள்ளுதல் தகுதியான ஒரு செயல் அல்லவா?

Explanation

Bear all things!

Lord of the lofty hilly land, where the bees hum through all the flowery Gongu-glade ! — Though friends should work us surpassing ills, the only thing that is meet is forbearance: patience of one is friendship of the twain.

224. மடிதிரை தந்திட்ட வான்கதிர் முத்தம்
கடுவிசை நாவாய் கரையலைக்குஞ் சேர்ப்ப!
விடுதற் கரியார் இயல்பிலரேல் நெஞ்சம்
சுடுதற்கு மூட்டிய தீ.

விளக்கம்

மடிந்து விழும் அலைகள் கொணர்ந்து குவித்த ஒளி பொருந்திய முத்துகளை, மிகுந்த வேகமுள்ள கப்பல்கள் கரையிலே அலையச் செய்கின்ற கடற்கரையை உடைய வேந்தனே! கை விடற்கரிய

நண்பர்கள் நற்குணம் இல்லாதவரானால், அவர்கள் நம் நெஞ்சைச் சுடுவதற்காக நம்மாலேயே மூட்டப்பட்ட தீயாவர். (கைவிடற்கரிய நண்பர்கள் மனத்துக்கு வருத்தம் தரும் செயல்களைச் செய்யாதிருக்க வேண்டும் என்பது கருத்து).

Explanation

To be wroth with those we love, is like fire in the breast!

Lord of the shore where pearls of purest lustre are thrown up by circling waves, and where swift darting boats are borne through the surf !—when friends who we may not leave have alien hearts, it is as a scorching fire enkindled in the soul.

225. இன்னா செயினும் விடற்பால ரல்லாரைப்
பொன்னாகப் போற்றிக் கொளல்வேண்டும் — பொன்னொடு
நல்லிற் சிதைத்ததீ நாடொறும் நாடித்தம்
இல்லத்தில் ஆக்குத லால்.

விளக்கம்

பொன்னுடன் நல்ல வீட்டையும் சுட்டெரிக்கும் நெருப்பை (உணவு படைக்க உதவும் தேவை கருதி) ஒவ்வொரு நாளும் வீட்டில் அதனை உண்டாகிப் போற்றி வருகிறோம். அதுபோல, இடையிடையே துன்பங்களைச் செய்தாலும் கைவிடற்கரிய நண்பர்களைப் பொன்போல் நினைத்து மேலாகக் கொள்ள வேண்டும்.

Explanation

Forsake not friends though they wrong you.

Though those, from whom you may not part, do grievous things, O maid who art as Lakshmi! you must still cherish your chosen friends—fire destroys men's wealth and happy homes, yet is it sought there and kindled every day.

226. இன்னா செயினும் விடுதற் கரியாரைத்
துன்னாத் துறத்தல் தகுவதோ — துன்னருஞ்சீர்
விண்குத்து நீள்வரை வெற்ப! களைபவோ
கண்குத்திற் றென்றுதங் கை.

விளக்கம்

அடைதற்கரிய வானளவு உயர்ந்த மலைகளையுடைய நாட்டுக்கு அரசனே! கண்ணைக் குத்திவிட்டது என்பதற்காக யாராவது தன் கைகளில் உள்ள விரல்களை வெட்டி எறிவார்களா? அதுபோல, துன்பங்களைச் செய்தாலும் அரிய நண்பர்களை விலக்கி விடுதல் தகுதியாகுமோ? ஆகாது.

Explanation

Friends are not to be forsaken on account of their faults.

When those from whom it is hard to part do evil things should men at once renounce them?—Lord of the lengthening hills that pierce the sky, whence rarest giftsdescend !—Do men cut off their hand because it pricked their eye?

227. இலங்குநீர்த் தண்சேர்ப்ப! இன்னா செயினும்
    கலந்து பழிகாணார் சான்றோர் — கலந்தபின்
    தீமை யெடுத்துரைக்குந் திண்ணறிவில்லாதார்
    தாமும் அவரிற் கடை.

விளக்கம்

விளங்கும் நீர்மிக்க குளிர்ந்த கடற்கரையை உடைய நாட்டின் அரசனே! நண்பர் தீயனவற்றைச் செய்தாலும், சான்றோர், அவர் செய்த பிழையை மனத்தில் கொள்ளார். நட்புச் செய்தபின் அவர் குற்றத்தை எடுத்துரைக்கும் திடமான அறிவில்லாதவர் தீமை செய்யும் நண்பரைவிடத் தாழ்ந்தவராவர்.

Explanation

Those who forsake friends that have committed a fault are worse than they.

Lord of the cool shore of the shining sea! The perfect ones when they have contracted an intimacy with any, see no faults in them, even if they do things that cause pain. Those who, being without stable wisdom, take up and tell out men's evil deeds after contracting an intimacy with them, are themselves worse than they.

228. ஏதிலார் செய்த திறப்பவே தீதெனினும்
நோதக்க தென்னுண்டாம் நோக்குங்கால் — காதல்
கழுமியார் செய்த கறங்கருவி நாட!
விழுமிதாம் நெஞ்சத்துள் நின்று.

விளக்கம்

ஒலிக்கும் மலை அருவிகளையுடைய நாட்டுக்கு அரசனே! அயலார் செய்த தீங்கு மிகவும் கொடியதானாலும், இஃது ஊழால் நேர்ந்தது என்று நோக்குங்கால் அதில் வருந்துவதற்கு என்ன இருக்கிறது? அங்ஙனமிருக்க, அன்பு மிகுந்தவர், உரிமையால் செய்த தீமை நெஞ்சில் நின்று சிறந்ததாகிவிடும். (அயலார் செய்ததை ஆராயுங்கால், வெறுக்கத் தகாததானால் அன்பர் செய்தது பிரியமானதாகும் என்பது கருத்து.

Explanation

Faults in strangers and in friends

Lord of the land of resounding waterfalls! Though what those alien to us have done may be surpassingly evil, what is there to be pained at, when you regard it?

Things done by affectionate friends, will be excellent when so regarded by the mind.

229. தமரென்று தாங்கொள்ளப் பட்டவர் தம்மைத்
தமரன்மை தாமறிந்தா ராயின் அவரைத்
தமரினும் நன்கு மதித்துத் தமரன்மை
தம்முள் அடக்கிக் கொளல்.

விளக்கம்

தம் நண்பர் என்று தம்மால் ஏற்றுக்கொள்ளப்பட்டவர் தம்மை, தம் நண்பராதற்குரிய தன்மையில்லாதவர் என்று பிறகு உணர்ந்தார்களாயின், அப்போதும் அவர்களைத் தம் நண்பர்களைவிட மேலாகக் கருதி, நண்பராதற்குரிய பண்பு இல்லாத அவரது தன்மையைத் தம் மனத்துக்குள்ளேயே அடக்கிக்கொள்ள வேண்டும். (அப்படிக் குற்றம் மறைத்து அவர்களை மதித்தால் அவர்கள் பிழை உணர்ந்து வருந்தித் திருந்துவர் என்பது கருத்து).

Explanation

If friends prove unfaithful, love them the more, and keep the secret of their unfaithfulness in your own bosom.

If we perceive those we have accepted as our own to be not really ours, we must pay even more respect to them than to our own, and keep concealed in our own mind the fact that they are not really ours.

230. குற்றமும் ஏனைக் குணமும் ஒருவனை
நட்டபின் நாடித் திரிவேனேல் — நட்டான்
மறைகாவா விட்டவன் செல்வுழிச் செல்க
அறைகடல்சூழ் வையம் நக.

விளக்கம்

ஒருவனை மனம் விரும்பி நண்பனாக ஏற்ற பிறகு, அவனது குற்றத்தையும் ஆராய்ந்து மற்றவர்களிடம் சொல்லித்திரிவேனாகில், ஒலி கடல் சூழ் உலகத்தார் என்னைப் பார்த்து இகழ்ந்து சிரிப்பார்கள். நான், 'நண்பனின் குற்றத்தை மறைக்காது வெளிப்படையாகத் தூற்றுபவன் என்கிற பாவத்தைச் சுமந்து நரகத்தைச் சென்றடைவேனாக.'

Explanation

He who pries into his friends faults shares the punishment of the revealer of secrets. If, after I have taken a man for my friend, I go about prying into his faults and virtues (other qualities), may I departwhither that man goes who has not kept his friend's secret, while the earth, begirt by the resounding sea, laughs.

24. கூடா நட்பு
24. Unreal Friendship

231. செறிப்பில் பழங்கூரை சேறணை யாக
இறைத்துநீர் ஏற்றுங் கிடப்பர் —கறைக்குன்றம்
பொங்கருவி தாழும் புனல்வரை நன்னாட!
தங்கரும் முற்றுந் துணை.

விளக்கம்

மேகம் சூழப்பட்ட கரிய நிறத்தையும், பொங்கி விழும் அருவிப் புனலையும் உடைய மலைநாட்டு மன்னனே! சுயநலவாதிகள், கட்டுக்கோப்பற்ற பழைய வீட்டின் உள்ளே தண்ணீர் புகாதவாறு அணைகோலியும், முன்னரே புகுந்த நீரை வெளியே இறைத்தும், மேல்விழும் நீரைப் பாத்திரத்தில் ஏற்றும் தம் காரியம் ஆகும் வரை நம்மிடம் இருப்பர்; பின் பிரிவர். (சிலர் ஒருவரால் ஒரு காரியம் ஆக வேண்டியிருந்தால், அக்காரியம் முடியும்வரை, அவர் துன்புறுங்காலத்தில் அதனைத் தாங்களும் தாங்கிக்கொண்டிருந்து அக்காரியம் முடிந்தபின் அவரை விட்டு நீங்கிவிடுவர். ஆதலின், இப்படிப்பட்டவருடன் நட்புக் கொள்ளக்கூடாது என்பது கருத்து).

Explanation

Unreal friends cling to you till they have gained their desire.

Lord of the pleasant well-watered mountain land, where boiling waterfalls pour down from the dark hills! (Poor men) linger beneath the old roof that affords no shelter, baling out the water, and making mud embankments, and enduring the down-pour; (even so unreal friends stick by you) till their purpose has been attained.

232. சீரியார் கேண்மை சிறந்த சிறப்பிற்றாய்
மாரிபோல் மாண்ட பயத்ததாம் — மாரி
வறந்தக்கால் போலுமே வாலருவி நாட!
சிறந்தக்காற் சீரிலார் நட்பு.

விளக்கம்

மிகவும் வெண்மையான அருவிகளைக் கொண்ட மலை நாட்டு வேந்தனே! உயர்ந்தோர் நட்பு மேலான சிறப்புடையதாய்

மழைபோலும் சிறந்த பயனுள்ளதாகும். நற்குணமில்லாதார் நட்பு மிகுந்தால், மழை பெய்யாமல் வறண்ட காலத்தை ஒக்கும். (மழை இல்லாததால் வளம் குறைதலோடு வெயிலும் சுட்டரிப்பதுபோல, கூடா நட்பால் நன்மையின்றித் தீமை நேரும் என்பது கருத்து).

Explanation

The friendship of the excellent like rain; of others like drought.

Lord of the land of pure (white, forming) waterfalls! The friendship of the virtuous is of exceeding excellence, and yields glorious results — like (seasonable) rain; but the friendship of the vicious, even in the time of its exuberance, is as when the rain fails in the time of drought.

232. நுண்ணுணர்வி னாரொடு கூடி நுகர்வுடைமை
விண்ணுலகே யொக்கும் விழைவிற்றாம் — நுண்ணூல்
உணர்வில ராகிய ஊதிய மில்லார்ப்
புணர்தல் நிரயத்துள் ஒன்று.

விளக்கம்

நுட்பமான அறிவினை உடையவர்களுடன் நட்புச் செய்து அதன் பயனை அனுபவித்தல், விண்ணுலக இன்பத்தினைப் போல மேன்மையுடையதாகும். நுட்பமான நூலறிவு அற்ற பயனில்லாதவருடன் நட்புக் கொள்ளுதல் நரகங்கள் ஒன்றினுள் சேர்ந்திருத்தல்போல் துன்பம் தருவதாகும்.

Explanation

Bliss enjoyed with the wise is heaven; association with the ignorant and worthless is hell.

Enjoyment of the society of men of refinement resembles the heavenly world in the pleasure it affords. Closest contact with those destitute of fine perception of the value of learned pursuits —men who gain no wisdom from you, nor you from them—is one of the hells.

234. பெருகுவது போலத் தோன்றிவைத் தீப்போல்
ஒருபொழுதுஞ் செல்லாதே நந்தும் — அருகெல்லாஞ்
சந்தன நீள்சோலைச் சாரல் மலைநாட!
பந்தமிலாளர் தொடர்பு.

விளக்கம்

பக்கங்களில் எல்லாம் சந்தன மரத்தோப்புகளைக் கொண்ட மலை நாட்டு அரசனே! அன்பு இல்லாதவருடன் கொண்ட நட்பு வளர்வதுபோலத் தோன்றி (வைக்கோலில் பற்றிய தீயைப்போல) ஒரு கணப்பொழுதும் நில்லாது கெடும்.

Explanation

Intimacy with those who have no sympathy is like fire in the stubble.

Lord of the land where wide groves of Sandal cover the hilly slopes! Friendship with those who feel not its real obligation, like fire in the straw (suddenly) appears, seeming as though it would increase, but never advancing dies out.

235. செய்யாத செய்தும்நாம் என்றாலும் செய்தவனைச்
செய்யாது தாழ்த்துக்கொண் டோட்டலும் — மெய்யாக
இன்புறூஉம் பெற்றி இகழ்ந்தார்க்கும் அந்நிலையே
துன்புறூஉம் பெற்றி தரும்.

விளக்கம்

செய்ய முடியாத காரியங்களையெல்லாம் நாம் செய்வோம் என்று உரைத்தலும், செய்ய முடிந்த காரியத்தை முடிக்காமல் காலம் கடத்தலும் ஆகிய இவை, உண்மையாகவே, இன்புறத்தக்க பொருள்களையெல்லாம் வெறுத்துத் துறந்தவர்க்கும் அப்பொழுதே துன்பத்தைத் தரும். (செய்ய முடியாததைச் செய்வோம் என்பது வெற்று ஆரவார மொழியாகும்; செய்ய முடிந்ததைச் செய்யாது காலத்தை ஓட்டுதல் நம்பிக்கை மோசடியாகும். எனவே, இத்தகையோருடன் நட்புக் கொள்ளக்கூடாது என்பது பொருள்).

Explanation

Boastings and delays.

The promising to do what cannot be done, and the putting off and leaving undone through delay things that could be done, will forthwith bring experience of sorrow even to those who have condemned truthfully the pleasant experiences of life (ascetics and saints).

236. ஒருநீர்ப் பிறந்தொருங்கு நீண்டக் கடைத்தும்
விரிநீர்க் குவளையை ஆம்பலொக் கல்லா ;
பெருநீரார் கேண்மை கொளினுநீ ரல்லார்
கருமங்கள் வேறு படும்.

விளக்கம்

ஒரே குளத்தில் தோன்றி, ஒன்றாகவே நீண்டு வளர்ந்தபோதிலும், விரிந்து மணம் வீசும் தன்மையுள்ள குவளை மலர்களுக்கு அல்லி மலர்கள் இணையாக மாட்டா. அதுபோல, சிறந்த குணங்கள் பொருந்தியவருடைய நட்பைப் பெற்றாலும் நற்குணங்கள் இல்லாதார் செயல்கள் வேறுபட்டிருக்கும். (நல்லோருடன் பழகினாலும் தமது கெட்டக் குணத்தை விடாதவருடன் நட்பு கொள்ளக்கூடாது என்பது கருத்து).

Explanation

The water-lily does not become a lotus by being in the same tank with it: so evil persons will act in conformity with their natures.

The Ambal (water-lily) does not equal the expanding Kuvalai though born and growing together with it in the same pool : though they attain to intimacy with those of generous instincts, the deeds of men in whom these instincts are lacking will be diverse.

237. முற்றற் சிறுமந்தி முற்பட்ட தந்தையை
நெற்றுக்கண் டன்ன விரலால் ஞெமிர்த்திட்டுக்
குற்றிப் பறிக்கும் மலைநாட! இன்னாதே
ஒற்றுமை கொள்ளாதார் நட்பு.

விளக்கம்

இளைய சிறிய பெண் குரங்கு, தன் எதிரே வந்த தந்தையாகிய பெரிய ஆண் குரங்கினை, பயற்றம் நெற்றைக் கண்டாற்போன்ற தன் கைவிரல்களால் முறுக்கிக் குத்தி (அதன் கையில் உள்ள கனியை) பறித்துக்கொள்வதற்கு இடமான மலைகள் உள்ள நாட்டை உடைய மன்னனே! மனம் பொருந்தாதவரிடம் கொள்ளும் நட்பு துன்பம் தருவதாகும்.

Explanation

Friendship with the uncongenial is bad.

Lord of the hilly land where the immature little monkey, with its finger like a bean-pod, will flip its father when it meets him, and poke him and snatch fruit from him! Afflictive indeed is friendship with the uncongenial.

238. முட்டுற்ற போழ்தின் முடுகிஎன் ஆருயிரை
நட்டான் ஒருவன்கை நீட்டேனேல் — நட்டான்
கடிமனை கட்டழித்தான் செல்வுழிச் செல்க
நெடுமொழி வையம் நக.

விளக்கம்

என் நண்பன் துன்புற்றபோது விரைந்து சென்று, எனது அருமையான உயிரை அவன் கையில் கொடுத்து அவனது துன்பத்தைப் போக்காவிடின், மிக்க புகழுடைய இந்த உலகம் சிரிக்குமாறு, நண்பனின் சிறந்த மனைவியைக் கற்பழித்த பாவி செல்லும் நரகத்துக்கு நான் செல்வேனாக!

Explanation

The curse of him who does not offer his life for his friend.

If I hasten not to put forth my hand and offer my precious life to my friend when in distress, may I depart whither he goes who has violated the sanctity of his friend's wedded wife, while the far-famed world laughs!

239. ஆன்படு நெய்பெய் கலனுள் அதுகளைந்து
வேம்படு நெய்பெய் தனைத்தரோ ; —தேம்படு
நல்வரை நாட! நய்முணர்வார் நண்பொரீஇப்
புல்லறிவி னாரொடு நட்பு.

விளக்கம்

தேன்கூடுகள் பொருந்திய மலைநாட்டு மன்னனே! நன்மையை அறிவாரோடு கொண்ட நட்பை நீக்கிப் புல்லறிவினை உடையாரோடு கொண்ட நட்பு, பசுவின் நெய் ஊற்றி வைக்கும் பாத்திரத்தில் அந்த நெய்யை நீக்கி, வேப்பெண்ணெய் ஊற்றி வைத்ததுபோலாகும்.

Explanation

Bitter for sweet.

Lord of the land of goodly hills where honey flows! To forsake the friendship of those who know the right, and cultivate that of shallow pretenders to knowledge, is like emptying out cow's ghee from a vessel and pouring into it margosa oil.

240. உருவிற் கமைந்தான்கண் ஊராண்மை இன்மை
பருகற் கமைந்தபால் நீரளா யற்றே;
தெரிவுடையார் தீயினத்தா ராகுதல் நாகம்
விரிபெடையோ டாடிவிட் டற்று.

விளக்கம்

அழகுடையவனாக அமைந்த ஒருவனிடம் ஒப்புரவு (உபகாரம்) இல்லாமை, பருகுவதற்கு அமைந்த பாலில் நீரைக் கலந்தது போலாகும். அறிவுடையோர் தீயோரைச் சார்ந்து கெடுதல், நாகப்பாம்பு, விரியன் பெடையுடன் புணர்ந்து உயிரை விட்டது போலாகும். (உருவ அழகு இருந்தும் பயனில்லை; உதவும் பண்பும் வேண்டும் என்பதும், சேரத்தகாதவருடன் சேரின் கெடுவர் என்பதும் இப்பாடற் கருத்துக்களாம்).

Explanation

A specious outward appearance without a liberal spirit

The absence of generosity in those whose exterior is pleasing, is like the mingling of water with the milk provided for food: when men of understanding take to bad company it is like the disporting of a Cobra with a female viper.

25. அறிவுடைமை
25. The Possession of Practical Wisdom

241. பகைவர் பணிவிடம் நோக்கித் தகவுடையார்
தாமேயும் நாணித் தலைச்செல்லார் காணாய்;
இளம்பிறை யாயக்கால் திங்களைச் சேராது
அணங்கருந் துப்பின் அரா.

விளக்கம்

வருத்தத்தைச் செய்யும் மிக்க வலிமையுடைய பாம்பு, திங்கள், இளம்பிறைச் சந்திரனாக இருக்கும்போது, அதனை விழுங்கச் செல்லாது. அதுபோல, வெல்லும் தகுதியுடையோர், பகைவர் மெலிந்திருக்கும் சமயம் பார்த்து, அவர்தம் மெலிவுக்குத் தாமே வெட்கம் அடைந்து, அவருடன் போர் செய்யப் புறப்படமாட்டார்கள். (பகைவர் தளர்ந்திருக்கும்போது அவரை வெல்ல நினையாது, அவரது நிலைகண்டு இரங்குதல் அறிவுடைமையாகும் என்பது கருத்து).

Explanation

Generosity to fallen foes.

Worthy men, when they behold where foes are foiled, themselves too feel sore abashed, and do not hasten on to crush them. Behold, the strong invulnerable dragon draws not near the moon (to swallow it) when it is in its tender crescent days!

242. நளிகடல் தண்சேர்ப்ப! நல்கூர்ந்த மக்கட்
கணிகல மாவ தடக்கம் — பணிவில்சீர்
மாத்திரை யின்றி நடக்குமேல் வாழுமூர்
கோத்திரங் கூறப் படும்.

விளக்கம்

பெரிய, குளிர்ந்த கடற்கரையை உடைய நாட்டுக்கு அரசனே! வறுமையுற்ற மக்களுக்கு அணிகலமாவது அடக்கமுடைமையாகும்; அடக்கமின்றி அளவு கடந்து நடப்பாராயின் ஊரில் வாழ்பவரால் அவர்களது குலமும் இழித்துரைக்கப்படும். (வறுமையிலும் அடங்கியிருத்தல் அறிவுடைமையாகும் என்பது கருத்து).

Explanation

Self-restraint, an ornament.

Lord of the cool shore of the spreading sea ! To men in poverty a modest self-restraint is the chiefest ornament. If a man live in unbending pride, and in a manner unbefitting his position, his fellow-townsmen will revile his race.

243. எந்நிலத்து வித்திடினும் காஞ்சிரங்காழ் தெங்காகாது
எந்நாட் டவரும் சுவர்க்கம் புகுதலால்,
தன்னாற்றான் ஆகும் மறுமை வடதிசையும்
கொன்னாளர் சாலப் பலர்.

விளக்கம்

எந்த நிலத்தில் விதைத்தாலும் எட்டி விதை, தென்னை மரமாக வளராது; தென்னாட்டிலே பிறந்தவரும் நல்லறம் செய்து தேவர் உலகம் செல்வதால், ஒருவருக்குத் தம் முயற்சியாலேயே மறுமைப்பேறு கிடைக்குமேயன்றிப் பிறந்த இடத்தாலன்று. வடநாட்டில் பிறந்தவராயினும் நல்லற முயற்சியின்றி வீணாகக் காலத்தைக் கழித்து நரகம் புகுவார் மிகப் பலர். (தென்னாட்டை 'நரக பூமி' என்றும், வடநாட்டைப் 'புண்ணிய பூமி' என்றும் கூறுவர். ஆயினும், வித்தின் இயற்கையன்றி மரத்துக்கு நிலத்தின் இயற்கை இல்லாததுபோல, மறுமைப் பயன் அடைய அவரவர் செய்கையே காரணமாதலன்றித் திசையினால் ஒன்றும் இல்லை என்பது கருத்து).

Explanation

Character, not birthplace.

Whatever soil you sow it in, the Strychnos nut grows not into a cocoa-palm. Some of the Southern land have entered Paradise! It is man's way of life that decides his future state. Full many from the Northern land are denizens of hell.

244. வேம்பின் இலையுட் கனியினும் வாழைதன்
தீஞ்சுவை யாதுந் திரியாதாம்; ஆங்கே
இனந்தீ தெனினும் இயல்புடையார் கேண்மை
மனந்தீதாம் பக்கம் அரிது.

விளக்கம்

வேம்பின் இலைகளிடையே வாழை பழுத்தாலும் அதன் இனிய சுவை சிறிதும் வேறுபடாது. அதுபோல, பண்புடையார் சேர்ந்த இனம் தீதாயினும் அதனால் அவர்கள் மனம் தீயதாகும் தன்மை இல்லை. *(மனத் திண்மையுடையவர் தீயோர் சேர்க்கையால் குணம் மாறார் என்பது கருத்து).*

Explanation

Good men not affected by corrupt influences.

Though ripened amid margosa leaves the fruit of the plantain loses no atom of its sweet flavour. Even so the friendship of men of noble mood, although their race be evil, can hardly work ill to the mind.

245. கடல்சார்ந்தும் இன்னீர் பிறக்கும், மலைசார்ந்தும்
உப்பீண் டுவரி பிறத்தலால் ; தத்தம்
இனத்தனைய ரல்லர் எறிகடல்தண்சேர்ப்ப!
மனத்தனையர் மக்களென் பார்.

விளக்கம்

அலை மோதும் குளிர்ந்த கடற்கரையை உடைய நாட்டுக்கு அரசனே! கடல் அருகிலும் இனிய நீர் உண்டாகும்; மலை அருகிலும் உப்பு நீர் சுரக்கும். ஆதலால், மக்கள் தாம் தாம் சார்ந்த இனத்தை ஒத்தவரல்லர்; தம் தம் மன இயல்பை ஒத்தவராவர். *(மாசற்ற, தெளிந்த அறிவுடையார் எந்தச் சூழலிலும் மனம் திரியார் என்பது கருத்து).*

Explanation

Not environment, but mind makes the man.

Though close by the sea, sweet waters oft-times spring up there; on the hill-side the waters often gush out all brine! Thus men are not as their race. — Lord of the dashing sea's cool shore! Men are as their minds.

246. பராஅரைப் புன்னை படுகடல் தண்சேர்ப்ப!
ஓராஅலும் ஒட்டலுஞ் செய்பவோ? நல்ல

மரூஉச்செய் தியார்மாட்டுத் தங்கு மனத்தார்
விராஅஅயச் செய்யாமை நன்று.

விளக்கம்

பருத்த அடிமரத்தினையுடைய புன்னை மரங்களால் பொலிவு பெற்ற குளிர்ந்த கடற்கரையை உடைய மன்னனே! நிலையான மனம் உடையவர்கள் இனிய செய்கையுடையாரிடத்தும் நீங்குதலும் பின் சேர்தலும் செய்வார்களா? செய்ய மாட்டார்கள். இப்படிச் சேர்ந்து நீங்குதலை விட முதலிலேயே நட்புச் செய்யாதிருத்தல் நல்லது. (அறிவுடையார் கூடிப் பிரிதலும் மீண்டும் கூடுதலும் இலர் என்பது கருத்து).

Explanation

Against caprice.

Lord of the cool sea-shore, where flourishes the thick-stemmed laurel ! Men whose minds are good (constant), and who adhere to whomsoever they have formed an intimacy with, will not sometimes avoid men, and at other times be intimate. It is good not to have fits of alternating warmth and indifference.

247. உணர உணரும் உணர்வுடை யாரைப்
புணரிற் புணருமாம். இன்பம் ;—புணரின்
தெரியத் தெரியுந் தெரிவிலா தாரைப்
பிரியப் பிரியுமாம் நோய்.

விளக்கம்

நாம் ஒன்றை மனத்தில் நினைக்க, அதனைக் குறிப்பால் உணரும் நுண்ணறிவு உடையோரை நண்பராகக் கொண்டால் இன்பம் மிகும். அப்படியின்றி, நமது எண்ணங்கள் வெளிப்படையாகத் தெரிந்த போதும் அவற்றை உணராத அறிவிலாரை நண்பராகக் கொள்வோமானால், அவர்களால் உண்டாகும் துன்பம், அவர்களை விட்டுப் பிரிய, தானே நீங்கும். (குறிப்பறியும் நுண்ணறிவுடையாரைக் கூடுதலும் அஃது இலாதாரைப் பிரிதலும் அறிவுடைமையாகும் என்பது கருத்து).

Explanation

Good and bad associations.

Join the men who thoroughly feel true wisdom's inner sense, and forthwith joy joins you. Join yourself to men devoid of the accurate preception of knowledge, and then parting from them is parting from pain.

248. நன்னிலைக்கண் தன்னை நிறுப்பானும், தன்னை
நிலைகலக்கிக் கீழிடு வானும், —நிலையினும்
மேன்மேல் உயர்த்து நிறுப்பானும், தன்னைத்
தலையாகச் செய்வானும் தான்.

விளக்கம்

நல்ல நிலையிலே தன்னை நிறுத்திக்கொள்பவனும், அந்த நிலையைக் கெடுத்துத் தன்னைத் தாழ்ந்த நிலையில் சேர்க்கின்றவனும், இருக்கும் நிலையைவிட மிகவும் மேலான நிலையிலே தன்னை உயர்த்திக்கொள்பவனும், தன்னைத் தலைமை உடையவனாகச் செய்துகொள்பவனும் தானே ஆவான். (ஒருவனது உயர்வு தாழ்வு அவனது அறிவினாலேயே உண்டாகும் என்பது கருத்து).

Explanation

Men makes, unmakes, and ennobles himself.

He that establishes a man in good, and he that disturbs that good position and casts him down, and he that more and more exalts a man and establishes him, and he that makes a man head (among men) is (the MAN) HIMSELF.

249. கரும வரிசையாற் கல்லாதார் பின்னும்
பெருமை யுடையாருஞ் சேறல் — அருமரபின்
ஓதம் அரற்றும் ஒலிகடல் தண்சேர்ப்ப!
பேதைமை யன்ற தறிவு.

விளக்கம்

அருமையாக ஒரே சீரான முறைப்படி அலைகள் ஆரவாரம் செய்யும் குளிர்ந்த கடற்கரையை உடைய நாட்டுக்கு வேந்தனே! சமுதாயத்துக்குப் பயன்தரத்தக்க ஒரு நல்ல காரியம் முறைப்படி

இனிதே நிறைவேறும் பொருட்டு, பெருமை உடையோரும் அறிவில்லார் பின் செல்வது அறியாமையன்று; அஃது அறிவுடைமையே! (கல்லாதாருடன் ஒரு நல்ல காரியத்தின் காரணமாகக் கலந்து வாழ்தல் அறிவுடைமையாகும் என்பது கருத்து).

Explanation

It is prudent sometimes to sacrifice pride.

Lord of the cool shore of the sounding sea, where from old time the billows roar!— In the course of their affairs when even great men follow after the unlearned, this is not folly but wisdom.

250. கருமமும் உட்படப் போகமும் துவ்வத்
தருமமும் தக்கார்க்கே செய்யா — ஒருநிலையே
முட்டின்றி மூன்று முடியுமேல் அஃதென்ப
பட்டினம் பெற்ற கலம்.

விளக்கம்

நல்ல தொழில் முயற்சியிலும் ஈடுபட்டுப் பொருளைச் சேர்த்து, இன்பமும் துய்த்து, தருமத்தையும் தகுதியுடையார்க்கே செய்து, ஒரு பிறப்பிலேயே இம்மூன்று செயல்களையும் தடையில்லாமல் நிறைவேற்ற முடியுமானால், அச்சாதனை, வாணிகத்தை வெற்றியுடன் முடித்துத் தான் சேரவேண்டிய துறைமுகப் பட்டினத்தைச் சேர்ந்த கப்பல்போல் இன்பம் தரும் என்பர். (ஒரு கப்பல், பல நாடுகளுக்கும் சென்று அலைந்து வியாபாரத்தை முடித்துத் தன்நிலையில் சேர்வதுபோல, ஒருவன் பல பிறவிகள் எடுத்து உழன்று கடைசிப் பிறவியில் அறம், பொருள், இன்பம் என்னும் மூன்றையும் பெற்று முக்தி அடைதலால் அப்பிறவி பயனுள்ள பிறவியாம் என்பது கருத்து).

Explanation

A perfect life-voyage.

If a man has wrought all fitting works, enjoyed all seemly pleasures, done deeds of charity to worthy men: if he shall have accomplished all these three unchecked, in this one state, of him men will say: 'that is a ship that has gained the haren'

26. அறிவின்மை
26. The Lack of Practical Wisdom

251. நுண்ணுணர் வின்மை வறுமை, அஃதுடைமை
 பண்ணப் பணைத்த பெருஞ்செல்வம் ;—எண்ணுங்கால்
 பெண்அவாய் ஆண்இழந்த பேடி அணியாளோ,
 கண்அவாத் தக்க கலம்.

விளக்கம்

பெண்மை இயல்பு மிகுந்து ஆண்மை இயல்பு குறைந்துள்ள பேடியும் கண்கள் விரும்பிக் காணத்தக்க அணிகளை அணிய மாட்டாளோ? அணிந்து கொள்வாள். (ஆயினும் இவை செல்வமாகா) ஆராய்ந்து நோக்குமிடத்து, நுட்பமான அறிவின்மையே வறுமையாகும். அஃது உடைமையே மிகப்பெரிய செல்வமாகும். மனிதர்க்குச் செல்வம் என்பதும் வறுமை என்பதும், அறிவும், அறிவில்லாமையுமேயன்றிப் பொருளும் பொருளின்மையும் அன்று என்பது கருத்து).

Explanation

Lack of accurate perception is poverty. Mere externals are nothing.

The want of refined knowledge is poverty, its possession is very great and abundant wealth. When one considers, will not a sexless creature, more woman than man, adorn herself with the jewels that her eye desires?

252. பல்லான்ற கேள்விப் பயனுணர்வார் பாடழிந்து
 அல்லல் உழப்ப தறிதிரேல் — தொல்சிறப்பின்
 நாவின் கிழத்தி உறைதலாற் சேராளே,
 பூவின் கிழத்தி புலந்து.

விளக்கம்

பலவகை நூல் கேள்விகளால் நிறைந்த பயனை அறிந்த நல்லறிஞர், தம் பெருமை குன்றி வறுமைத் துன்பத்தால் வாடுவதற்குரிய காரணத்தை அறிய விரும்புவீராயின் கூறுகிறேன். கேளுங்கள்! பழமையான சிறப்புள்ள நாவுக்குரிய கலைமகள் தங்கியிருப்பதால் பூவில் உறைதற்குரிய திருமகள் வெறுப்புற்று

அந்நல்லவரிடம் சேரமாட்டாள். (காலமெலாம் கற்று அறிவைப் பெருக்குவதிலேயே நாட்டமுள்ள நல்லறிஞர், பொருள் சேர்க்க வேண்டும் என்ற விருப்பமே இல்லாமல் வறுமையடைகின்றார் என்பது கருத்து).

Explanation

Why the goddess Fortuna avoids the learned.

Men of vast and varied lore are seen in low estate, and suffer want. Would you know the reason? The anciently renowned 'Lady of the tongue' abides with them). 'The Lady of the flowers' is jealous, and draws not near !

253. கல்லென்று தந்தை கழற அதனையோர்
சொல்லென்று கொள்ளா திகழ்ந்தவன், —மெல்ல
எழுத்தோலை பல்லார்முன் நீட்ட விளியா
வழுக்கோலைக் கொண்டு விடும்.

விளக்கம்

இளம் பருவத்தில் தந்தை 'படி' என்று சொல்லியும், அச்சொல்லை ஒரு சொல்லாக மதியாது புறக்கணித்தவன், பிற்காலத்தில் ×ஒருவன், எழுத்துக்களைக் கொண்டிருக்கும் ஓர் ஓலையைக்கொடுத்துப் பலருக்கு முன்னிலையில் 'படி' என்று தர, (அது கண்டு அவன் தன்னை அவமதித்ததாகக் கருதி) வெகுண்டு, அவனைத் தாக்கத் தடித்த கோலைக் கையில் எடுத்துக்கொள்வான்.

Explanation

Folly of refusing to learn in youth.

He who, when his father urgently bade him learn, did not take it as a serious matter, but contemned it; when, before many men, some one gently presents a written palm-leaf, will in anger fetch a stick to beat him as guilty of an insult.

254. கல்லாது நீண்ட ஒருவன் உலகத்து
நல்லறி வாள ரிடைப்புக்கு — மெல்ல
இருப்பினும் நாய்இருந் தற்றே, இராஅது
உரைப்பினும் நாய்குரைத் தற்று.

விளக்கம்

படிக்காமலே காலம் கழித்து உயரமாக வளர்ந்த ஒருவன், நல்லறிவாளர் அவையில் புகுந்து பேசாமல் இருந்தால் நாய் இருந்தது போலாம். அவ்வாறு இராது ஏதாவது ஒன்றைப் பேசினால் அது நாய் குரைத்தது போலாம். (கல்வி அறிவு பெறாதவர் நாய்போல் கருதப்படுவர். 'விலங்கொடு மக்கள் அனையர் இலங்குநூல், கற்றாரோடு ஏனையவர்' என்னும் குறள் இங்குக் கருதத்தக்கது).

Explanation

An ignorant man is a mere cur!

When a man who has grown up without learning enters the society of the wise, if he sits still, it is as if a dog sat there; and if he rises to speak, it is as though a dog barked.

255. புல்லாப்புன் கோட்டிப் புலவ ரிடைப்புக்குக்
கல்லாத சொல்லும் கடையெல்லாம் ;—கற்ற
கடாஅயினும் சான்றவர் சொல்லார் பொருள்மேற்
படாஅ விடுபாக் கறிந்து.

விளக்கம்

அறிவோடு பொருந்தாத புல்லிய புலவர் அவையில் புகுந்து, அற்பர் எல்லாரும் தாம் கல்லாதவற்றை யெல்லாம் ஆரவாரமாக எடுத்துரைப்பர். ஆனால், அறிவுடையவரோ தாம் கற்ற கருத்தைப் பிறர் கேட்டாலும், தாம் கூறுவது ஒருவேளை பொருளோடு பொருந்தாது போய்விடுமோ எனக் கருதி உடனே சொல்லார். (சிந்தித்துப் பார்த்தே உரைப்பர்).

Explanation

Cast not pearls before swine.

All the baser sort consorting with scholars of a heterodox and low school, will utter illiterate rubbish; but men replete with learning, though urgently asked, utter not the results of their learning, knowing that (the asker) would fail to apply their minds to the import of what was said.

256. கற்றறிந்த நாவினார் சொல்லார்தம் சோர்வஞ்சி;
மற்றைய ராவார் பகர்வர் ; பனையின்மேல்
வற்றிய ஓலை கலகலக்கும்; எஞ்ஞான்றும்
பச்சோலைக் கில்லை ஒலி.

விளக்கம்

நூல்களைக் கற்று அவற்றின் உட்பொருளை அறிந்த நாவினை உடைய புலவர், பேசினால் ஏதேனும் பிழை நேருமோ என அஞ்சி, எதையும் கண்டபடி பேசார். கற்றறியாதவரோ வாய்க்கு வந்தபடி பேசுவர். பனைமரத்தில் உலர்ந்த ஓலைகள் எப்போதும் 'கலகல' என ஒலி எழுப்பும். பச்சை ஓலை அவ்வாறு ஒலிப்பதில்லை. (எப்போதும் அறிவுடையவர் அடங்கியிருப்பர்; அறிவற்றவர் அடக்கமின்றி ஆரவாரத்துடன் இருப்பர் என்பது கருத்து).

Explanation

Modest silence.

Men of learned tongues are silent, fearing some slip; others (ignorant men) will speak out; on the Palmyra tree the dried-up leaves make a loud rustling noise ; but evermore the green leaf gives forth no sound !

257. பன்றிக்கூழ்ப் பத்தரில் தேமா வடித்தற்றால்
நன்றறியா மாந்தர்க் கறத்தா றுரைக்குங்கால் ;
குன்றின்மேற் கொட்டுந் தறிபோல் தலைதகர்ந்து
சென்றிசையா வாகும் செவிக்கு.

விளக்கம்

நன்மையை அறியாத மக்களுக்கு அறத்தின் வழியைச் சொல்வது, பன்றிக்குக் கூழ்வார்க்கும் தொட்டியில் இனிய மாங்கனியின் சாற்றை ஊற்றுவதுபோலாகும். அன்றியும் கல்லின் மேல் அடிக்கப்படும் முளைக்குச்சியின் நுனி சிதைந்து அதனுள் இறங்கிப் பொருந்தாமை போல, அறவுரையும் அவர் காதுகளில் நுழைந்து பொருந்தாமற் போகும். (அறிவற்றவர்க்குச் செய்யும் அறவுரை பயனற்றது என்பது கருத்து).

Explanation

Good instruction thrown away on thankless people.

When you expound the way of virtue to ungrateful people, —which is like mashing up sweet mangoes for a pig in a food — trough, — those virtuous teachings lose all their force —have their point (தலை) broken (தகர்) by the obtuseness of the disciple— and do not enter into, or suit his ear, — like a stake which one would drive in on the side of a hill.

258. பாலாற் கழீஇப் பலநாள் உணக்கினும்
வாலிதாம் பக்கம் இருந்தைக் கிருந்தன்று;
கோலாற் கடாஅய்க் குறினும் புகலொல்லா
நோலா உடம்பிற் கறிவு.

விளக்கம்

பல நாளும் பாலால் கரியைக் கழுவி உலர்த்தினாலும் அதற்கு வெண்மையாகும் தன்மை இல்லை. அதுபோல, என்னதான் கோலால் அடித்துக் கூறினும் புண்ணியம் இல்லாதவனுக்கு அறிவு வராது. (தவமும் தவமுடையார்க்கு ஆகும் என்பதுபோல, அறிவும் புண்ணியம் இருந்தால்தான் பெற முடியும் என்பது கருத்து).

Explanation

Learning requires discipline.

Though you wash it with milk for many days and dry it, charcoal on no hypothesis becomes white ! So into the undisciplined body wisdom enters not, though you teach it, driving it in with a stick.

259. பொழிந்தினிது நாறினும் பூமிசைதல் செல்லா
திழிந்தவை காமுறூஉம் ஈப்போல் — இழிந்தவை
தாங்கலந்த நெஞ்சினார்க் கென்னாகும்? தக்கார்வாய்த்
தேன்கலந்த தேற்றச்சொல் தேர்வு.

விளக்கம்

பூவானது இனிய தேனைப் பொழிந்து நறுமணம் வீசினாலும், ஈயானது அப்பூவில் இருக்கும் தேனை உண்ணுதற்குச் செல்லாது, இழிவான பொருள்களையே விரும்பிச் செல்லும். அத்தகைய ஈயைப்போன்ற இழிவான குணங்கள் பொருந்திய நெஞ்சினார்க்கு,

தகுதிமிக்க பெரியோர் வாயிலிருந்து வரும் தேன்போல் இனிக்கும் உண்மை உரைகள் என்ன பயனைத் தரும்? (அறிவிலார் தாமும் அறியாது, பிறர் கூறினாலும் உணராது, எப்போதும் இழிந்த பொருளையே விரும்புவர் என்பது கருத்து).

Explanation

The fly desires not the fragrant honey. The base esteem not sweet and powerful words.

To those whose minds are full of foul things, — like the fly which goes not to feed on the flower that pours forth sweetness and breathes perfume, but fixes its eager desire on ordure,—What clear comprehension can there be of the lucid words full of honied sweetness that issue from the mouths of the worthy?

260. கற்றார் உரைக்குங் கசடறு நுண்கேள்வி
பற்றாது தன்நெஞ் சுதைத்தலால், —மற்றுமோர்
தன்போல் ஒருவன் முகநோக்கித் தானுமோர்
புன்கோட்டி கொள்ளுமாம் கீழ்.

விளக்கம்

(சான்றோர் அவையில்) கற்றவர் உரைக்கும் குற்றமற்ற, நுண்ணிய கருத்துகளைத் தன் நெஞ்சம் பிடித்து வைத்துக்கொள்ளாது உதைத்துத் தள்ளுவதால் கீழ்மகன், தன் போன்ற ஒரு கீழ் மகனது முகத்தை நோக்கித் தானும் உரையாடுவதற்கு ஒரு புல்லிய அவையைக் கூட்டுவான்.

Explanation

The base man rejects the words of the learned, and seeks the assembly of congenial fools.

The base man does not apprehend the faultless words of accurate instruction which the learned utter. These pain his mind. He therefore looks in the face of some other one like himself (for encouragement), and convenes a wretched assembly of his own: i.e. He finds one like-minded, and the two set up a sect.

27. நன்றியில் செல்வம்
27. Wealth that profits not

261. அருகல தாகிப் பலபழுத்தக் கண்ணும்
பொரிதாள் விளவினை வாவல் குறுகா;
பெரிதணிய ராயினும் வீடிலார் செல்வம்
கருதும் கடப்பாட்ட தன்று.

விளக்கம்

(தான் வாழும் மரத்துக்கு) அருகிலே பல பழங்களைக் கொண்டதாக இருப்பினும், பொரிந்த அடி மரத்தை உடைய விளாமரத்தை வௌவால் நெருங்காது. அதுபோல, தாம் இருக்கும் இடத்துக்கு மிகவும் பக்கத்தில் இருப்பவராயினும் பெருமையில்லாதார் செல்வம் 'அவர் தருவார்' என ஏழைகளால் நினைக்கத்தக்க தன்மையுடையதன்று. (பெருந்தன்மையில்லாதார் செல்வம் எளியோர்க்குப் பயன்படாது).

Explanation

Useless neighbours : so near and yet so far.

The bat approaches not the Heronia, with its dry stem, though it be night at hand and bear abundant fruit; so although mean people are very close at hand, their wealth is not a thing that can be counted upon.

262. அள்ளிக்கொள் வன்ன குறுமுகிழ வாயினும்
கள்ளிமேற் கைந்நீட்டார் சூடும்பூ அன்மையால்
செல்வம் பெரிதுடையராயினும் கீழ்களை
நள்ளார் அறிவுடை யார்.

விளக்கம்

அள்ளிக்கொள்வதுபோலச் சிறிய அரும்புகளை உடையவையானாலும், அவை சூடிக்கொள்வதற்கு ஏற்ற மலர்கள் அல்லாமையால், யாரும் கள்ளி மரத்தின்மீது கை நீட்டமாட்டார்கள். அதுபோல, மிகப்பெரும் செல்வம் உடையவரானாலும், அவர் செல்வம் யாருக்கும் பயன்படாமையால் கீழ்மக்களை அறிவுடையோர் விரும்பிச் சேரமாட்டார்கள்.

Explanation

None pluck the Kalli flowers. The wise approach not the base.

Men reach not out their band to the Kalli (Cactus), though it bears delicate round buds by the handful, because these are not flowers they can weave into a garland to crown themselves withal; so wise people from no friendships with the base however great their wealth may be.

263. மல்கு திரைய கடற்கோட் டிருப்பினும்
வல்லூற் றுவரில் கிணற்றின்கட் சென்றுண்பர் :
செல்வம் பெரிதுடைய ராயினும், சேட்டுசன்றும்
நல்குவார் கட்டே நசை.

விளக்கம்

மிகுந்த அலைகளையுடைய, சமுத்திரக் கரையில் இருந்தாலும், வலிமையான ஊறுதலையுடைத்தான, உப்பில்லாத கிணற்றிலே, சென்று நீரை உண்பார்கள்; மிகுந்த செல்வமுள்ளவர்களானாலும், (ஈயாதாரை விட்டு) தூரத்தில் போய், கொடுப்பவரிடத்துள்ளதே, ஆசை.

Explanation

Though living on the sea-shore, men go to the fresh spring to drink.

Though men live on the curved shore of the sea with its multitudinous waves, they go and drink at the well, with its perennial fountain of fresh water from the rock; so even if those (who are neighbours) are very wealthy, the desire (of the poor) is towards the liberal, though these may be far to seek.

264. புணர்கடல்சூழ் வையத்துப் புண்ணியமோ வேறே;
உணர்வ துடையார் இருப்ப — உணர்விலா
வட்டும் வழுதுணையும் போல்வாரும் வாழ்வரே,
பட்டும் துகிலும் உடுத்து.

விளக்கம்

கடல்கள் சூழ்ந்த இவ்வுலகில், செல்வத்துக்குரிய புண்ணியம் என்பது அறிவுக்குரிய புண்ணியத்தினின்றும் வேறாகவே இருக்கிறது. எவ்வாறெனின், கல்வி அறிவுடையார் ஒரு பொருளுமின்றி

வறுமையுற்று இருக்க, கறி முள்ளியும் கத்தரியும் போன்ற அற்பர் விலையுயர்ந்த பட்டாடையும், பருத்தி ஆடையும் உடுத்து வாழ்வர். (கறி முள்ளியும் கத்தரிச் செடியும் மிகுதியாக இருப்பினும் அவை, கொள்வாரை முள்ளால் குத்தும். அதுபோல பழைய புண்ணியத்தால் செல்வம் பெற்று வாழினும் அறிவிலாரிடம் ஈகைத் தன்மை இல்லை!)

Explanation

The senseless dressed in silks ! Virtue quite another matter.

In the world surrounded by the (all-)embracing sea, merit is quite an indifferent matter! Understanding ones are (poor); and even those of no understanding—who are like mere palm tree tufts and brinjals—live prosperously, clad in silks and rich garments.

265. நல்லார் நயவரிருப்ப நயமிலாக்
 கல்லார்க்கொன் றாகிய காரணம்,— தொல்லை
 வினைப்பய னல்லது வேல்நெடுங் கண்ணாய்!
 நினைப்ப வருவதொன் றில்.

விளக்கம்

இவ்வுலகில் நல்ல அறிவுடையோரும், நல்ல குணமுடையோரும் வறிவராக இருக்கும்போது, அவ்வறிவும் குணமும் அற்ற கீழோர் செல்வராக இருப்பதற்குக் காரணம், பழைய வினைப் பயனேயன்றி, எப்படி ஆராய்ந்து பார்த்தாலும் வேறு காரணம் இல்லை. (அறிவொழுக்கம் அற்றவர் செல்வராக வாழ்வதற்குக் காரணம் ஊழ்வினையே! ஆயினும் அவரிடம் இரக்கத் தன்மையின்மையால், செல்வம் பெற்றும் ஒரு பயனும் இல்லை என்பது கருத்து).

Explanation

Men fortunate who seem not to deserve it.

While pleasant folk and just abide (in poverty), you ponder why men unjust and ignorant have any joy. It is fruit of 'ancient deeds', thou whose long eyes are darts :—to thoughtful mind no other cause occurs.

266. நாறாத் தகடேபோல் நன்மலர்மேற் பொற்பாவாய்!
 நீறாய் நிலத்து விளியரோ ;—வேறாய

புன்மக்கள் பக்கம் புகுவாய்நீ பொன்போலும்
நன்மக்கள் பக்கம் துறந்து.

விளக்கம்

நறுமணமற்ற புற இதழைப்போல, நல்ல தாமரை மலர் மீது இருக்கும் அழகான பதுமைபோன்ற திருமகளே! நீ பொன்போன்ற நல்ல குணமுடைய மேன்மக்களை விட்டு விலகி, கீழ்மக்களைச் சேர்கிறாய்! ஆதலால், பூமியில் சாம்பலாகி அழிந்து போ! ('நறுமணம் இல்லாமலே பூவிலிருக்கும் புற இதழ்போல, நீயும் நற்குணமின்றிப் பூமியிலிருக்கிறாய்!' என்பது இகழ்ச்சிக் குறிப்பு. தீயோர் செல்வம் சீக்கிரம் தொலைதல் நன்று; இல்லையேல் அது பிறர்க்கும் தீங்கு உண்டாக்கும் என்பது கருத்து).

Explanation

Fortune cursed.

O golden dame, that sittest like a scentless leaf on a beauteous flower! Die, and fall in ashes to the ground: thou enterest homes of worthless men of perverse mind, forsaking good men pure as gold.

267. நயவார்கண் நல்குரவு நாணின்று கொல்லோ ;
பயவார்கட் செல்வம் பரம்பப் பயின்கொல் ;
வியவாய்காண் வேற்கண்ணாய் இவ்விரண்டும் ஆங்கே
நயவாது நிற்கும் நிலை.

விளக்கம்

வேல் போன்ற கண்ணை உடையவளே! பிறர்க்கு உதவும் நல்ல குணங்கள் உள்ளவரிடத்தே இருக்கும் வறுமைக்கு வெட்கம் இருக்காதோ? ஒருவருக்கும் நன்மை செய்யாத கீழ்மக்களிடம் உள்ள செல்வம் அவர்களை விட்டு நீங்காமல் ஒட்டிக்கொள்ளும் பிசினோ! இந்த வறுமையும் செல்வமும் நல்லோரிடமும் கீழோரிடமும் விரும்பத்தகாத முறையில் நிற்கும் தன்மைகளைக் கண்டு நீ வியப்பாயாக!

Explanation

Poverty with the good, and prosperity with the mean.

Has poverty, that bides with men of righteous souls, no shame? Does wealth to ungenerous men stick like glue? O thou of dart-like eye, with wonder see that thus, no just discernment made, these two abide!

268. வலவைக எல்லாதார் காலாறு சென்று
கலவைகள் உண்டு கழிப்பர் — வலவைகள்
காலாறும் செல்லார் கருனையால் துய்ப்பவே
மேலாறு பாய விருந்து.

விளக்கம்

வெட்கம் உள்ளவர்கள் வறுமையுற்றபோதும் நடந்து சென்று ஆங்காங்கே (செய்யும் சிறு தொழிலால்) பெறும் கலவைச் சோற்றை உண்டு காலத்தைக் கழிப்பார்கள். வெட்கமற்றவர்கள் காலால் நடந்துசெல்லாராகி (உழைப்பின்றி) தம் வீட்டினுள்ளே இருந்து, உடல்மேல் வியர்வை மிகுதியாக வடிய, பொரிக்கறியுடன் கூடிய உணவைத் தாமே உண்டு மகிழ்வர். (நாணமில்லார் தமது செல்வத்தைப் பிறர்க்குத் தராமல் தாமே அனுபவிப்பர் என்பது கருத்து).

Explanation

The self-dying and the self-indulgent.

Men who are not void of shame will travel forth on foot, and feed on scraps, —so pass their days; the shameless ones make no journeys on foot, but feed on dainties at home, perspiring over the feast.

269. பொன்னிறச் செந்நெற் பொதியொடு பீள்வாட,
மின்னொளிர் வானம் கடலுள்ளும் கான்றுகுக்கும்;
வெண்மை யுடையார் விழுச்செல்வ மெய்தியக்கால்
வண்மையு மன்ன தகைத்து.

விளக்கம்

பொன்போலும் நிறமுடைய செந்நெற் பயிரானது, தன்னுள் பொதிந்திருக்கும் கதிர்களுடன் வாடிக்கொண்டிருக்க, மின்னல் விளங்கும் மேகமானது, அங்கே பெய்யாது, கடலிலே பெய்துவிடும். அறிவற்றார் மிக்க செல்வத்தைப் பெற்றால் அவர் கொடையும் அத்தன்மையாகும். (அறிவற்றவர் தாம் பெற்ற செல்வத்தால் செய்யும் உதவி நல்வழியில் அமையாது).

Explanation

Misplaced liberality; rain on the sea.

While the red paddy's golden germ is parched within the year and dies, the cloud gleaming with lightnings pours forth its treasures on the sea. When silly men gain ample wealth, even so are their liberal gifts bestowed!

270. ஓதியும் ஓதார் உணர்விலார் ஓதாதும்
 ஓதி யனையார் உணர்வுடையார் : — தூய்தாக
 நல்கூர்ந்தும் செல்வர் இரவா தார்செல்வரும்
 நல்கூர்ந்தார் ஈயா ரெனின்.

விளக்கம்

உலக நடைமுறையை அறியும் அறிவிலாதார் கற்றவராயினும் கல்லாதவரே ஆவர்; உலக நடை அறியும் அறிவுடையார் கல்லாராயினும், கற்றவரே ஆவர். வறுமையுற்றாலும், மனம் தூயராய் இருந்து, பிறரிடம் சென்று ஒன்றையும் இரவாதவர், செல்வரே ஆவர். செல்வரும் வறியோர்க்கு ஒன்றைக் கொடுத்து உதவாராயின், வறியரே ஆவர். (உலகியல் அறிவும், கொடைக்குணமும் இன்றேல் செல்வம் சிறப்படையாது என்பது கருத்து).

Explanation

The unintelligent never learn; the intelligent perceive without learing.

Men void of understanding, though they learn, learn not! Men of understanding, though unlearned, are as men learned! They are rich, though utter paupers, who never beg; the rich are paupers if they bestow nothing!

28. ஈயாமை
28. Absence of Charity; or, the Miser

271. நட்டார்க்கும் நள்ளா தவர்க்கும் உளவரையால்
அட்டது பாத்துண்டல் அட்டுண்டல்;—அட்ட
தடைத்திருந் துண்டொழுகும் ஆவதில் மாக்கட்கு
அடைக்குமாம் ஆண்டைக் கதவு.

விளக்கம்

நண்பர்க்கும், நண்பர் அல்லாதார்க்கும் தம்மிடம் உள்ள பொருளைக் கொண்டு சமைத்த உணவினைப் பகுத்துக் கொடுத்துப் பின் தாமும் உண்பதுதான் உண்மையில் சமைத்து உண்பதாகும். அவ்வாறின்றிச் சமைத்த உணவினை, கதவை அடைத்துக்கொண்டு, உள்ளேயிருந்து தாம் மட்டும் உண்டு வாழும் நன்மையில்லாத சுயநல ஆன்மாக்கள் உள்ளே புக முடியாதபடி மேல் உலகத்தின் கதவுகள் அடைக்கப்படும். (இம்மையில் பகுத்து உண்ணாதவர்க்கு மறுமை இன்பம் இல்லை என்பது கருத்து).

Explanation

Share your food with friends and foes. To the selfish, heaven's gate is closed.

To eat your own meal, after sharing what you have cooked, to the extent of your ability, both with those who are friends and those who are not friends, is 'cooking and eating' (= is real house keeping). To the good-for-nothing human beings whose habit of life is to shut themselves up and eat alone what they have cooked, the door of yonder world will be shut.

272. எத்துணை யானும் இயைந்த அளவினால்
சிற்றறஞ் செய்தார் தலைப்படுவர்; —மற்றைப்
பெருஞ்செல்வம் எய்தியக்கால் பின்அறிதும் என்பார்
அழிந்தார் பழிகடலத் துள்.

விளக்கம்

எவ்வளவாயினும், தமக்கு இசைந்த பிரமாணத்தால், சிறிய தருமத்தையாகிலும் செய்தவர், மேன்மைப்படுவர்; வேறான, பெரு செல்வம் மிகுந்த செல்வம் பொருந்தின போது, தருமத்தை பின்பு பார்த்துக் கொள்வோம் என்கிறவர்கள், கடல்சூழ்ந்த பூமியில், பழிக்கப்பட்டு, கெட்டுப் போவார்.

Explanation

Give what you can, when you can.

Whatever the measure be, those who do even lesser acts of charity to the measure of their power shall attain to excellence. But those who, when they have obtained great wealth. say 'we will be wise (and give) by and by,' are lost in a sea of guilt.

273. துயத்துக் கழியான் துறவோர்க்கொன் றீகலான்
வைத்துக் கழியும் மடவோனை — வைத்த
பொருளும் அவனை நகுமே ; உலகத்
தருளும் அவனை நகும்.

விளக்கம்

பொருளை உண்டு அனுபவிக்காதவனாய், துறவிகளுக்கும் ஒன்றை ஈயாதவனாய், பொருளை அப்படியே விட்டுவிட்டு இறந்து போகும் அறிவில்லாதவனை நோக்கி, அவன் தேடி வைத்த பொருளும் (இம்மையில்) 'என்னை நீ நன்கு பயன்படுத்திக் கொள்ளவில்லையே' எனச் சிரிக்கும். (தான் தேடிய பொருளால் அறம் செய்து மறுமைப்பேறும் பெற்றிலனே என அருளுடையோரும் சிரிப்பர். (ஈகை இல்லாதார் இம்மை மறுமை இன்பங்களை இழப்பர் என்பது கருத்து).

Explanation

The miser contemptible.

The senseless man who spends not time in enjoyment (of his wealth), and who gives nothing to pions devotees, but hoards and dies, —him his hoarded wealth derides; him all that is gracious in the world derides.

274. கொடுத்தலும் துய்த்தலும் தேற்றா இடுக்குடை

உள்ளத்தான் பெற்ற பெருஞ்செல்வம் இல்லத்

துருவுடைக் கன்னியரைப் போலப் பருவத்தால்

ஏதிலான் துய்க்கப் படும்.

விளக்கம்

பிறர்க்குத் கொடுப்பதையும், தான் அனுபவிப்பதையும் அறியாத உலோப குணமுடையவன் அடைந்த பெரும் செல்வமானது, வீட்டில் பிறந்த அழகிய கன்னிப்பெண்களைப் பருவகாலத்தில் பிறர் அனுபவிப்பதுபோல, அயலானால் அனுபவிக்கப்படும். (உலோபியின் செல்வத்தை அயலாரே அனுபவிப்பர்).

Explanation

The miser loses what he hoards.

The great wealth obtained by the man of straitened soul, who knows not how either to give or to enjoy, shall be enjoyed by a stranger, in due season—like lovely virgins remaining unmarried in the dwelling.

275. எறிநீர்ப் பெருங்கடல் எய்தி யிருந்தும்

அறுநீர்ச் சிறுகிணற் றூறல்பார்த் துண்பர்;

மறுமை யறியாதா ராக்கத்தின் சான்றோர்

கழிநல் குரவே தலை.

விளக்கம்

மோதுகின்ற அலைகளை உடைய கடலை அடைந்திருந்தாலும், அதன் நீர் பயன்படாததால், மக்கள் அடிக்கடி நீர் வற்றிப் போகும் சிறு கிணற்றினது ஊற்றினையே தேடிக்கண்டு பருகுவர். ஆதலால்,

மறுமை இன்பத்தை நாடி அறம் செய்தலை அறியாதாரின் செல்வத்தைவிடச் சான்றோரின் மிக்க வறுமையே மேலானது. (உலோபிகள் செல்வம் பெற்றிருப்பினும் வறியரான சான்றோரளவு கூட உதவார்).

Explanation

Poverty better than the wealth of those who live for this world alone.

Though they have got the mighty sea with its dashing waves (to drink from), men wait for the stream slowly issuing from the little well, often dry, and drink there; so the exceeding poverty of the virtuous is preferable to the wealth of those who know not of the world to come.

276. எனதென தென்றிருக்கும் ஏழை பொருளை
எனதென தென்றிருப்பன் யானும்;—தனதாயின்
தானும் அதனை வழங்கான் பயன்துவ்வான் ;
யானும் அதனை அது.

விளக்கம்

அறிவில்லாதவன், தான் சேர்த்த பொருளை, 'என்னுடையது என்னுடையது' என்று சொல்லிக்கொண்டு இருப்பான். நானும் அப்பொருளை 'என்னுடையது என்னுடையது' என்று எண்ணிக் கொண்டிருப்பேன். ஏனெனில், அது அவனுடைய பொருளாக இருத்தலின் அதனைப் பிறர்க்குக் கொடுக்க மாட்டான்; தானும் அனுபவிக்க மாட்டான். அதுபோலவே, நானும், அப்பொருளைப் பிறர்க்குத் தராமலும், நான் அனுபவிக்காமலும் இருக்கிறேன். (தனக்கும் பயன்படாத, பிறருக்கும் பயன் தராத செல்வம் யாரிடம் இருந்தாலென்ன? வறியவர்க்குக் கொடுக்காத செல்வம், அதனைப் பெற்றவனுக்கும் உதவுவதில்லை என்பது கருத்து).

Explanation

Whose is the miser's wealth?

As to the property which the wretched churl claims saying 'It is mine, it is mine ,' I too chime in with "It is mine, it is mine;' for if it is his, he himself spends it not, nor enjoys the benefit of it; and I, too, neither spend nor enjoy it!

277. வழங்காத செல்வரின் நல்கூர்ந்தார் உய்ந்தார் ;
இழந்தார் எனப்படுதல் உய்ந்தார் — உழந்ததனைக்
காப்புரிந்தார் கல்லுதலும் உய்ந்தார்தம் கைந்நோவு
யாப்புய்ந்தார் உய்ந்த பல.

விளக்கம்

ஒருவருக்கு ஒன்றைக் கொடாத செல்வரைவிட வறுமையாளரே பல துன்பங்களிலிருந்து தப்பியவர் ஆவர். எவ்வாறெனில், 'செல்வத்தையெல்லாம் இழந்தார்' என உலகோர் பழிக்கும் பழிச் சொல்லினின்றும் தப்பினர்; வருந்திச் செல்வத்தைக் காத்தலின்றும் தப்பினர்; அச்செல்வத்தைப் பிறர் அறியாதவாறு புதைப்பதற்காக நிலத்தைத் தோண்டும் துன்பத்தினின்றும் தப்பினர். இப்படி அவ்வறியவர் தப்பினவை பல உண்டு. (ஈயாதார்க்குத் துன்பமேயன்றி இன்பம் இல்லை).

Explanation

Poor men better off than churls.

The poor have escaped much from which rich men that dispense not suffer. They have escaped the reputation of having lost their substance. They have escaped the toil of saving it. They have escaped (the labour of) digging (to hide it). They have escaped the ache of hands securing it from powerful plunderers. Many are the sorrows they have escaped.

278. தனதாகத் தான்கொடான்; தாயத் தவரும்
தமதாய போழ்தே கொடாஅர் : — தனதாக
முன்னே கொடுப்பின் அவர்கடியார், தான்கடியான்
பின்னை அவர்கொடுக்கும் போழ்து.

விளக்கம்

பொருள் தன்னுடையதாக இருக்கும்போது, ஓர் உலோபி தானும் பிறர்க்குக் கொடுக்கமாட்டான். அவனுடைய பங்காளிகளும் அப்பொருள் தமதான காலத்தில் கொடுக்கமாட்டார்கள். முதலில் தன்னுடையதாயிருந்தபோது அவன் கொடுக்க முனைந்திருப்பினும் அப்பங்காளிகள் தடுத்திருக்கமாட்டார்கள். பின் பங்காளிகள் கொடுக்கும்போது இறந்துபோன அவன் வந்து தடுக்கமாட்டான்.

அப்படியிருக்க அவர்கள் கொடாமைக்குக் காரணம் யாதோ? (பொருள் தனக்கு உரியதாய் இருக்கும்போதே பிறர்க்குக் கொடுத்துப் பயன்பெற வேண்டும் என்பது கருத்து).

Explanation

Nothing but his own churlishness hinders the churl from being liberal.

While it was his, he gave not; and his heirs, how it is theirs, give not. Before, while it was his, if he had given, they would not have reproved him; and afterwards, if they had given, he would not have reproved them! Men's own avarice is the sole reason for the lack of charity.

279. இரவலர் கன்றாக ஈவார்ஆவாக
விரகின் சுரப்பதாம் வண்மை; —விரகின்றி
வல்லவர் வான்ற வடியாபோல் வாய்வைத்துக்
கொல்லச் சுரப்பதாம் கீழ்.

விளக்கம்

இரப்பவர் கன்றாக இருக்க, கொடுப்பவர் பசுவாக இருந்து அறிவுடன் கொடுப்பதே சிறந்த கொடையாம். அவ்வறிவு இல்லாமல், வல்லவர் கோலால் அடித்து வருத்த, பால் தரும் பசுவைப்போல, வல்லோர் பல சூழ்ச்சி செய்து வற்புறுத்தி வருத்திய பின் கொடுப்பது கீழ்மக்கள் இயல்பாகும். (ஒருவன் வெறுப்புடன் தருவது கொடையாகாது என்பது கருத்து).

Explanation

Those wanting in liberal instinct give only on compulsion.

Liberality is that which yields its gifts spontaneously (from good instinct), the askers being as the calf and the givers as the cow; meaness yields only when put into a strait and forced, as a cow with no good instinct gives a scanty supply (வடி) when strong ones press.

280. ஈட்டலும் துன்பமற் றீட்டிய ஒண்பொருளைக்
காத்தலும் ஆங்கே கடுந்துன்பம் ;—காத்தல்
குறைபடின் துன்பம் கெடின்துன்பம் துன்பக்
குறைபதி மற்றைப் பொருள்.

விளக்கம்

பொருளைத் தேடுவதும் துன்பம்; தேடிய பொருளைக் காத்தலும் அவ்வாறே மிகுந்த துன்பம்; காக்கப்படும் பொருளில் சிறிது குறைந்தாலும் துன்பம்; அப்பொருள் முழுதும் அழிந்தால் மிகப் பெரும் துன்பம். ஆதலால், அந்தப் பொருள் துன்பத்துக்கெல்லாம் இருப்பிடமாகும். *(பொருள் துன்பத்துக்குக் காரணமாக இருப்பதை அறிந்து, அதனை இன்பத்துக்கு உரியதாகச்செய்தல் வேண்டும் என்பது கருத்து).*

Explanation

Wealth is the source of many sorrows.

Gathering it together is trouble, and even so the guarding of resplendent wealth is severe trouble. If the guarded heap diminish, it is trouble. If it perishes, it is trouble. Wealth is trouble's very dwelling-place!

29. இன்மை
29. Poverty

281. அத்திட்ட கூறை அரைச்சுற்றி வாழினும்
பத்தெட் டுடைமை பலருள்ளும் பாடெய்தும்;
ஒத்த குடிப்பிறந்தக் கண்ணுமொன் றில்லாதார்
செத்த பிணத்திற் கடை.

விளக்கம்

காவி தோய்ந்த ஆடையை இடுப்பில் சுற்றிக்கொண்டு ஞான வாழ்வு வாழ்ந்தாலும், பத்தோ எட்டோ உடையவராயின் அவர்கள் பலர் இடையிலும் நன்கு மதிக்கப்படும் சிறப்பினை அடைவார்கள். அவ்வாறன்றி, உயர்குடியிலே பிறந்தவராயினும், ஒரு பொருளும் இல்லாதார் பிணத்திலும் இழிந்தவராகக் கருதப்படுவர்.

Explanation

Money commands respect.

Though he wraps a cloth dyed red around his loins, a dozen coins or so, will gain (the wretch) respect among many men! The man devoid of wealth, though born of noble race, is viler (in the world's estimation) than a lifeless corpse !

282. நீரினும் நுண்ணிது நெய்என்பர், நெய்யினும்
யாரும் அறிவர் புகை நுட்பம் ; —தேரின,
நிரப்பிடும்பை யாளன் புகுமே, புகையும்
புகற்கரிய பூழை நுழைந்து.

விளக்கம்

தண்ணீரைவிட நெய் நுட்பமானது என்பர்; அந்த நெய்யைவிடப் புகை நுட்பமானது என்பதனை யாவரும் அறிவர். ஆராய்ந்து பார்க்குமிடத்து இரத்தலாகிய துன்பம் உடையவன், அப்புகையும் புகுதற்கு அரிய துவாரத்தில் நுழைந்து செல்வான். (வறுமையாளன் எல்லாக் காவலையும் கடந்து, செல்வரை நாடிச் செல்வான் என்பது கருத்து).

Explanation

The insinuating mendicant.

Where water cannot enter! the more insinuating ghi glides in; and smoke as a subtler power to penetrate than even ghi. If you look into it, the man debased by poverty will enter haunts where smoke scarce finds a way.

283. கல்லோங் குயர்வரைமேற் காந்தள் மலராக்கால்
செல்லாவாம் செம்பொறி வண்டினம் ;—கொல்லைக்
கலாஅல் கிளிகடியும் கானக நாட!
இலாஅஅர்க் கில்லை தமர்.

விளக்கம்

கல்லாலே கிளிகளை ஓட்டுதற்கு இடமான காடுகள் சூழ்ந்த நாட்டை உடைய வேந்தனே! பெரிய கற்களையுடைய மலையின் மேல் காந்தள் மலர்கள் மலராதபோது, சிவந்த புள்ளிகளையுடைய வண்டினங்கள் அங்கே போகமாட்டா. அவ்வாறே பொருள் இல்லாதவர்க்கு உறவினர் இல்லை.

Explanation

All abandon the needy.

When on the high hill's crags the Kanthal blooms no more, the crimson-spotted beetle tribe seek not its boughs;—Lord of the hills wherefrom they scare parrots with stones! — the needy have no kin.

284. உண்டாய போழ்தின் உடைந்துழிக் காகம்போல்
தொண்டா யிரவர் தொகுப்வே ; —வண்டாய்த்
திரிதருங் காலத்துத் தீதிலிரோ என்பார்
ஒருவரும் இவ்வுலகத் தில்.

விளக்கம்

உயிர் நீங்கிப் பிணமானபோது அதனைப் பிடுங்கித் தின்னக் கூடும் காக்கைக் கூட்டம்போல, ஒருவன் செல்வத்தோடு திகழும் காலத்தில், அவனுக்குத் தொண்டு செய்ய மக்கள் ஆயிரக்கணக்கில் கூடுவர்; ஆனால், அவனே வறுமையுற்று, வண்டுபோலப் பல

திசைகளிலும் சென்று ஒரு வேளை சோற்றுக்காக அலைந்து திரியும் காலத்தில் அவனைப் பார்த்து, 'தீதில்லாமல் வாழ்கிறீரா?' (நலந்தானா?) என்று வினவுவார் இவ்வுலகில் யாரும் இல்லை.

Explanation

Time-serving friends.

When wealth is there, obsequious myriads will assemble, like crows around the fallen corpse. When wealth, as the beetle wheels its flight, is gone, no one in all the world will ask, 'Is it well with you?'

285. பிறந்த குலம்மாயும்; பேராண்மை மாயும்;
சிறந்ததங் கல்வியும் மாயும்; — கறங்கருவி
கல்மேற் கரூஉம் கணமலை நன்னாட!
இன்மை தழுவப்பட்டார்க்கு.

விளக்கம்

ஒலிக்கும் அருவிகள் கல்மேல் வீழ்ந்து அதன் மாசு போகக் கழுவும் பெரிய மலைகளை உடைய நாட்டுக்கு மன்னனே! உலகில் வறுமையால் சூழப்பட்டவர்க்கு, அவர் பிறந்த குலத்தின் பெருமை கெடும் பெரிய வல்லமை கெடும்; சிறந்த கல்வியும் கெடும்.

Explanation

Nothing benefits the poor man.

Lord of the pleasant land of clustering hills whose crags are washed by sounding waterfalls !—Their race is nought, their manly prowess is nought, their rare learning is nought, when men are held in poverty's embrace.

286. உள்கூர் பசியால் உழைநசைஇச் சென்றார்கட்
குள்ளூ ரிருந்துமொன் றாற்றாதான், —உள்ளூர்
இருந்துயிர் கொன்னே கழியாது தான்போய்
விருந்தினனாதலே நன்று.

விளக்கம்

வயிற்றின் உள்ளே மிகுந்த பசியால் துன்பமெய்தித் தன்னிடத்தில் விரும்பி வந்தவர்க்கு, உள்ளூரில் இருந்தும்கூட ஒன்றும் கொடுக்க இயலாதவன், அங்கேயே இருந்து தனது வாழ்நாளை வீணாகக் கழித்து உயிர்விடாது, வேறெந்த ஊருக்காவது போய்ப் பிறருடைய வீட்டில் விருந்தாளியாக இருப்பதே நல்லது. (பிறர்க்கு உதவமுடியாத வாழ்க்கை, வீண் வாழ்க்கை என்பது கருத்து).

Explanation

Let the churl become a guest of others!

Although he dwells within the village, and sees the poor draw nigh with hungry soul desiring aid, he yields them none: why then in the village does he vainly pass his days? It were better he went to be a guest himself !

287. நீர்மையே யன்றி நிரம்ப எழுந்ததங்
கூர்மையு மெல்லாம் ஒருங்கிழப்பர்; — கூர்மையின்
முல்லை அலைக்கும் எயிற்றாய்; நிரப்பென்னும்
அல்லல் அடையப்பட்டார்.

விளக்கம்

கூர்மையினால் முல்லை அரும்புகளை வருத்தும் பற்களை உடையவளே! வறுமை என்னும் துன்பம் சேரப் பெற்றவர், தமது சிறந்த குணங்களையே அல்லாமல் தம்மிடம் நிறைந்து ஓங்கியிருக்கும் நுண்ணறிவையும், மற்றச் சிறப்புகள் அனைத்தையும் ஒருசேர இழப்பர்.

Explanation

Poverty ruins all.

O thou whose teeth vie in sharpness with jasmine buds! — When sharp distress of poverty assails, men lose all their attributes of goodness at once, with the mind's acuteness gained from amplest stores of wisdom.

288. இட்டாற்றுப் பட்டொன் றிரந்தவர்க் காற்றாது
முட்டாற்றுப் பட்டும் முயன்றுள்ளூர் வாழ்தலின்
நெட்டாற்றுச் சென்று நிரைமனையிற் கைந்நீட்டுங்
கொட்டாற்று வாழ்க்கையே நன்று.

விளக்கம்

வறுமை என்னும் குழியில் விழுந்து, துன்புற்று, ஏதாவது ஒரு பொருளை யாசித்து வருபவர்க்கு உதவ முடியாமல், முட்டுப்பாடான வறுமை நெறியிலே தானும் நின்று முயற்சியால் ஒன்றும் ஆகாமல் உள்ளூ ரில் வருந்தி வாழ்வதைவிட, நெடுந்தூரம் நடந்து சென்று, வெளியூர்களில் வரிசையாக இருக்கும் வீடுகளில் கை ஏந்தி, இரந்து உண்ணும் கெட்ட வழியில் வாழ்வதே நலமாம். (இரப்பார்க்கு ஒன்று தர இயலாத வாழ்க்கை, இரத்தலினும் துன்பமானது என்பது கருத்து).

Explanation

The struggle with want.

Better indeed is the life that pertains to the ruinous course (கெட்ட ஆறு), that going far away (நெட்டாறு), stretches out (supplicating) hand at every door, than to dwell at home (உள்ளூர்) toiling, subjectto (ஆற்றுப்பட்டு) obstacles (முத்து). not giving aught to those that ask, because of straitened circumstances.

289. கடகம் செறிந்ததங்கைகளால் வாங்கி
அடகு பறித்துக்கொண் டட்டுக் —குடைகலனா
உப்பிலி வெந்தைதின்றுள்ளற்று வாழ்பவே,
துப்புரவு சென்றுலந்தக் கால்.

விளக்கம்

அனுபவிக்கப்படும் பொருள்கள் நீங்கிச்செல்லும்படியாக வறுமை யுற்றபோது, (முன்பு) பொற்கடகம் அணிந்திருந்த தம் கைகளாலே, செடியை வளைத்துக் கீரைகளைப் பறித்துக்கொண்டுபோய் வேகவைத்து, பனையோலைக் குடைகளையே பாத்திரமாகக் கொண்டு, உப்பில்லாது வெந்த அந்தக் கீரையை உண்டு மனவூக்கம் குன்றித் துன்பத்துடன் வாழ்வர்.

Explanation

Reverses.

The hands once loaded with golden bracelets now cull the forest-herb and cook the meal; and then eat the mess unseasoned, from the palm-leaf for a dish! Thus sad at heart they live, when fortune is gone and ruin come.

290. ஆர்த்த பொறிய அணிகிளர் வண்டினம்
பூத்தொழி கொம்பின்மேற் செல்லாவாம்; —நீர்த்தருவி
தாழா உயர்சிறப்பின் தண்குன்ற நன்னாட!
வாழாதார்க் கில்லை தமர்.

விளக்கம்

நீரையுடைய அருவிகள் ஒரு காலத்தும் மாறாமல் விழுகின்ற சிறப்பினையுடைய மலை நாட்டு மன்னனே! நிறைந்த புள்ளிகளை உடைய வண்டினம், பூத்து உதிர்ந்த கொம்பின் மேல் செல்லமாட்டா, அதுபோல பொருள் பெற்று வாழாதார்க்கு உறவினர் இல்லை

Explanation

Interested friends.

The humming spotted beetle tribes all bright in hue gather not on the branch that has ceased to blow. Lord of the good cool hilly land, of high renown, whence bounteous streams flow down unceasingly—the unprosperous have no kin!

30. மானம்
30. Honour (Self-respect.)

291. திருமதுகை யாகத் திறனிலார் செய்யும்
பெருமிதங் கண்டக் கடைத்தும் — எரிமண்டிக்
கானந் தலைப்பட்ட தீப்போற் கனலுமே,
மான முடையார் மனம்.

விளக்கம்

செல்வச் செருக்கினால் நற்குணம் இல்லாதார் செய்யும் அவமதிப்பைக் கண்டபோது, மானம் உடையார் மனத்தில், காட்டிலே பற்றிப் படர்ந்து எரியும் தீப்போல அனல்மிகும்.

Explanation

Honourable minds are wroth with wealthy arrogance.

The mind of those possessed of honourable feeling will kindle into flame, like the fire that has caught the forest when the conflagration rages, whenever they behold the haughty acts of those who are destitute of virtuous habits, and to whom their wealth is their only strength.

292. என்பாய் உகினும் இயல்பிலார் பின் சென்று
தம்பா டுரைப்பரோ தம்முடையார்; —தம்பாடு
உரையாமை முன்னுணரும் ஒண்மை யுடையார்க்(கு)
உரையாரோ தாமுற்றநோய்.

விளக்கம்

தம் மானத்தைக் காப்பவர், பசி நோயால் உடல் வற்றி எலும்புக்கூடாகி அழியும் நிலை நேர்ந்தாலும், தகுதியில்லாதார் பின்னே சென்று தமது வறுமையை எடுத்துக் கூறுவரோ? கூறமாட்டார்கள். சொல்லாமலே குறிப்பால் அறிந்துகொள்ளும் பேரறிவு உடையாரிடம் தமது துன்பத்தினைக் கூறாமலிருப்பரோ? கூறுவார்கள். (மானமுள்ளவர் எந்த நிலையிலும் தமது வறுமையைப் பண்பிலாரிடம் கூறார்; கூறுவதெனின் குறிப்பறியும் அறிஞரிடம் கூறுவர் என்பது கருத்து).

Explanation

High-minded men complain not to the unsympathizing. Will honourable men who are 'masters of themselves' follow graceless men to tell of their sufferings, though fallen away to mere skeletons? Do they not (rather) tell the pain they have felt to those enlightened souls that understand their sufferings before they speak?

293. யாமாயின் எம்இல்லம் காட்டுதும் தாமாயின்
காணவே கற்பழியும் என்பார்போல் — நாணிப்
புறங்கடை வைத்தீவர் சோறும் அதனால்
மறந்திடுக செல்வர் தொடர்பு.

விளக்கம்

வறுமையுடையோராயினும், நாமாக இருந்தால், செல்வரை உள்ளே அழைத்துச் சென்று அவர்க்கு வீட்டைச் சுற்றிக் காட்டி மனைவியையும் அறிமுகம் செய்து வைப்போம். செல்வரோ, நாம் பார்த்தவுடனே தம் மனைவியின் கற்புக் கெடும் என்பவரைப்போல நாணி, நம்மை வாயிலின் புறத்தே உட்கார வைத்துச் சோறிடுவர். ஆதலால், அவர் தொடர்பை மறந்து விடுக.

Explanation

Dependence on the wealthy destroys self-respect.

As for ourselves we would introduce them (these friends) to our household : but as regards them, they are ashamed (of us), as though they said, as soon as they (the ladies) saw them (the friends,) it would be the destruction of their womanly reserve; and so they seat us at the backdoor and give us rice! Therefore let us dismiss all thought of rich men's friendship.

294. இம்மையும் நன்றாம் இயல்நெறியுங் கைவிடா
தும்மையும் நல்ல பயத்தலால், —செம்மையின்
நானம் கமழும் கதுப்பினாய்! நன்றேகாண்,
மான முடையார் மதிப்பு.

விளக்கம்

நன்றாக கஸ்தூரிமணம் கமழும் கூந்தலையுடையவளே! மானம் உடையாரது பெருமித வாழ்க்கை இப்பிறப்பிலும் நன்மையை உண்டாக்கும்; இறந்த பிறகும் புகழைத் தரும்; ஒழுக்க நெறிகள் கெடாத புண்ணியத்தால் மறுமையிலும் நன்மையை விளைவிக்கும். ஆதலால், இதன் மேன்மையை நீ உணர்வாயாக!

Explanation

The law of honour is that maintained by honourable men.

O thou whose locks diffuse the odour of pleasant musk! Behold, especially good is (it to cultivate) that which is esteemed by men of honourable mind; for in this world it is (obviously) good: and, since it leads to perseverance in the way of virtue, it will yield good things in yonder world also.

295. பாவமும் ஏனைப் பழியும் படவருவ
 சாயினும் சான்றாவா செய்கலார் ; சாதல்
 ஒருநாள் ஒருபொழுதைத் துன்பம் அவைபோல்
 அருகவை யாற்றுதல் இன்று.

விளக்கம்

பாவமும் மற்றப் பழியும் தோன்றக் கூடிய செயல்களைச் சான்றோர் தாம் சாவதாயினும் செய்யமாட்டார்கள். ஏனெனில், சாவுத்துன்பம் ஒரு நாளில் அதுவும் ஒரு கணப்பொழுதில் அனுபவிக்கக் கூடியதாக இருக்கிறது. மேலும் அந்தச் சாவுத் துன்பம் அந்தப்பாவமும் பழியும்போல உயிர் உள்ள அளவும் நிலைத்து நின்று துன்பம் தருவதன்று.

Explanation

Dishonour worse than death.

The men 'fulfilled of excellence,' though death were the alternative, do not deed that entail sin and guilt. Death is an affliction for one day, and for a little while. There is nothing that works irreparable ill like those deeds.

296. மல்லன்மா ஞாலத்து வாழ்பவருள்ளெல்லாம்
செல்வ ரெனினும் கொடாதவர் நல்கூர்ந்தார்;
நல்கூர்ந்தக் கண்ணும் பெருமுத் தரையரே,
செல்வரைச் சென்றிரவு தார்.

விளக்கம்

வளமுடைய இப்பெரிய உலகில் வாழ்பவர் எல்லாரினும் மிக்க செல்வம் உடையவராக இருந்தாலும் வறியோர்க்கு ஒரு பொருள் கொடுத்து உதவாராயின் வறியவரே ஆவர். வறுமையுற்றிருந்தாலும் செல்வரிடம் சென்று இரவாதார், பெரு முத்தரையர் (முத்துக் குவியலையுடைய பாண்டியர்) போன்ற செல்வம் உடையவர் ஆவர்.

Explanation

The wealthy and the poor.

Poor are the men that give not, even though deemed wealthiest of all that flourish on the teeming apple earth! They who even when they are poor seek not as suppliants wealthy men are 'Lords of the three mighty lands.'

297. கடையெலாம் காய்பசி அஞ்சுமற் றேனை
இடையெலாம் இன்னாமை அஞ்சும் — புடைபரந்த
விற்புருவ வேல்நெடுங் கண்ணாய்! தலையெல்லாம்
சொற்பழி அஞ்சி விடும்.

விளக்கம்

வில் போன்ற வளைந்த புருவத்தின் கீழ் வேல் போல் உலாவிவரும் நீண்ட கண்ணை உடையவளே! கீழ் மக்கள் எல்லாம் தம்மை வாட்டும் பசிக்கு அஞ்சுவர்; இடைப்பட்டவர் எல்லாம் தமக்கு வரும் துன்பங்களுக்கு அஞ்சுவர்; தலையாய மேன்மக்கள் எல்லாம் தமக்கு நேரும் பழிக்கு அஞ்சுவர். (மேலான வாழ்வு வாழ விரும்புவோர் மானத்துக்கு அஞ்சி வாழவேண்டும் என்பது கருத்து).

Explanation

The honourable dread most the loss of reputation.

Thou who hast long dart-like eyes with eye-brows extending far, like a bow! the lowest class of men dread burning hunger; the other (or middle class) dread what is unpleasant; all the chief of men fear words that impute crime.

298. நல்லா பெரிதளியர் நல்கூர்ந்தார் என்றெள்ளிச்
செல்வர் சிறுநோக்கு நோக்குங்கால் — கொல்லன்
உலையூதுந் தீயேபோல் உள்கனலும் கொல்லோ
தலையாய சான்றோர் மனம்.

விளக்கம்

முன்பு இவர் நல்லவர்; மிக்க அருளுடையவர்; இப்போது வறுமையுற்றார்' என்று கூறி இகழ்ந்து செல்வர் அலட்சியமாக நோக்குங்கால், மானமுடையார் உள்ளம், கொல்லன் உலைக் களத்தில் துருத்தியால் ஊதி உண்டாக்கும் நெருப்பைப் போல உள்ளே கொதிக்கும்.

Explanation

The rich man's contemptuous pity.

When the very worthy and thoroughly learned see the rich men's glance of disparagement, as they say contemptuously, 'These are good people —persons in greatly reduced circumstances—poor folks,' does not their mind kindle into flame within them, like the fire by the breath of the bellows on the blacksmith's forge?

299. நாச்சியார்க் கியாமை நாண்அன்று; நாள்நாளும்
அச்சத்தால் நாணுதல் நாண்அன்றாம்; —எச்சத்தில்
மெல்லிய ராகித்தம் மேலாயார் செய்தது
சொல்லா திருப்பது நாண்.

விளக்கம்

நம்மை விரும்பி வந்தவர்க்கு ஒன்றைக் கொடாமல் இருப்பது நாணம் அன்று; எல்லா நாளும் தீயவைக்கு அஞ்சும் அச்சத்தால் அவற்றைச் செய்ய நாணுதலும் நாணம் அன்று. உண்மையில், நம்மை எளியராக நினைத்து, செல்வத்தால் உயர்ந்தவர் நமக்குச் செய்த அவமரியாதையைப் பிறருக்குச் சொல்லாதிருப்பதே நாணம் ஆகும். (வேண்டியவர்க்கு ஒன்றைத் தர இயலாமையும் நாணம்; தீயனவற்றைச் செய்ய அஞ்சுதலும் நாணம். ஆயினும் அவற்றைவிடத் தமக்கு நேர்ந்த அவமானத்தை வெளியே சொல்லாமல் இருப்பது சிறந்த நாணமாம் என்பது கருத்து).

Explanation

What is dishonouring.

It is no shame (disgrace) not to be able to give to those who desire it of us. The shrinking on account of fear felt day by day is not shame (modesty). But to become reduced in other ways, and not dare to tell what injuries those who love us not have inflicted on us is shame (disgrace, or self-respect).

300. கடமா தொலைச்சிய கானுறை வேங்கை
இடம் வீழ்ந்த துண்ணா திறக்கும்;—இடமுடைய
வானகம் கையுறினும் வேண்டார் விழுமியோர்,
மானம் அழுங்க வரின்.

விளக்கம்

காட்டில் இருக்கும் புலியானது தான் கொன்ற கடமான் இடப்பக்கம் வீழ்ந்ததாயின், அதை உண்ணாது பட்டினி கிடந்து இறக்கும். அதுபோல், இடம் அகன்ற விண்ணுலகம் கைக்குக் கிடைப்பதாயினும், அது மானம் கெட வருமாயின் அந்த விண்ணுலகையும் வேண்டார், விழுமியோர்.

Explanation

Heaven itself must not be sought at the expense of honour.

The jungle-haunting tiger that slays the wild cow, refuses to eat and passes by what has fallen (of itself) in its path (i. e. carrion); so the excellent, though the wide realms of heaven were within their reach, would not desire them, if to be obtained only by the loss of honour.

31. இரவச்சம்
31. The Dread of Mendicancy.

301. நம்மாலே யாவர்இந் நல்கூர்ந்தார் எஞ்ஞான்றுந்
தம்மால்ஆம் ஆக்கம் இலர்என்று — தம்மை
மருண்ட மனத்தார்பின் செல்பவோ தாமும்
தெருண்ட அறிவி னவர்.

விளக்கம்

'இவ்வறியவர்கள் நம்மால்தான் வாழ்கிறார்கள்; எப்பொழுதும் தாங்கள் சம்பாதித்த பொருள் இல்லாதவர்கள்' என்று தங்களை மேலானவராக மதித்து மயங்கும் மனமுடையவர் பின்னே, தெளிந்த அறிவினை உடையவர்கள் இரத்தற்குச் செல்வரோ? செல்ல மாட்டார்கள்.

Explanation

Ignorant condescending patrons.

Will men themselves possessed of clear discerning knowledge follow after those who have yielded themselves up to mental bewilderment and who (erroneously) say (of suppliants), 'These poor folks depend entirely on us, evermore are they without resources in themselves?'

302. இழித்தக்க செய்தொருவன் ஆர உணலின்
பழித்தக்க செய்யான் பசித்தல் தவறோ
விழித்திமைக்கு மாத்திரை யன்றோ? ஒருவன்
அழித்துப் பிறக்கும் பிறப்பு.

விளக்கம்

தாழ்வதற்குக் காரணமான இரத்தலை மேற்கொண்டு ஒருவன் வயிறார உண்பதினும், பழிக்கத் தக்க அந்த இரத்தலை மேற்கொள்ளாதவனாய்ப் பசியோடு இருந்து இறப்பது குற்றமா? ஆகாது. ஏன் எனில், ஒருவன் இறந்தபின் பிறக்கின்ற பிறப்பு, கண் இமைக்கும் நேரத்தில் நிகழ்வதல்லவா? (இந்த உடம்பு போனால் வேறு நல்ல பிறவி கிடைக்காது என்று கருதவேண்டாம். நல்வினை

செய்யுங்கள்! இதைவிட நல்ல பிறவி கிடைக்கும்; அதுவும் கண் இமைக்கும் நேரத்தில் இறந்த பின் கிடைக்கும் என்பது கருத்து).

Explanation

Honest hunger and dishonest fullness of food.

Is not a man's dying and birth again measured by the twinkling of an eye? Is it then a fault if a man rather choose to suffer hunger, doing no blameworthy actions, than to feed full, doing things that entail disgrace ?

303. இல்லாமை கந்தா இரவு துணிந்தொருவர்
செல்லாரு மல்லர் சிறுநெறி ;—புல்லா
அகம்புகுமின் உண்ணுமின் என்பவர்மாட் டல்லால்
முகம்புகுதல் ஆற்றுமோ மேல்?

விளக்கம்

வறுமை காரணமாக இரத்தலாகிய இழிதொழிலைத் துணிந்து மேற்கொள்பவரும் உண்டு. அப்படி இரக்கச் சென்றாலும், அதிலும் மேன்மையைக் கருதும் மேலோர், தம்மை அன்புடன் நோக்கி, 'எங்கள் வீட்டுக்கு வாருங்கள்; உணவு கொள்ளுங்கள்!' என்று விரும்பி அழைத்து உபசரிப்பவர் இல்லத்துக்கு அல்லாமல் வேறோர் இல்லத்தில் தலை காட்டவும் மாட்டார். (வறுமையால் யாசிக்கச் சென்றாலும் கண்ட இடத்துக்குச் செல்லாமல், அன்புடன் அழைக்கும் இடத்துக்கே செல்வர் மேலோர். ஆயினும் உலகில் அப்படி அழைப்போர் இல்லாமையால் இரப்புக்கு அஞ்ச வேண்டும் என்பது கருத்து).

Explanation

Ask only of the courteous.

There will never be wanting those who, with their destitution as their support (making it their excuse), will venture upon mendicancy, and tread the way of humiliation; but will the noble-minded man enter (as a suppliant) the presence of any save of those who will embrace him and say, 'Enter my dwelling, eat of my food?'

304. திருத்தன்னை நீப்பினும் தெய்வம் செறினும்
உருத்த மனத்தோ டுயர்வுள்ளி னல்லால்,

அருத்தம் செறிக்கும் அறிவிலார் பின்சென்
றெருத்திறைஞ்சி நில்லாதாம் மேல்.

விளக்கம்

செல்வம் தம்மை விட்டு விலகினாலும், தெய்வம் (ஊழ்வினை) சினந்து வருந்தினாலும், மேலோர் ஊக்கம் குன்றாமல் உயர் நெறி (தொழில் செய்து வாழும் வாழ்க்கை) கருதுவார்களே அல்லாமல், பொருளைப் புதைத்து வைத்துப் பாதுகாப்பவராகிய அற்பர் முன்னே சென்று, 'என்னிடம் ஒன்றும் இல்லை; ஏதேனும் தாருங்கள்' என்று கூறி நாணித் தலைகுனிந்து நிற்கமாட்டார்கள்.

Explanation

No reverses bend the noble spirit.

Though fortune forsake him, and fate frown, the man of lofty soul, dwelling with steadfast mind on things above, disdains to stand with bending neck in front of the foolish who hoard their wealth.

305. கரவாத திண்ணன்பின் கண்ணன்னார் கண்ணும்.
இரவாது வாழ்வதாம் வாழ்க்கை ;—இரவினை
உள்ளுங்கால் உள்ளம் உருகுமால், என்கொலோ
கொள்ளுங்கால் கொள்வார் குறிப்பு.

விளக்கம்

தம்முடைய பொருளை ஒளிக்காது கொடுக்கும் திடமான அன்புடைய, கண்போன்ற இனியவரிடத்தும் இரவாமல் வாழ்வதே உயர்ந்த வாழ்க்கை ஆகும். ஏனெனில் 'சென்று யாசிப்போம்' என இரத்தலை நினைக்கும்போதே, நெஞ்சு வெந்து உருகுகிறது. அவ்வாறிருக்க, ஒருவரிடம் பொருளை யாசித்துப் பெறும் போது, அப்பொருளைப் பெறுவோர் மனம் எப்படியிருக்குமோ? (என்ன பாடுபடுமோ?)

Explanation

Mendicancy is always painful.

To live asking naught even from those dear as an eye, whose love is sure, and who never refuse, is happy life. Since the mind dissolves in shame at the very thought of beggary,— when men receive alms, what are the receivers' thoughts, I pray ?

306. இன்னா இயைக இனிய ஒழிகென்று
தன்னையே தான்இரப்பத் தீர்வதற்கு — என்னைகொல்
சாதல் கவற்றும் மனத்தினால் கண்பாழ்பட்
டேதி லவரை இரவு.

விளக்கம்

துன்பங்கள் நம்மிடம் வந்து சேரட்டும்; இன்பங்கள் நம்மைவிட்டு விலகட்டும் (நெஞ்சமே, எதற்கும் அஞ்சாதே! அமைதியோடு இரு!') என வேண்டி மனத்தை நிறைவு (திருப்தி) செய்வதால் தீரும் தன்மையது வறுமை. அப்படியிருக்க, பொருள் ஆசை துன்புறுத்தும் மனத்துடன், அறிவு கெட்டு அயலாரிடம் சென்று இரப்பதால் என்ன பயன் கிடைக்கும்? ஒரு பயனும் கிடைக்காது.

Explanation

Contentment better than mendicancy.

When a man himself, begs of himself, saying, 'Let troubles come, let joys depart!' the sting of poverty is extracted; why then, for this purpose, should any one, his mind agitated with desire and his eye wasted with weeping, beg of strangers ?

307. என்றும் புதியார் பிறப்பினும் இவ்வுலகத்
தென்றும் அவனே பிறக்கலான் — குன்றின்
பரப்பெலாம் பொன்னொழுகும் பாய்அருவி நாட!
இரப்பாரை எள்ளா மகன்.

விளக்கம்

குன்றுகளின் பரந்த இடங்களில் எல்லாம் பொன் பரவுவதற்குக் காரணமான அருவிகளையுடைய மலை நாட்டு வேந்தனே! இவ்வுலகில் எக்காலத்திலும் புதிய மனிதர்கள் பிறந்து கொண்டேயிருந்தாலும், (இனி) என்றும் பிறவாதவன் ஒருவன் உளன். (அவன் எவன் என்றால்) இரப்பாரை இகழாது ஆதரிக்கும் மகனே, அவன்! (யாசிப்பவரை இகழாது அன்னதானம் செய்து பாதுகாப்பவனே, புதிய புதிய மனிதர் பிறந்துகொண்டிருக்கும் இவ்வுலகில் இனிப் பிறவாத நிலையாகிய வீடு அடைவான் என்பது கருத்து).

Explanation

Beggars are universally despised.

Lord of the land where gold is borne down by rushing waterfalls from every hilly slope! — Though in this world new (kinds of) men are continually born, that very man is never born that does not scorn mendicants.

308. புறத்துத்தான் இன்மை நலிய அகத்துத்தன்
நன்ஞானம் நீக்கி நிறீஇ ஒருவனை
ஈயாய் எனக்கென் றிரப்பானேல் அந்நிலையே
மாயானோ மாற்றி விடின்.

விளக்கம்

தனது வறுமையானது புறமாகிய தன் உடலை வருத்த, அதற்காகத் தன் அகத்தே ஒளிவிடும் மெய் அறிவை விலக்கி, அறியாமையை நிறுத்தி, செல்வன் ஒருவனிடம் சென்று, 'ஒன்றைத் தரவேண்டும்' என இரப்பானாகில், அச்செல்வன் 'இல்லை' என்று மறுக்க, அதைக் கேட்டபோதே அவ்வறுமையாளன் உயிர் விடமாட்டானோ? உயிர்விடுவான். (மானத்தால் உயிர் துறப்பான் என இரங்கிக் கூறியது).

Explanation

Mendicancy is unmitigated misery.

Want wastes his outward frame; he lays aside wisdom, his inward being's good; and so resolving, begs of some stranger, saying, 'Give to me.'— If then the boon be refused, must he not that very instant die?

309. ஒருவ ரொருவரைச் சார்ந்தொழுகல் ஆற்றி
வழிபடுதல் வல்லுத லல்லால், —பரிசழிந்து
செய்யீரோ என்னானும் என்னுஞ்சொற் கின்னாதே
பையத்தான் செல்லும் நெறி?

விளக்கம்

வறியவர் ஒருவர் செல்வர் ஒருவரைச் சார்ந்து, அவர் சொன்னபடி செய்து வணங்கித் தாழ்ந்து வாழ்தல் உலக முறைமை ஆகும். அப்படியின்றி மானம் கெட்டு 'எனக்கு ஏதேனும் தரமாட்டீர்களா?' என்று இரப்பதைவிட, மெல்லப் பிறரைச் சார்ந்து அவர் ஏவல் கேட்டு வாழும் முற்கூறிய வாழ்க்கை அவ்வளவு துன்பம் தருவதோ?

(ஒரு தொழில் இன்றிப் பிறரைத் தொழுது உண்டு வாழ்தல் துன்பம் தருவதுதான். ஆயினும் அதைவிடத் துன்பம் தருவது இரந்து உண்டு வாழ்தல் என்பது கருத்து).

Explanation

A hermitage preferable to mendicancy.

Men form close intimacies with others and live as their dependants, and this is permissible ; but it is more painful quietly to go one's way (to the hermitage) than, lost to all sense of personal dignity, to say, 'Will ye not do aught for me?'

310. பழமைகந் தாகப் பசைந்த வழியே
கிழமைதான் யாதானுஞ் செய்க ;—கிழமை
பொறாஅர் அவரென்னின பொத்தித்தம் நெஞ்சத்து
தறாஅச் சுடுவதோர் தீ.

விளக்கம்

நெடுநாள் பழகிய நட்புரிமையே பற்றுக்கோடாக உதவி நாடி வந்தவர்க்கு, அதே நட்புரிமையால் ஒன்றைக் கொடுப்பாராக! அப்படிக் கொடுத்ததை மன நிறைவின்மையால் வந்தவர் ஏற்க மறுப்பின் அது, கொடுத்தவர் மனத்தில் நீங்காது நிலைத்து நின்று சுடும் தீயாகும்.

Explanation

Relieve the wants of old friends though they shrink from it.

Relying on old friendship, in an affectionate manner, render such assistance as your intimacy warrants. If he will not endure (the assistance), will it not be a fire heaped up and burning in his bosom?

32. அவையறிதல்
32. The Knowledge of the Assembly

311. மெய்ஞானக் கோட்டி உறழ்வழி விட்டாங்கோர்
அஞ்ஞானந் தந்திட் டதுவாங் கறத்துழாய்க்
கைஞானங் கொண்டொழுகுங் காரறி வாளர்முன்
சொல்ஞானம் சோர விடல்.

விளக்கம்

ஞான நூல்களை அறிந்தோர் அவையில் சேர்ந்து ஒன்றைத் தெரிந்துகொள்வதைவிட்டு, அங்கே ஓர் அறிவற்ற பேச்சைப் பன்னிப் பன்னிப் பேசி அதையே நிலைநாட்ட முற்படும் சிற்றறிவாளர் முன்னிலையில், தமது அறிவார்ந்த சொல்லைச் சொல்ல வேண்டும் என்ற எண்ணத்தைக் கைவிடுக.

Explanation

Cast not pearls before swine.

Decline entirely to utter words of wisdom before heretics (காரறிவாளர் = men of darkened knowledge — men who professing to be wise, have their understanding darkened), who having forsaken the way pertaining to the assemblies of true wisdom, have there laid down propositions of unwisdom, and propagating them diligently, live in accordance with their own shallow wisdom!

312. நாப்பாடம் சொல்லி நயமுணர்வார் போற்செறிக்கும்
தீப்புலவற் சேரார் செறிவுடையார் ;— தீப்புலவன்
கோட்டியுட் குன்றக் குடிப்பழிக்கும் அல்லாக்கால்
தோட்டைக் கொள்ளா எழும்.

விளக்கம்

தன் வாய்க்கு வந்த பாடத்தைச் சொல்லி, உட்கருத்தை உணர்ந்தவன் போல் தன்னைக் கருதிக்கொண்டு, அவையைக் கூட்டும் தீய புலவனை, அடக்கமுடைய நற்புலவர்கள் சேரமாட்டார்கள். ஏனெனில், அந்நற்புலவர்கள் வருகையால், அத்தீய புலவனின் பேச்சுத் தாழ்வதால், அவர்களது குலத்தைப் பழித்துப் பேசுவான்.

அல்லது தோளைத் தட்டி ஆர்த்துச் சண்டைக்கு எழுந்திருப்பான். (போலிப் புலவர் அவையை நற்புலவர் சேராதிருக்க வேண்டும் என்பது கருத்து.)

Explanation

Avoid the angry violent disputant.

Well-disciplined men come not near the heretic (=man of evil learning, the teacher of an evil system), who stores up (in his memory certain formulas, comp. 304), as though he understood their worth, and repeats them by rote (lit. as a tongue-lesson). The heretic, if worsted in the assembly, will abuse the family (of his opponents); or he will spring up and challenge them to fight.

313. சொற்றாற்றுக் கொண்டு சுனைத்தெழுதல் காமுறுவர்
கற்றாற்றல் வன்மையுந் தாந்தேறார் , —கற்ற
செலவுரைக்கும் ஆற்றியார், தோற்ப தறியார்,
பலவுரைக்கும் மாந்தர் பலர்.

விளக்கம்

பேச்சாற்றல் ஒன்றையே ஆதாரமாகக்கொண்டு விரைந்து சொல்ல ஆசைப்படுவோர், கல்வி மிகுதியுடையோர் வன்மையையும் அறியார்; தாம் கற்றவற்றைப் பிறர் விரும்பிக் கேட்குமாறு சொல்லுதலையும் அறியார். தாம் வாதில் தோற்பதையும் அறியார்; இவ்வாறிருந்தும் விடாமல் பலவற்றைப் பேசிக்கொண்டேயிருப்பவர் பலர். (பயனில் பேசுவோருடன் சேரக் கூடாது என்பது கருத்து).

Explanation

Vain babblers.

Many are the men that utter many things,—who long to raise up (in debate), from mere love of talking and an itching tongue; who do not themselves apprehend the power and might of learning; who know not the way to utter with penetrating force what they have learnt; and who know not what defeat means.

314. கற்றதூஉ மின்றிக் கணக்காயர் பாடத்தால்
பெற்றதாம் பேதையோர் சூத்திரம் — மற்றதனை

நல்லா ரிடைப்புக்கு நாணாது சொல்லித்தான்
புல்லறிவு காட்டி விடும்.

விளக்கம்

ஓர் அறிவற்றவன் ஆசிரியரை வழிபட்டுக் கற்காமல், பள்ளியில் அவ்வாசிரியர் பிறருக்குச் சொல்லுங்கால், தற்செயலாகத் தெரிந்துகொண்ட ஒரு பாட்டினை, கற்றோர் அவையில் நாணாமல் கூறித் தன் புல்லறிவினை வெளிப்படுத்துவான்.

Explanation

The neophyte.

Without any learning of his own, the fool has obtained one formula from overhearing the lessons of a tutor (who was teaching others), yet unabashed he enters the circle of the good, speaks it out, and makes exhibition of his mean understanding.

315. வென்றிப் பொருட்டால் விலங்கொத்து மெய்கொள்ளார்
கன்றிக் கறுத்தெழுந்து காய்வாரோ —டொன்றி
உரைவித் தகமெழுவார் காண்பவே, கையுள்
சுரைவித்துப் போலுந்தம் பல்.

விளக்கம்

வெற்றி பெறவேண்டும் என்ற ஒரே காரணத்தால் விலங்கினை ஒத்து, உண்மைப் பொருளை ஏற்காதவராய் மனம் புழுங்கி, சினம் மிகுந்து பேசுபவரை நெருங்கி, தாமும் தம் சொல்லாற்றலைக் காட்ட முயல்வார். (அவரால் தாக்கித் தகர்க்கப்பட்ட) தம் பல்லினைச் சுரை விதைபோல, தம் கையிலே விழக் காண்பார். (அறிவிலார் முன் அறிஞர் தமது நாவன்மையைக் காட்டிச் சிறுமை அடையக் கூடாது என்பது கருத்து).

Explanation

Convincing arguments.

They who arise to utter words of wisdom, having associated themselves with the assembly of those who rage and burn and fume with anger, like beasts, for the mere sake of victory, not understanding the truth, shall see their own teeth like pumpkin seeds in their hands!

316. பாடமே ஓதிப் பயன்தெரிதல் தேற்றாத
மூடர் முனிதக்க சொல்லுங்கால் — கேடருஞ்சீர்ச்
சான்றோர் சமழ்த்தனர் நிற்பவே மற்றவரை
ஈன்றாட் சிறப்பப் பரிந்து.

விளக்கம்

ஏதோ ஒரு பாடலை மனப்பாடம் செய்து, அதன் பொருளை அறிந்து உணராத மூடர்கள் வெறுக்கத்தக்கவற்றைக் கூறும்போது, கேடில்லாத மேன்மையுடைய சான்றோர், அந்த மூடரைப் பெற்ற தாய்க்காக 'என்னே இவள் செய்த பாவம்!' என மனம் வருந்தி நாணத்தால் தலை குனிந்து நிற்பர். (அறிவிலிகள் தவறாகக் கூறினாலும் அறிஞர்கள் அமைதியோடு இருக்க வேண்டும் என்பது கருத்து).

Explanation

Fools disgrace themselves in the assembly of the learned.

When foolish men chant their lesson, not knowing the fruit that lesson yields, but uttering words that gender wrath, the learned ones, whose fame dies not, will stand by ashamed, sorely pitying the mother that bare them.

317. பெறுவது கொள்பவர் தோள்போல் நெறிப்பட்டுக்
கற்பவர்க் கெல்லாம் எளியநூல்— மற்றம்
முறிபுரை மேனியருள்ளம்போன் றியார்க்கும்
அறிதற் கரிய பொருள்.

விளக்கம்

பெறத்தக்க பொருள்களைப் பெற்றுக்கொள்கிற பொதுமகளிர் தோள்போல, ஒரு மேற்போக்கான நெறிப்படி கற்போர்க்கு எல்லாம் நூலின் பொதுப் பொருள் எளிதில் விளங்கும். ஆனால், தளிரை ஒத்த மேனியையுடைய அந்தப் பொதுமகளிரின் மனத்தைப் போன்று, நூலின் உள்ளே பொதிந்து கிடக்கும் நுண்பொருள் அறிதற்கு அரிதாம்.

Explanation

The letter easy, the meaning hard.

Like the charms of those who sell their love for what they gain, the sacred texts are easy to those who rightly learn them; but like the minds of these whose forms are soft as tender shoots, the meaning is hard to all.

318. புத்தகமே சாலத் தொகுத்தும் பொருள்தெரியார்
உய்த்தக மெல்லாம் நிறைப்பினும் — மற்றவற்றைப்
போற்றும் புலவரும் வேறே பொருள்தெரிந்து
தேற்றும் புலவரும் வேறு.

விளக்கம்

புத்தகங்களை மிகுதியாகச் சேர்த்து, அவற்றின் பொருள் அறியாதவராகி, கொண்டு வந்து வீடெல்லாம் நிறைத்து வைத்தாலும் அப்புலவர்கள் வேறு; அவற்றின் பொருளைத் தெரிந்து மற்றவர்க்கும் தெரிவிக்கின்ற புலவர்கள் வேறு. (புத்தகங்களைச் சேர்த்து வைப்பதோடு அவற்றைப் படித்துப் பயனடைய வேண்டும் என்பது கருத்து).

Explanation

Book collectors and scholars.

Although men gather together books in abundance, and, not understanding their contents, fill the whole house with them; the sages who merely take care of books are of one sort, and the sages who understand their contents, and make them clear to others, are of another sort.

319. பொழிப்பகலம் நுட்பநூல் எச்சமிந் நான்கிற்
கொழித்தகலங் காட்டாதார் சொற்கள் — பழிப்பில்
நிரையாமா சேர்க்கும் நெடுங்குன்ற நாட!
உரையாமோ நூலிற்கு நன்கு.

விளக்கம்

குற்றமில்லாத கூட்டமாகிய காட்டுப் பசுக்களைத் தம்மிடத்தே கொண்ட உயர்ந்த மலைகளை உடைய நாட்டுக்கு வேந்தே! நூலின் பொருளைத் திரட்டிச் சுருங்கக் கூறும் பொழிப்புரை, விரித்துக் கூறும் அகல உரை, சாரங்களை மட்டும் கூறும் நுட்ப உரை,

வெளிப்படையாக அல்லாமல் குறிப்பாகச் சுட்டிக் காட்டப்பட்ட பொருளான விசேட உரை ஆகிய இந்நான்கு வழிகளிலும் பொருளை விளக்கிக் கூறாத சொற்கள் நூலுக்குச் சிறந்த உரையாகுமோ? ஆகாது. (நூலைப் பல வகையிலும் ஆராய்ந்து உரைப்பவரே அவைக்கு உரியவர் என்பது கருத்து).

Explanation

A perfect commentary.

Lord of the land of long chains of hills where the wild cattle assemble in herds!

Is that a good commentary to a faultless composition, which consists of the words of those who do not sift it thoroughly, in the four divisions of summary, amplification, minute exposition and supplementary information, and thus exhibit the full import?

320. இற்பிறப் பில்லார் எனைத்துநூல் கற்பினும்
சொற்பிறரைக் காக்குங் கருவியரோ — இற்பிறந்த
நல்லறிவாளர் நவின்றநூல் தேற்றாதார்
புல்லறிவு தாமறிவ தில்.

விளக்கம்

உயர்குடிப் பிறப்பு இல்லாதவர் எவ்வளவுதான் நல்ல நூல்களைக் கற்றிருந்தாலும் இன்னொருவரது சொற்களில் உள்ள குற்றங்களைப் பிறர் அறியாதவாறு காத்தற்குரிய அடக்கமுடைமை உடையவரோ? அல்லர், நற்குடிப் பிறந்த நல்லறிவாளர், நூற்பொருள்களைத் தெளிவாக உணராதவரது புல்லிய அறிவினைத் தாம் அறிந்தாலும் அறியாதவர்போல் இருப்பர். (பிறர் குற்றம் கண்டு இகழாது இருப்பவரே அவைக்கு உரியர்).

Explanation

Critics.

Will those who are not of high family, however they may study learned works, be fit instruments to guard others from faults of speech? And men of good family who are well learned will not (seem to) be aware of the deficiencies of those who do not comprehend the works they talk of

33. புல்லறிவாண்மை
33. Insufficient Knowledge

321. அருளின் அறமுரைக்கும் அன்புடையார் வாய்ச்சொல்
பொருளாகக் கொள்வர் புலவர் — பொருளல்ல
ஏழை அதனை இகழ்ந்துரைக்கும் பாற்கூழை
மூழை சுவையுணரா தாங்கு.

விளக்கம்

அருள் காரணமாக அறம் உரைக்கும் அன்புடையவர் வாய்மொழியை நல்லோர், தமக்குப் பெரிதும் பயனுடையதாக மதித்து ஏற்பர். ஆனால், ஒன்றுக்கும் உதவாத பேதை ஒருவன் அவ்வறவோர் வாய்மொழியைப் பால் சோற்றின் சுவையைத் துடுப்பு உணராதது போல இகழ்ந்து கூறுவான்.

Explanation

Only the wise value the wise.

Men of sense receive as a reality the words from the mouth of the loving ones who graciously teach virtue. The (ignorant)wretch, himself unreal, speaks (of virtue) with contempt. Just so the ladle distinguishes not the flavour of the rice boiled in milk.

322. அவ்வியம் இல்லார் அறத்தா றுரைக்குங்கால்
செவ்விய ரல்லார் செவிகொடுத்துங் கேட்கலார்
கவ்வித்தோல் தின்னும் குணுங்கர்நாய் பாற்சோற்றின்
செவ்வி கொளல்தேற்றா தாங்கு.

விளக்கம்

தோலைக் கவ்வித் தின்னும் புலையருடைய நாயானது, பால் சோற்றின் சுவையை அறியாததுபோல, பொறாமை இல்லாதார் அறநெறியைக் கூறும்போது அதனை, நற்குணமில்லாதார் காது கொடுத்தும் கேளார், (புல்லறிவினார் அறநெறிகளைக் கேளார்).

Explanation

Foolish people hearing hear not.

When men of ungrudging soul declare the way of virtue, those who are not rightly disposed, although they give ear, hear not. Even so the currier's dog seizes on and devours leather, not appreciating the flavour of milk and rice.

323. இமைக்கும் அளவில்தம் இன்னுயிர்போம் மார்க்கம்
எனைத்தானும் தாம்கண்டிருந்தும் — தினைத்துணையும்
நன்றி புரிகல்லா நாணில் மடமாக்கள்
பொன்றிலென் பொன்னாக்கா லென்.

விளக்கம்

கண் இமைக்கும் நேரத்திற்குள் இனிய உயிர் போகும் தன்மையை, எல்லா வகையாலும் தாம் பார்த்திருந்தும், தினை அளவேனும் அறநெறி கேட்பதும் அந்த அறவழியிலே செல்வதும் ஆகிய நல்ல செயல்களை மேற்கொள்ளாத நாணமும், அறிவும் அற்ற மக்கள் இறந்தால் என்ன? இருந்தால் என்ன? (இறந்தாலும் இழப்பில்லை; இருந்தாலும் லாபமில்லை).

Explanation

Useless in life and unmourned in death.

What matters it whether they live or die—the shameless stupid people who do no good, not even as much as a grain of millet, though they see by every species of example the way in which their life so sweet to them, passes away in the twinkling of an eye?

324. உளநாள் சிலவால் உயிர்க்கேமம் இன்றால்
பலர்மன்னுந் தூற்றும் பழியால் — பலருள்ளும்
கண்டாரோ டெல்லாம் நகாஅ தெவனொருவன்
தண்டித் தனிப்பகை கோள்.

விளக்கம்

வாழும் நாட்கள் சில! அந்தச் சில (நாட்களிலும்) உயிருக்கு அரணாகத் தக்க நல்லறச் செயல் ஒன்றும் இல்லை. ஆனால் பிறர் தூற்றும் பழிச் சொற்களோ மிகப் பல. இப்படியிருக்க, எல்லாருடனும் இனிமையாகக் கலந்து பேசி மகிழாது, தனித்திருந்து பலருடனும் பகை கொள்வதால் என்ன பயன்? கேடுதான் பயன்! (எல்லாரிடமும் பகை கொள்வது புல்லறிவாகும்).

Explanation

Misanthropy.

Since being's days are few, and life no safeguardowns, and guilt by many blamed is rife, mid many men, why, laughing not with all they see, should any sulk apart, and nurse a sullen hate?

325. எய்தி யிருந்த அவை முன்னர்ச் சென்றெள்ளி
வைதா னொருவன் ஒருவனை — வையம்
வயப்பட்டான் வாளா இருப்பானேல் வைதான்
வியத்தக்கான் வாழு மெனின்.

விளக்கம்

பலர் கூடியிருந்த அவைக்கு முன்னே ஒருவன் போய் அங்கிருக்கும் ஒருவனை இகழ, இகழ்ச்சிக்கு ஆளானவன் ஒன்றும் சொல்லாது பொறுத்திருப்பானானால், இகழ்ந்தவன் தீவினையால் அழிவான். அவ்வாறு அழியாது, வாழ்வானாகில் அவன் வியக்கத்தக்கவனே! (பிறரை இகழும் புல்லறிவாளனுக்கு நல்வாழ்வு இல்லை என்பது கருத்து).

Explanation

The evil tongue.

A man has gone before the assembly that had gathered together, and contemning another has reviled him. Now if the reviled one remain silent, the reviler is to be wondered at if he survive; (for abuse is his very life, and the patience of the reviled one has closed his mouth.)

326. மூப்புமேல் வாராமை முன்னே அறவினையை
ஊக்கி அதன்கண் முயலாதான் — நூக்கிப்

புறத்திரு போகென்னும் இன்னாச்சொல் இல்லுள்
தொழுத்தையாற் கூறப் படும்.

விளக்கம்

முதுமைப்பருவம் வருவதற்கு முன்னமே அறநெறியை மேற்கொண்டு அதனை முயன்று செய்யாதவன், தன் வீட்டு வேலைக்காரியால் தள்ளப்பட்டு, 'வெளியிலே இரு; இங்கிருந்து போ!' என்னும் இன்னாச் சொற்களால் இகழப்படுவான். (புல்லறிவாளரை ஏவலரும் எள்ளுவர்).

Explanation

Dishonoured old age.

He who before old age comes, has not undertaken and zealously carried out works of virtue, will be pushed about in the house addressed in harsh language and bidden to get on one side or to go out, by even the maid-servants.

327. தாமேயும் இன்புறார் தக்கார்க்கும் நன்றாற்றார்
ஏமஞ்சார் நன்னெறியுஞ் சேர்கலார் — தாமயங்கி
ஆக்கத்துள் தூங்கி அவத்தமே வாழ்நாளைப்
போக்குவார் புல்லறிவி னார்.

விளக்கம்

புல்லறிவினார் (செல்வம் உடையவராயின்) அதைக் கொண்டு தாமும் இன்பம் அடையார். தகுதியுடையார்க்கும் நன்மை செய்யார்; உயிருக்குக் காவலாக இருக்கும் அறநெறியையும் சேரமாட்டார்; செய்வதறியாது செல்வத்திலேயே மயங்கிக்கிடந்து வாழ்நாளை வீணாகக் கழிப்பர்.

Explanation

Wasted lives.

Men of scanty wisdom are those who do not themselves enjoy any sweets of life, bestow no benefactions on worthy persons, draw not nigh the good path that safeguards (the soul), but infatuated and absorbed in the acquisition of wealth, pass away their days of life in vain.

328. சிறுகாலை யேதமக்குச் செல்வுழி வல்சி
இறுகிறுகத் தோட்கோப்புக் கொள்ளார் — இறுகிறுகிப்
பின்னறிவாம் என்றிருக்கும் பேதையார் கைகாட்டும்
பொன்னும் புளிவிளங்கா யாம்.

விளக்கம்

இளமையிலேயே, தாம் (மரணத்துக்குப் பின்) போகும் மறுமை உலகுக்குரிய அறமாகிய சோற்றை, மிக அழுத்தமாகத் தோள் மூட்டையாக எடுத்துக்கொள்ளாதவர்களாய், பணத்தைச் சிக்கெனப் பிடித்துக்கொண்டு, அறத்தைப் பிறகு பார்த்துக் கொள்ளலாம் என்று இருக்கும் பேதையர், சைகை செய்து காட்டும் பொன் உருண்டையும் புளிப்பாகிய விளாங்காய் ஆகும். (இளமையில் தருமம் செய்யாது பணத்தைச் சேர்த்து வைக்கும் பேதையர் மரணகாலத்தில் வாயடைந்தபோது, 'தானம் செய்யப் பொன்னைக் கொண்டு வருக' எனச் சைகை செய்ய, அங்கிருந்த வஞ்சகர் 'புளிப்பான விளாங்காய் வேண்டும்' என்கிறார். அதற்கு இது தருணமன்று என்று அப்பொன்னைக் கவர்ந்துகொண்டு போனாற்போல, சேர்த்து வைத்த பொருள் தமக்கு உதவாமற் போகும். இவ்வாறு இளமையில் அறம் செய்யாது பின் வருந்துவது புல்லறிவாளர் இயல்பு என்பது கருத்து).

Explanation

The miser's death-bed.

In the very earliest time (in early youth) they take not food for the journey which they must make into another world tying tightly the wallet on their shoulders ; but tying tightly their treasure bags, they say, 'In after days we will learn wisdom;' the gold these idiots will indict with their hands (as legacies, when they are speechless, and in the grasp of death) will be as sour vilam fruit.

329. வெறுமை யிடத்தும் விழுப்பிணிப் போழ்தும்
மறுமை மனத்தாரே யாகி — மறுமையை
ஐந்தை யனைத்தானும் ஆற்றிய காலத்துச்
சிந்தியார் சிற்றறிவி னார்.

விளக்கம்

புல்லறிவினார் வறுமை உற்றபோதும், கடும் நோய் உற்றபோதும், மறுமைக்குரிய அறநினைவினராய் இருப்பர். ஆனால், அறம் செய்தற்குரிய ஆற்றல் மிக்க பொருள் வளம் நிறைந்த காலத்தில், மறுமைக்குரிய அறத்தைப் பற்றி, சிறு கடுகின் அளவேனும் சிந்தியார்.

Explanation

Saints when they suffer, sinners when they prosper.

When poor, or when disease's deadly grasp they feel, to other world alone their minds are given; but when wealth grows, no thought, small as a grain of mustard seed, they give to other world —these souls unwise!

330. என்னேமற் றவ்வுடம்பு பெற்றும் அறம்நினையார்
    கொன்னே கழிப்பர்தம் வாழ்நாளை — அன்னோ
    அளவிறந்த காதல்தம் ஆருயி ரன்னார்க்
    கொளஇழைக்குங் கூற்றமுங் கண்டு.

விளக்கம்

அளவற்ற அன்புக்கு உரியவரான தமது அரிய உயிர் போன்றவரைக் கொண்டு செல்ல முயலும் எமனைக் கண்டும், ஐயோ புல்லறிவினார், பெறற்கரிய இம்மனிதப் பிறவி பெற்றும் அறநினைவு அற்றவராகித் தமது வாழ்நாளை வீணாகக் கழிக்கின்றனர். *(இவ்வதிகாரம் அறத்துப் பாலில் இருக்கத் தக்கது)*.

Explanation

Friends hurried away; the unwise heed it not.

Though they have gained a human frame, of virtue think they not! In vain they spent their days. Alas! and yet they see death eagerly hasting to snatch away those infinitely dear, like to their very souls! Why is this so?

34. பேதைமை
34. Utter Folly

331. கொலைஞர் உலையேற்றித் தீமடுப்ப ஆமை
நிலையறியா தந்நீர் படிந்தாடி யற்றே
கொலைவல் பெருங்கூற்றம் கோள்பார்ப்ப ஈண்டை
வலையகத்துச் செம்மாப்பார் மாண்பு.

விளக்கம்

கொல்லும் தொழிலில் வல்ல பெரிய எமன், ஒருவனது உயிரைக் கவர்ந்து கொண்டு போகும் நாளை எதிர் பார்த்திருக்க, அதனை உணராது இவ்வுலக வாழ்க்கையாகிய வலையில் இறுமாந்திருப்பவரது பெருமையானது, கொலைஞர் உலையிலே ஆமையை இட்டு நெருப்பை மூட்ட, அந்த ஆமையானது தனது நிலையை உணராது அந்த உலை நீரில் விளையாடுவது போலாம்.

Explanation

Men disport themselves in the very meshes of death's net.

While the turtle's murderers have put it into the pot and kindled fire beneath, it sports unconscious of its fate: such is their worth who joy entangled in life's not, while death, the mighty murderer, waits to seize them.

332. பெருங்கடலாடிய சென்றார் ஒருங்குடன்
ஓசை அவிந்தபின் ஆடுதும் என்றற்றால்
இற்செய் குறைவினை நீக்கி அறவினை
மற்றறிவாம் என்றிருப்பார் மாண்பு.

விளக்கம்

'குடும்பத்துக்குச் செய்ய வேண்டிய காரியங்களைக் குறைவற முடிக்கும் அறச் செயல்களைப் பற்றி யோசிப்போம்' என்றிருப்போர் பெருமையானது, பெரிய கடலில் நீராடச் சென்றவர், 'கடலின் ஓசை ஒருசேர அடங்கிய பிறகு நீராடுவோம்' என்று கருதியது போலாம். (குடும்பத்துக்கு ஆற்றவேண்டிய பணிகள் முடிவில்லாதவை. ஆதலால், அறத்தைப் பிறகு செய்யலாம் என்றிருப்பது பேதைமை).

Explanation

Postponing virtuous action to a time that never arrives.

They went to bathe in the great sea, but cried 'we will wait till all its roar is hushed, then bathe!' Such is their worth who say, 'we will get rid of all our household toils and cares and then we will practise virtue and be wise.'

333. குலம்தவம் கல்வி குடிமைமூப் பைந்தும்
  விலங்காமல் எய்தியக் கண்ணும் — நலஞ்சான்ற
  மையறு தொல்சீர் உலகம் அறியாமை
  நெய்யிலாப் பாற்சோற்றின் நேர்.

விளக்கம்

நற்குலம், தவம், கல்வி, குடிப்பிறப்பு, முதுமை ஆகிய இவ்வைந்தும் ஒருவரிடம் தப்பாமல் பொருந்திய போதும், நன்மை மிகுந்த, குற்றமற்ற, பழைமையான சிறப்புடைய உலக இயல்பு அறியாதிருத்தல், நெய் இல்லாத பால்சோற்றுக்கு ஒப்பாகும். (சர்க்கரை முதலானவற்றைப் பெற்றாலும் நெய் கலந்தது போன்ற இனிமை பால்சோற்றுக்கு இல்லை. அதுபோல, கல்வி முதலான சிறப்புகள் இருந்தாலும், உலகத்தோடு ஒட்டி வாழாதார் வாழ்க்கை சிறப்பில்லாததாம்; பேதைமை உடைத்தாம்).

Explanation

A high tone of manners and morals.

Though a man be of good caste, have performed deeds of ascetic virtue, acquired learning, is of good family and attained a ripe old age, so that in these five points he is faultless; yet his ignorance of what is thoroughly good, without stain, sanctioned by ancient precedent and of good renown in the world's ways, will render all his advantages like thin, watery milk with boiled rice.

334. கல்நனி நல்ல கடையாய மாக்களின்
  சொல்நனி தாமுணரா வாயினும் — இன்னினியே
  நிற்றல் இருத்தல் கிடத்தல் இயங்குதலென்
  முற்றவர்க்குத் தாம்உதவ லான்.

விளக்கம்

கற்கள் மிகவும் நல்லனவாகும். எப்படியெனில், பிறர் சொல்லும் சொல்லை அறிந்துகொள்ளாதவையானாலும், தம்மைச் சார்ந்தவர்க்கு அப்போதே நிற்பதும், உட்காருவதும், படுப்பதும், நடப்பதும் ஆகிய செயல்களுக்கு உதவுதலால், அவை, யாருக்கும் ஓர் உதவியும் செய்யாத பேதைகளைவிட நல்லனவாகும்.

Explanation

Stones and men.

Stones are much better than low men ; since, though those two are utterly without apprehension of your words, yet they (stones) are of assistance to those that employ them, in as much as they at once stand where they are fixed, remain where they are put, lie where they are laid, and remove when they are moved.

335. பெறுவதொன் றின்றியும் பெற்றானே போலக்
கறுவுகொண் டேலாதார் மாட்டும் — கறுவினால்
கோத்தின்னா கூறி உரையாக்காற் பேதைக்கு
நாத்தின்னும் நல்ல சுனைத்து.

விளக்கம்

தான் பெறத்தக்க பயன் ஒன்றும் இல்லாத போதும், ஒரு பயனைப் பெற்றவன்போல், தன்னை எதிர்க்காதவரிடம் பகை கொண்டு சினத்தினால் துன்பம் தரும் சொற்களை அடுக்கடுக்காகக் கூறாவிடின் பேதையின் நாக்கை நல்ல தினவானது தின்றுவிடும். (ஒரு பயனுமின்றிப் பிறரைப் பழித்தல் பேதையர் தொழில் என்பது கருத்து).

Explanation

A fool gets angry without cause, longs to abuse.

If the fool, though nothing is to be gained (by such conduct), acting as though he had gained something, waxing wroth against those who disdain are unable to contend with him, cannot say and utter forth in his wrath a string of evil words a grievous itching will gnaw his tongue.

336. தங்கண் மரபில்லார் பின்சென்று தாமவரை
எங்கண் வணக்குது மென்பவர் — புன்கேண்மை
நற்றளிர்ப் புன்னை மலருங் கடற்சேர்ப்ப
கற்கிள்ளிக் கையிழந் தற்று.

விளக்கம்

நல்ல தளிர்கள் நிறைந்த புன்னை மலர்தற்குரிய கடற் கரையை உடைய வேந்தனே! தம்மிடம் விருப்பம் இல்லாதார் பின் சென்று, 'அவரை எம்மிடம் விருப்பம் உள்ளவராகச் செய்வோம்' என்று நினைப்பவர் கொள்ளும் அற்பர் உறவு, கல்லைக் கிள்ளிக் கையைப் போக்கிக்கொள்வது போலாம்.

Explanation

It is a hard thankless task to bend the worthless to our will.

Lord of the sea-shore where the laurel with its bright foliage flowers! The poor pretence of intimacy enjoyed by those who follow after wealthy but utterly uncongenial men, and say 'we will bend them to our will,' is like loosing one's hand while digging into a rock.

337. ஆகா தெனினும் அகத்துநெய் உண்டாகின்
போகா தெறும்பு புறஞ்சுற்றும் — யாதுங்
கொடா அரெனினும் உடையாரைப் பற்றி
விடாஅர் உலகத் தவர்.

விளக்கம்

எறும்புகள், தம்மால் எடுத்துக்கொள்ள முடியாது எனினும், ஒரு பாத்திரத்தில் நெய் இருக்குமானால், அப்பாத்திரத்தின் மேலே சுற்றிக்கொண்டேயிருக்கும். அதுபோல ஒன்றும் கொடாதவராயினும் பொருள் உள்ளவரைச் சார்ந்த பேதைகள், அவரை விடாமல் சுற்றிக் கொண்டிருப்பார்கள்.

Explanation

Ants around the neck of the closed oil-jar.

If there be ghi in the pot, though they cannot get at it, the ants will swarm without ceasing around the outside ; and so the people of the world will cling to and not leave the possessors of wealth, though these give them nothing.

338. நல்லவை நாடொறும் எய்தார் அறஞ்செய்யார்
இல்லாதார்க் கியாதொன்றும் ஈகலார் — எல்லாம்
இனியார்தோள் சேரார் இசைபட வாழார்
முனியார்கொல் தாம்வாழும் நாள்.

விளக்கம்

நாள்தோறும் நல்லோர் அவையை அடையார்; அறம் செய்யார்; இல்லாதவர்க்கு எதையும் தரமாட்டார்; எல்லா வகையிலும் இன்பம் அளிக்கத் தக்க மனைவியின் தோள்களைத் தழுவார்; புகழுடன் வாழார்; இப்படி ஒரு பயனும் இல்லாத பேதைகள் வாழ்க்கையில் வெறுப்படைய மாட்டார்களா? (மனைவியின் தோள்களைத் தழுவார் என்றதனால், பரத்தையின் தோள்களைத் தழுவுவர் என்று பொருளாயிற்று).

Explanation

Fools make all life sad for themselves.

No good each day they gain; nor deed of virtue do; nothing to needy men impart; nor know they joy of loved ones' sweet embrace; devoid of fame they live: do such not loathe the days they live?

339. விழைந்தொருவர் தம்மை வியப்ப ஒருவர்
விழைந்திலேம் என்றிருக்கும் கேண்மை — தழங்குகுரல்
பாய்திரைசூழ் வையம் பயப்பினும் இன்னாதே
ஆய்நலம் இல்லாதார் மாட்டு.

விளக்கம்

ஒருவர் தம்மைப் புகழ்ந்து பேச, 'நாம் இப்படிப்பட்ட புகழுரைகளை விரும்பமாட்டோம்' என்று வெறுத்துப் புறக்கணிக்கும் நற்குணமில்லாதவரிடம் கொள்ளும் நட்பானது, கடல் சூழ்ந்த உலகையே தருவதாயினும் துன்பம் தருவதாம். (தம்மை மதிப்பவரைத் தாம் மதியாதிருத்தல் பேதையின் இயல்பு).

Explanation

Friendship without reciprocity.

Friendship with those who are destitute of exquisite goodness, and who, though you cultivate them with affectionate deference, (morosely) say we entertain affection for none,'—though it should yield as its fruit the earth, which the sea with its noisy chime of leaping billows girds around,—would be only affliction.

340. கற்றனவும் கண்ணகன்ற சாயலும் இற்பிறப்பும்
    பக்கத்தார் பாராட்டப் பாடெய்தும்; —தானுரைப்பின்
    மைத்துனர் பல்கி மருந்தின் தணியாத
    பித்தனென் றெள்ளப் படும்.

விளக்கம்

ஒருவன் கற்ற கல்வியையும், அவனது மேன்மையையும், நற்குடிப் பிறப்பையும் அயலார் பாராட்டிக் கூறினால் பெருமையாம். இவ்வாறின்றித் தன்னைத்தானே புகழ்ந்து கூறிக்கொள்வானாயின், அவனுக்கு மைத்துனர் (கேலி பேசுவோர்) பலராவர். மேலும் அவன் மருந்தாலும் தணியாத பித்தன் என்றும் இகழப்படுவான். (தற்புகழ்ச்சியும் பேதைமைதான் என்பது கருத்து).

Explanation

Self-laudation.

The learning a man has acquired, his world - renowned excellence, and his nobility of birth, will gain for him respect when the bystanders celebrate them; but if he himself proclaims them, the young kinsmen crowding around will deride him as one afflicted with a mania not to be mitigated by any medicine.

35. கீழ்மை

35. Lowness

341. கப்பி கடவதாக் காலைத்தன் வாய்ப்பெயினும்
குப்பை கிளைப்போவாக் கோழிபோல் — மிக்க
கனம்பொதிந்த நூல்விரித்துக் காட்டினும் கீழ்தன்
மனம்புரிந்த வாறே மிகும்.

நொய்யரிசியை வேண்டும் அளவு காலைப்பொழுதிலேயே வாயில் போட்டாலும், குப்பையைக் கிளறுதலை விட்டு விடாத கோழியைப்போல, மிக்க அறநெறி பொருந்திய நூற்பொருளை விரிவாக எடுத்துக் கூறினாலும், கீழானவன் தன் மனம் விரும்பிய வழியிலேயே முனைந்து செல்வான்.

Explanation

Teaching wasted.

The fowl, though each morning duly you scatter broken grain into its very mouth, will ceaselessly scratch in the refuse-heap; so, though you expound and show the base man works of learning, full of weighty wisdom, he will but the more resolutely go on in the way in which his mind finds delight.

342. காழாய கொண்டு கசடற்றார் தஞ்சாரல்
தாழாது போவாம் எனஉரைப்பின்—கீழ்தான்
உறங்குவாம் என்றெழுந்து போமாம்அஃ தன்றி
மறங்குமாம் மற்றொன் றுரைத்து.

விளக்கம்

உறுதியான நூற்பொருளைக் கற்றுக்கொள்ள, குற்றமற்ற பெரியோரிடத்து, ‘காலம் தாழ்த்தாது போகவேண்டும்’ என்று ஒருவர் சொன்னால், கீழானவன், ‘தூங்க வேண்டும்’ என்று சொல்லி எழுந்து போவான். அல்லது வேறொரு காரணத்தைக் கூறி மறுத்துச் செல்வான்.

Explanation

The base will not seek the company of the wise and good.

If you say to the base man, 'Let us without delay go to seek refuge with faultless sages possessors of mature wisdom,' he will probably get up and make off, exclaiming, 'Let us go and slumber,!' or he will perhaps demur, and change the subject.

343. பெருநடை தாம்பெறினும் பெற்றி பிழையா
தொருநடைய ராகுவர் சான்றோர் — பெருநடை
பெற்றக் கடைத்தும் பிறங்கருவி நன்னாட!
வற்றாம் ஒருநடை கீழ்.

விளக்கம்

விளங்கும் மலையருவிகளை உடைய நல்ல நாட்டுக்கு மன்னனே! மேலோர் மிக்க செல்வத்தை அடைந்தாலும் தம் ஒழுக்கத்தினின்றும் சிறிதும் குன்றாமல் ஒரே சீரான நிலையில் இருப்பர். கீழோர் செல்வம் பெற்றபோது, தாம் முன்னர் மேற்கொண்டிருந்த ஒழுக்கத்துக்கு வேறாக நடந்து கொள்வர்.

Explanation

Promotion does not spoil the good nor improve the bad.

Lord of the goodly land of swelling torrents! If thoroughly worthy men gain some added dignity, their nature knows no deviation, but they go on in the same even path of virtue; and although the base obtains promotion, his conduct too changes not, (promotion betters him not.)

344. தினையனைத்தே யாயினும் செய்தநன் றுண்டால்
பனையனைத்தா உள்ளுவர் சான்றோர் — பனையனைத்(து)
என்றுஞ் செயினும் இலங்கருவி நன்னாட!
நன்றில நன்றறியார் மாட்டு.

விளக்கம்

விளங்கும் மலையருவிகளை உடைய நல்ல நாட்டுக்கு மன்னனே! ஒருவன் செய்த உதவி தினை அளவே இருக்குமாயினும் சான்றோர் அதனைப் பனை அளவாகக் கருதிப் போற்றுவர். பனை அளவு உதவி செய்தாலும், நன்றி உணர்வில்லார், அதனை ஓர் உதவியாகவே நினைக்கமாட்டார்கள்.

Explanation

Small benefits seem great to the wise ; and vice versa.

Lord of the goodly land of glistening torrents ! The excellent will deem any favour done to them, though small as a grain of millet, to be large as a palm tree. You may constantly confer favours huge as a palm tree, but they are not benefits, when conferred on those who are not grateful.

345. பொற்கலத் தூட்டிப் புறந்தரினும் நாய்பிறர்
எச்சிற் கிமையாது பார்த்திருக்கும் — அச்சீர்
பெருமை யுடைத்தாக் கொளினும்கீழ் செய்யுள்
கருமங்கள் வேறு படும்.

விளக்கம்

பொன் கலத்தில் இட்டு நல்ல உணவினை உண்பித்தாலும் நாய், பிறர் எச்சில் சோற்றைக் கண் கொட்டாமல் பார்த்திருக்கும். அதுபோல, கீழான ஒருவனை மதித்து எவ்வளவுதான் பெருமை செய்தாலும், அவனது செயல்கள், அப்பெருமையினின்றும் முற்றிலும் வேறுபடும். (கீழ்மையுடையனவாகவே இருக்கும்).

Explanation

The dog prefers to feed on refuse. Nature will out!

The dog, though you tend it with care, feeding it from a golden vessel, will watch, eye fixed for others' leavings ; even so, although you receive the base as if they were possessed of greatness, the deeds they do will be otherwise (= their real character will be seen by their conduct).

346. சக்கரச் செல்வம் பெறினும் விழுமியோர்
எக்காலுஞ் சொல்லார் மிகுதிச்சொல் — எக்காலும்
முந்திரிமேற் காணி மிகுவதேல் கீழ்தன்னை
இந்திரனா எண்ணி விடும்.

விளக்கம்

மேலோர், உலகமெங்கும் ஆணைச் சக்கரத்தைச் செலுத்தக் கூடிய அரச செல்வத்தைப் பெறினும், ஒருபோதும் வரம்பு கடந்த சொற்களைச் கூறார். ஆனால், எப்போதேனும் முந்திரி என்னும் சிறு தொகையுடன், காணி என்னும் சிறுதொகை சேருமானால் ஒரு கீழ் மகன் தன்னை இந்திரனாகக் கருதி இறுமாந்திருப்பான்.

Explanation

The base intoxicated by some trivial gain.

Though they obtain imperial wealth, the excellent never utter a vaunting word ; but if at any time the base sees some small fractions added to his scanty store, he will deem himself great as Indran.

347. மைதீர் பசும்பொன்மேல் மாண்ட மணியழுத்திச்
செய்த தெனினும் செருப்புத்தன் காற்கேயாம்
எய்திய செல்வத்த ராயினும் கீழ்களைச்
செய்தொழிலாற் காணப் படும்

விளக்கம்

குற்றமற்ற நல்ல பொன்னின் மீது, மாட்சிமை பொருந்திய நவமணிகளைப் பதித்துச் செய்யப்பட்டதானாலும் அந்தச் செருப்பு காலில் அணிதற்கே பயன்படும். அதுபோலக் கீழ்மக்கள் எவ்வளவு செல்வம் பெற்றாலும் கீழ் நிலையில் வைக்கத் தக்கவரேயன்றி மேல் நிலையில் வைக்கத் தகார்.

Explanation

The slipper.

Though made of faultless yellow gold, enwrought with choicest pearls, the slipper serves but for one's foot; though the base be deemed prosperous through the wealth they have gained, their baseness will be seen by their actions.

348. கடுக்கெனச் சொல்வற்றாம் கண்ணோட்ட மின்றாம்
இடுக்கண் பிறர்மாட் டுவக்கும் — அடுத்தடுத்து
வேக முடைத்தாம் விறன்மலை நன்னாட!
ஏகுமாம் எள்ளுமாம் கீழ்.

விளக்கம்

சிறந்த மலைகள் விளங்கும் நல்ல நாட்டை உடைய அரசனே! கீழ்மகன், கடுமையான சொற்களைச் சொல்ல வல்லவன்; யாரிடமும் இரக்கம் இல்லாதவன்; பிறர் துன்பம் கண்டு மகிழ்பவன்; அடிக்கடி சினம் கொள்பவன்; எங்கும் திரிபவன்; யாரையும் பழிப்பவன்.

Explanation

The base man's habit of life.

Victorious lord of the good mountain land! The base is mighty in bitter words, is destitute of kindliness, rejoices in others' sorrows, is ever and anon full of sudden wrath, will run up and down and pour contempt on all he meets.

349. பழைய ரிவரென்று பன்னாட்பின் நிற்பின்
உழைஇனிய ராகுவர் சான்றோர்—விழையாதே
கள்ளுயிர்க்கும் நெய்தற் கனைகடல் தண்சேர்ப்ப!
எள்ளுவர் கீழா யவர்.

விளக்கம்

தேன் சிந்தும் நெய்தல் பூக்கள் மலிந்து, ஒலிக்கும் கடலினது குளிர்ச்சி பொருந்திய கரையை உடைய நாட்டு வேந்தனே! ஒருவர் தம் பின்னே நின்றால் 'இவர்கள் பலநாள் பழக்கம் உள்ளவர்கள்' என மேலோர் அவர்களிடம் இனியராய் இருப்பர். ஆனால், கீழ்மக்களோ அப்படி நிற்பவர்களை விரும்பாது பழிப்பர். (சில நாள் தம்மிடம் வந்தவர்களையும் பழைய நண்பர்களைப்போலக் கருதுவர் மேலோர்; பலநாள் பழகியவரிடமும் அன்பு செலுத்தாது பழிப்பர் கீழோர்).

Explanation

No intimacy possible with the base.

Lord of the resounding sea's cool shore, where the Neythal breathes horied fragrance round! The worthy, if men for many days stand waiting in their train will say 'these are old acquaintance,' and will make the place pleasant to them; the base in such circumstances feel no affection, but simply despise them.

350. கொய்புல் கொடுத்துக் குறைத்தென்றுந் தீற்றினும்
வையம்பூண் கல்லா சிறுகுண்டை — ஐயகேள்!
எய்திய செல்வத்த ராயினும் கீழ்களைச்
செய்தொழிலாற் காணப் படும்.

விளக்கம்

மன்னனே கேட்பாயாக! நாள்தோறும் அறுக்கத்தக்க புல்லை அறுத்துத் தின்பதற்குக் கொடுத்தாலும் சிறிய எருதுகள் பெரிய வண்டியை இழுக்கமாட்டா. அதுபோல, செல்வம் உடையவர்களானாலும் கீழ்மக்களை, அவர்கள் செய்யும் காரியத்தால், இவர்கள் கீழ்மக்கள் என்று அறிந்து கொள்ளலாம். (வளர்ச்சியில்லாத, குள்ளமான, வயதில் மூத்த, வயிறு பெரிதான எருது 'சிறு குண்டை' எனப்பட்டது. பயனற்ற இந்த எருதைப் போல் ஒன்றுக்கும் பயன்படாதார் கீழ்மக்கள் என்பது கருத்து).

Explanation

Prosperity does not elevate the base.

Hear, O Sir! The little bullock-calves will not learn to bear the yoke and draw the chariot, though you give them cut grass, clip them, and constantly rub them down; so, though they have gained wealth, the base will be seen (to be so) by the deeds they do.

36. கயமை

36. Baseness

351. ஆர்த்த அறிவினர் ஆண்டிளைய ராயினும்
காத்தோம்பித் தம்மை அடக்குப — மூத்தொறூஉம்
தீத்தொழிலே கன்றித் திரிதந் தெருவைபோல்
போத்தறார் புல்லறிவி னார்.

விளக்கம்

நிறைந்த அறிவுள்ளவர், வயதிலே இளையராயினும் தம் புலன்களை அடக்கித் தீய நெறி செல்லாது ஒழுக்கத்துடன் இருப்பர். ஆனால், புல்லறிவினையுடைய கயவரோ வயது முதிருந்தோறும் தீய தொழிலிலேயே உழன்று கழுகுபோல் திரிந்து, குற்றம் நீங்கப் பெறார். (கழுகு பிணத்தை விரும்புவதுபோல், கயவர் தீயவை விரும்புவார் என்பது கருத்து).

Explanation

Age does not improve the essentially base.

The thoroughly wise, though young in years, will guard themselves in stern self-repression. The low unwise as age comes on become mature in evil works, and are like reeds wind-shaken, hollow still!

352. செழும்பெரும் பொய்கையுள் வாழினும் என்றும்
வழும்பறுக்க கில்லாவாம் தேரை — வழும்பில்சீர்
நூல்கற்றக் கண்ணும் நுணுக்கமொன் றில்லாதார்
தேர்கிற்கும் பெற்றி அரிது.

விளக்கம்

நீர் நிறைந்த பெரிய குளத்திலே வாழ்ந்தாலும் தவளைகள் தம் மேல் உள்ள வழுவழுப்பான அழுக்கை நீக்கிக்கொள்ளமாட்டா. அதுபோல, குற்றமில்லாத சிறந்த நூல்களைக் கற்றாலும், நுண்ணறிவு சிறிதும் இல்லாதவர்கள், அந்நூல்களின் பொருளை உணர்ந்துகொள்ளமாட்டார்கள்.

Explanation

Fine perception unattainable by the obtuse.

Though frogs flourish long in a rich large lake, they never rid themselves of their slime; so it is hard for those void of fine perception, even when they have learned pure and excellent text-books, to acquire the gift of clear understanding.

353. கணமலை நன்னாட! கண் இன் றொருவர்
குணனேயுங் கூறற் கரிதால் — குணனழுங்கக்
குற்றம் உழைநின்று கூறுஞ் சிறியவர்கட்
கெற்றால் இயன்றதோ நா.

விளக்கம்

நெருங்கிய மலைகள் உள்ள நாட்டுக்கு அரசனே! ஒருவர் எதிரில் நின்று, அவரது குணங்களைக் கூறுதற்கும் நா எழுதல் அரிதாகும். அப்படியிருக்க அவர் குணம் கெடும்படி குற்றத்தையே எடுத்துக்கூறும் கயவரின் நாக்கு எப்படிப்பட்ட பொருளால் (இரும்பால் அல்லது கல்லால்) செய்யப்பட்டதோ?

Explanation

Detraction easy only to the base.

Lord of the goodly land of mountain chains ! It is hard to stand before a man and publish even his praise. How then can mean men's tongues depreciate a man's good qualities and proclaim his faults while standing before him?.

354. கோடேந் தகலல்குற் பெண்டிர்தம் பெண்ணிர்மை
சேடியர் போலச் செயல்தேற்றார் — கூடிப்
புதுப்பெருக்கம் போலத்தம் பெண்ணீர்மை காட்டி
மதித்திறப்பர் மற்றை யவர்.

விளக்கம்

பக்கங்கள் உயர்ந்து அகன்ற அல்குலை உடைய நற்குல மகளிர் விலைமகளிரைப் போல் தமது பெண் தன்மையை ஒப்பனை செய்துகொள்ள அறியார். ஆனால் பொதுமகளிரோ புதிய வெள்ளம், போல் ஆடவருடன் கூடிக் கலந்து, தமது பெண்தன்மை மேம்படப்

புனைந்து காட்டி, அவர்களிடம் உள்ள பொருளைக் கவர்ந்து கொண்டு விலகிச் செல்வர். *(கயவர் வேசியர்போல் வஞ்சித்துப் பொருள் கொள்வர் என்பது கருத்து).*

Explanation

Base men vaunt themselves like wantons.

Chaste women trick not out their charms of womanhood, as is as the wont of the wanton. Like fountains ever fresh those others make display of every charm, and vaunt their beauty as they pass.

355. தளிர்மேலே நிற்பினும் தட்டாமற் செல்லா
உளி நீரார் மாதோ கயவர் — அளிநீரார்க்
கென்னானுஞ் செய்யார் எனைத்தானுஞ் செய்பவே
இன்னாங்கு செய்வார்ப் பெறின்.

விளக்கம்

தளிர்மேலே நின்றாலும் ஒருவர் *(கொட்டாப்புளி அல்லது மரத்தாலான சுத்தியல்)* தட்டினாலன்றி, அத்தளிரைத் துளைக்காத உளி போல்வர் கயவர். அவர்கள் கருணை இயல்புடையார்க்கு ஓர் உதவியும் செய்யார்; தம்மைத் தாக்கித் துன்புறுத்துவார்க்கு எல்லா உதவிகளையும் செய்வர்.

Explanation

You must extort from the base what you want.

The base are like the chisel, that, though it is over the bud to be sculptured, moves not without some one to strike it. On those who are courteous these confer no boon whatever. They will do everything for those who use violent means.

356. மலைநலம் உள்ளும் குறவன்; பயந்த
விளைநிலம் உள்ளும் உழவன்; சிறந்தொருவர்
செய்தநன் றுள்ளுவர் சான்றோர்; கயம்தன்னை
வைததை உள்ளி விடும்.

விளக்கம்

குறவன், தான் வாழும் மலை வளத்தை நினைந்து மகிழ்வான்; உழவன், தனக்குப் பயன் தந்த விளைநிலத்தை நினைந்து உள்ளம் உவப்பான்; சான்றோர், தமக்குப் பிறர் செய்த நன்றியை நினைந்து இன்புறுவர்; ஆனால் கயவனோ, தன்னை ஒருவன் இகழ்ந்ததையே நினைத்துப் பகை கொள்வான்.

Explanation

Each thinks upon his own favourite place.

The good remember only benefits conferred on them ; the bad only injuries.

The hill-man thinks upon the beauty of his hills; the farmer thinks upon his fields that have yielded him rich crops; the good think on the boons bestowed by worthy men; the base man's thoughts are fixed on abuse he has received.

357. ஒருநன்றி செய்தவர்க் கொன்றி யெழுந்த
     பிழைநூறும் சான்றோர் பொறுப்பர் — கயவர்க்
     கெழுநூறு நன்றிசெய் தொன்றுதீ தாயின்
     எழுநூறும் தீதாய் விடும்.

விளக்கம்

தமக்கு ஒரு நன்மை செய்தவர் தொடர்ந்து நூறு குற்றங்கள் செய்தாலும் சான்றோர் பொறுத்துக்கொள்வர். ஆனால், கயவர்க்கு எழுநூறு நன்மைகளைச் செய்து, தவறிப்போய் ஒன்று தீமையாய் நேர்ந்து விடினும், முன்செய்த எழுநூறு நன்மைகளும் தீமையாகவே ஆகிவிடும். (தீமையை மறப்பது சான்றோர் இயல்பு; நன்மையை மறப்பது கயவர் இயல்பு)

Explanation

The good are grateful; the base ungrateful and malignant.

The good attach themselves to those that have done them one act of kindness, and forgive a hundred wrongs that arise. The base receives seven hundred benefits, but one wrong will turn them all to evil.

358. ஏட்டைப் பருவத்தும் இற்பிறந்தார் செய்வன
மோட்டிடத்தும் செய்யார் முழுமக்கள் — கோட்டை
வயிரம் செறிப்பினும் வாட்கண்ணாய்! பன்றி
செயிர்வேழ மாகுதல் இன்று.

விளக்கம்

வாள்போன்ற கண்ணை உடையவளே! பன்றியின் கொம்பிலே, வைரம் இழைத்த பூணினைப் பூட்டினாலும் அது சினம் மிக்க யானை ஆகிவிடாது. அதுபோல, வறுமையுற்ற காலத்தும் நற்குடிப் பிறந்தவர்கள் செய்யும் உதவிகளை, கயவர் தமக்கு மிகுந்த செல்வம் உண்டான காலத்தும் செய்யார். (மேலோர் இயல்பும் கயவர் இயல்பும் எப்போதும் மாறாதவை என்பது கருத்து).

Explanation

Base men illiberal even in prosperity.

Worthless persons even in high state do not do the deeds that men of noble birth perform even in their poverty. Okeen-eyed maid! Men may enring and arm the boar's tusks, but it will not even so become a warlike elephant.

359. இன்றாதும் இந்நிலையே ஆதும் இனிச்சிறிது
நின்றதும் என்று நினைத்திருந்து — ஒன்றி
உரையின் மகிழ்ந்து தம் உள்ளம்வேறாகி
மரையிலையின் மாய்ந்தார் பலர்.

விளக்கம்

'இன்று செல்வம் உடையவர் ஆவோம்; இப்பொழுதே ஆவோம்; இன்னும் சில நாட்களில் ஆவோம்' எனச் சிந்தித்துக்கொண்டேயிருந்து, அப்படிச் சொல்வதிலே மகிழ்ந்து, அது நிறைவேறாதபோது உள்ளம் உடைந்து, பின் தாமரை இலைபோல மாய்ந்தவர் பலராவர். (கயவர், கற்பனை உலகில் திரிந்து காலத்தை வீணாக்குவர்).

Explanation

Vain dreams. We fade as a leaf.

'To-day, at once, a little hence, we shall gain our end!' So many speak and think, and joyously tell it out among their friends ; but soon their eager minds are changed; and they have perished like a lotus leaf.

360. நீருட் பிறந்து நிறம்பசிய தாயினும்
ஈரம் கிடையாகத் தில்லாகும் — ஓரும்
நிறைப்பெருஞ் செல்வத்து நின்றக் கடைத்தும்
அறைப்பெருங்கல் அன்னார் உடைத்து.

விளக்கம்

நீரிலே தோன்றிப் பசுமை மிக்க நிறத்துடன் இருப்பினும், நெட்டியின் உள்ளே ஈரம் இல்லை, அதுபோல, நிறைந்த பெரும் செல்வத்திலே இருந்தாலும், பாறையாகிய பெரிய கல் போன்றவர்களை (ஈர நெஞ்சம் இல்லாதவர்களை) இவ்வுலகம் பெற்றிருக்கிறது.

Explanation

Wealth without heart.

Though born in the water, and its hue appear green, the Netti's pith knows no moisture; so in the world are men of amplest wealth whose hearts are hard as stones upon the rocky mountain fell.

37. பன்னெறி
37. Miscellaneous Topics.

361. மழைதிளைக்கும் மாடமாய் மாண்பமைந்த காப்பாய்
இழைவிளக்கு நின்றிமைப்பின் என்னாம் — விழைதக்க
மாண்ட மனையாளை யில்லாதான் இல்லகம்
காண்டற் கரியதோர் காடு.

விளக்கம்

மேகம் தவழும் மாடி உள்ளதாய், சிறப்பு மிக்க காவல் உடையதாய், அணிகளே விளக்காக நின்று ஒளி வீசுவதாய் இருப்பினும், மாட்சிமைப்பட்ட மனைவியைப் பெற்றிலாதவனுடைய இல்லம் என்ன பயனையுடையது? அது பார்க்கக் கூடாத சுடுகாடே ஆகும்.

Explanation

The wife. The mansion meets the clouds.

A stately band of warders keep watch around. Gems glisten therein like lamps. What then? Where the owner has not a wife of dainty excellence: the house within is a waste, hard to explore.

362. வழுக்கெனைத்தும் இல்லாத வாள்வாய்க் கிடந்தும்
இழுக்கினைத் தாம்பெறுவ ராயின் — இழுக்கெனைத்துஞ்
செய்குறாப் பாணி சிறிதேஅச் சின்மொழியார்
கையுறாப் பாணி பெரிது.

விளக்கம்

தளர்வில்லாத கொடிய வாள்வீரரின் காவலில் இருந்தாலும், மகளிர், ஒழுக்கம் தவறுதலை மேற்கொள்வாராயின், சில சொற்களே பேசும் அம்மகளிர் குற்றம் செய்யாதிருக்கும் காலம் சிறிதே! ஆனால், ஒழுக்கம் இல்லாத காலமோ பெரிதாம்!

Explanation

Outward guards avail nothing.

Though compassed round with a faultless guard of swords, if once they gain freedom, in little time they are stained with every fault; and long is the time those soft-voiced once spurn every law of right.

363. எறியென் றெதிர்நிற்பாள் கூற்றம் ; சிறுகாலை
அட்டில் புகாதாள் அரும்பிணி;— அட்டதனை
உண்டி உதவாதாள் இல்வாழ்பேய் : இம்மூவர்
கொண்டானைக் கொல்லும் படை.

விளக்கம்

கணவன் சொல்லுக்கு அஞ்சாது, 'அடி' என்று எதிர்த்து நிற்பவள் எமன்; காலையில் சமையல் அறைக்குப் போகாதவள் போக்கற்கரிய நோய்; சமைத்த உணவைத் தராதவள் வீட்டிலிருக்கும் பிசாசு; இந்தப் பெண்கள் மூவரும் கொண்ட கணவனைக் கொல்லும் கொலைக்கருவிகள் ஆவர். (அரச தண்டனைக்குக் கணவனை உட்படுத்த நினைத்ததால் 'எறி' என எதிர் நிற்பவளைக் கூற்றம் எனவும், காலத்தே உணவு கொள்ளாவிடில் நோய் உண்டாகும். ஆதலால், அட்டில் புகாளைப் பிணி எனவும், பிறர் பசி நோக்காது தான் மட்டுமே உண்பது பேயின் தன்மையாதலால், உண்டி உதவாளைப் பேய் எனவும், கொல்லுதற்கு உரியது படை ஆதலால் இத்தகைய மூவரையும் பகை எனவும் கூறினார்).

Explanation

The evil qualities of a bad wife and their effects.

Death is the wife that stands and dares her spouse to strike! Disease is she who enters not the kitchen betimes! Demon domestic is she who cooks and gives no alms! These three are swords to slay their lords !

364. கடியெனக் கேட்டுங் கடியான் வெடிபட
ஆர்ப்பது கேட்டும் அதுதெளியான் — பேர்த்துமோர்
இற்கொண் டினிதிரூஉம் ஏமுறுதல் என்பவே
கற்கொண் டெறியுந் தவறு.

விளக்கம்

இல்வாழ்க்கையை நீக்கி விடு' என்று பெரியோர் சொல்லக் கேட்டு அதனை நீக்காதவனாய், தலை வெடித்துப் போகும்படி சாப்பறை ஒலிப்பதைக்கேட்டு இல்வாழ்க்கை நிலையில்லாதது எனத்தெரிந்துகொள்ளாதவனாய், மறுபடியும் ஒருத்தியை மணந்து கொண்டு இன்புற்றிருக்கும் மயக்கம், ஒருவன் கல்லை எடுத்துத்

தன் மேலேயே எறிந்துகொள்ளும் தவறு போன்றது எனக் கூறுவர் சான்றோர்.

Explanation

The second marriage.

He hears that marriage is another name for dread and yet he dreads it not! He hears the fearful funeral drum, but it gives him no sense ! Again to take a wife and to dwell bewildered amidst domestic enjoyments is a fault that merits stoning; so say the wise.

365. தலையே தவம்முயன்று வாழ்தல் ; ஒருவர்க்
கிடையே இனியார்கண் தங்கல்; —கடையே
புணராதென் றெண்ணிப் பொருள்நசையால் தம்மை
உணரார்பின் சென்று நிலை.

விளக்கம்

ஒருவருக்கு) தவத்துக்குரிய செயல்களில் முயன்று வாழ்வது தலையாய (சிறந்த) நிலையாகும்; இனிய குணம் பொருந்திய மனைவியுடன் இல்வாழ்க்கையில் ஈடுபடுதல் இடைப்பட்ட நிலையாகும்; கிடைக்காது எனத் தெரிந்தும் பொருள் ஆசையால், தமது பெருமையை அறியாதவர்களின் பின்னே போய் நிற்பது கடையாய கீழான நிலையாகும்

Explanation

Different modes of life.

The best thing is a life spent in penitential practices. The middle course is to live with dear ones around. The worst of all is, with the thought that we have not enough, through desire of wealth subserviently to follow those who understand us not.

366. கல்லாக் கழிப்பர் தலையாயார்; நல்லவை
துவ்வாக் கழிப்பர் இடைகள் ; கடைகள்
இனிதுண்ணேம் ஆரப் பெறேம்யாம என்னும்
முனிவினாற் கண்பா டிலர்.

விளக்கம்

தலையாய அறிவினர், நல்ல நூல்களைக் கற்று வாழ்நாளைப் பயனுடையதாகக் கழிப்பர்; இடைப்பட்டவர்கள், நல்ல பொருள்களை அனுபவித்துக் காலத்தைக் கழிப்பர். கீழ்மக்களோ உண்பதற்கு இனிய உணவு கிடைக்கவில்லையே, செல்வத்தை மிகுதியாகப் பெற முடியவில்லையே என்னும் வெறுப்பினால் தூக்கம் இல்லாது காலமெல்லாம் வருந்திக்கொண்டிருப்பர்.

Explanation

Three kinds of men; those that learn, those that enjoy, and those that complain.

The men of noblest mood pass their time in learning. The middle sort pass their time in the enjoyment of good things. The last and lowest cry : 'Our food is not sweet,' 'We've not got our fill,' and in angry mood lie sleepless.

367. செந்நெல்லா லாய செழுமுளை மற்றும்அச்
செந்நெல்லே யாகி விளைதலால் — அந்நெல்
வயல்நிறையக் காய்க்கும் வளவய லூர!
மகனறிவு தந்தை யறிவு.

விளக்கம்

நல்ல நெற்களால் உண்டான நல்ல விதைகள் மேலும் அச்செந்நெல்லாகவே விளைவதால், அந்தச் செந்நெல் வயல்கள் நிறைய விளைந்திருக்கும் வளமான வயல்கள் சூழ்ந்துள்ள நாட்டுக்கு வேந்தனே! தந்தையின் அறிவுபோலவே மகனுடைய அறிவும் இருக்கும். (நல்ல நெல் விதையினால் நல்ல நெல் விளைவது போல, தந்தையின் நல்ல அறிவினால் மகனுக்கு நல்ல அறிவு உண்டாகும் என்பது கருத்து).

Explanation

Like father, like son!

The red grain's swelling gem in after time grows up and yields that same red grain.— O fertile crofted village lord, whose fields are filled with ripening crops of that same grain!—Wisdom of son is wisdom of the sire.

368. உடைப்பெருஞ் செல்வரும் சான்றோரும் கெட்டுப்
புடைப்பெண்டிர் மக்களும் கீழும் பெருகிக்
கடைக்கால் தலைக்கண்ண தாகிக் குடைக்கால்போற்
கீழ்மேலாய் நிற்கும் உலகு.

விளக்கம்

மிகுந்த செல்வமுடையோரும், சான்றோரும் தம் நிலைகளிலிருந்து தாழ்ந்து, புறப்பெண்டிரின் (வைப்பாட்டி) மக்களும், கீழ்மக்களும் உயர்ந்து, கால் பக்கம் இருக்க வேண்டியது தலைப்புறமாகி, குடையினது காம்புபோல், உலகமானது கீழ் மேலாக இருக்கும் தன்மையது. (கீழே இருக்க வேண்டிய குடையின் காம்பு, குடையை விரித்துப் பிடித்திருக்கும்போது மேலே இருக்கும். அதுபோலக் கீழோர் மேலோராகியிருத்தல் உலக இயல்பாம்).

Explanation

Bad times.

The wealthy men of great possessions and the perfect have perished, while wantons' sons and base men multiply. The lowest takes chief place and like the umbrella's handle, this world is upside down!

369. இனியார்தம் நெஞ்சத்து நோய்உரைப்ப அந்நோய்
தணியாத உள்ளம் உடையார் — மணிவரன்றி
விழும் அருவி விறன்மலை நன்னாட!
வாழ்வின் வரைபாய்தல் நன்று.

விளக்கம்

மணிகளை வாரிக்கொண்டு விழும் அருவிகளையுடைய மலைகள் நிறைந்த நல்ல நாட்டின் அரசனே! நண்பர்கள், தம் மனத்திலிருந்து துன்பத்தைக் கூற, அத்துன்பத்தைப் போக்காத கல்மனம் உடையவர்கள் வாழ்வதைவிட மலை மேலேறிக் கீழே குதித்து உயிர் விடுதல் நல்லதாகும்.

Explanation

Misery of unfeeling selfishness.

Lord of the good land of mighty hills whence streams descend sweeping along pearls! Better men should jump down a precipice than live with a mind not disposed to assuage the pain of the dear ones who tell them of their heart's pain.

370. புதுப்புனலும் பூங்குழையார் நட்பும் இரண்டும்
 விதுப்பற நாடின்வேறல்ல — புதுப்புனலும்
 மாரி அறவே அறுமே, அவரன்பும்
 வாரி அறவே அறும்.

விளக்கம்

புதுவெள்ளமும், அழகிய காதணி அணிந்த பொதுமகளிர் நட்பும் ஆகிய இரண்டும், நிதானமாக ஆராய்ந்து பார்த்தால் வேறல்ல. (ஒரே தன்மையுடையனவே), புதுவெள்ளம் மழை நீங்கினால் நீங்கும். அதுபோலப் பொதுமகளிர் அன்பும் பொருளின் வரவு நீங்கியதும் நீங்கும்.

Explanation

The wantons' love.
'The mountain freshed, and the love of those adorned
With pendant jewels rare examined calmly prove
To differ nought: that fails when rains that feed it fail;

And love of these fails too, when income fails!'

38. பொதுமகளிர்
38. Wantons

371. விளக்கொளியும் வேசையர் நட்பும் இரண்டும்
துளக்கற நாடின் வேறல்ல — விளக்கொளியும்
நெய்யற்ற கண்ணே அறுமே, அவரன்பும்
கையற்ற கண்ணே அறும்.

விளக்கம்

விளக்கினது ஒளியும், பொதுமகளிரது அன்பும் ஆகிய இரண்டையும் தெளிவாக ஆராய்ந்து பார்த்தால் இரண்டும் வேறானவை அல்ல. விளக்கினது ஒளியும் எண்ணெய் வற்றிய போதே நீங்கும். பொதுமகளிர் அன்பும் (தம்மை நாடுவார்) கைப்பொருள் நீங்கியபோதே நீங்கும்.

Explanation

The wantons' mercenary character.

The lamp's light and harlot's love examined well are seen to differ not a whit; the lamp's light goes out when the feeding oil is consumed ! and the harlot's love is spent when the lavish hand has spent its wealth.

372. அங்கோட் டகலல்குல் ஆயிழையாள் நம்மோடு
செங்கோடு பாய்துமே என்றாள்மன் — செங்கோட்டின்
மேற்காண மின்மையான் மேவா தொழிந்தாளே
காற்கால்நோய் காட்டிக் கலுழ்ந்து.

Explanation

The wanton's self-interested professions.

She of enticing beauty, adorned with choice jewels, said forsooth, 'I will leap with you down the steep precipice;' but on the very brow of the precipice, because I had no money, she, weeping and pointing to her aching feet, withdrew and left me alone!

373. அங்கண் விசும்பின் அமரர் தொழப்படும்
செங்கண்மா லாயினும் ஆகமன் — தம்கைக்
கொடுப்பதொன் றில்லாரைக் கொய்தளி ரன்னார்
விடுப்பர்தம் கையால் தொழுது.

விளக்கம்

அழகிய இடமகன்ற தேவர் உலகில் உள்ள தேவர்களால் தொழப்படும் சிவந்த கண்களை உடைய திருமாலைப் போன்றவராக இருப்பினும், பொருள் இல்லாதவரை, கொய்தற்குரிய இளந்தளிர் போலும் மேனியுடைய பொதுமகளிர், தம் கையால் கும்பிட்டு அனுப்பிவிடுவர்.

Explanation

Courtezans forsake those who have no wealth.

Though he be Mal, the fiery-eyed, whom in the heaven's fair homes immortals worship, if in hand he brings no gift the women tender as the buds men cull, will straight dismiss him, bowing low with folded hands.

374. ஆணமில் நெஞ்சத் தணிநீலக் கண்ணார்க்குக்
காண மிலாதார் கடுவனையர் — காணவே
செக்கூர்ந்து கொண்டாரும் செய்த பொருளுடையார்
அக்காரம் அன்னார் அவர்க்கு.

விளக்கம்

அன்பில்லாத மனத்தையும், அழகிய குவளை மலர் போன்ற கண்களையும் உடைய பொது மகளிர்க்கு, பொருள் இல்லாதவர் நஞ்சு போல் விரும்பத்தகாதவர் ஆவர். பலரும் காணச் செக்காட்டுவோர் ஆயினும், மிகுதியாகப் பொருளைச் சேர்த்து வைத்திருப்பவர் அப்பொதுமகளிர்க்குச் சர்க்கரை போல் இனியவராவர்.

Explanation

Money makes a man the wanton's darling.

To the damsels of loveless hearts, whose eyes are as beauteous as blue water-lilies, those who have no wealth are as poison! Even those who have turned the oil press, in sight of all men, if they have wealth, are as sugar to them.

375. பாம்பிற் கொருதலை காட்டி ஒருதலை
தேம்படு தெண்கயத்து மீன் காட்டும் — ஆங்கு
மலங்கன்ன செய்கை மகளிர்தோள் சேர்வார்
விலங்கன்ன வெள்ளறிவி னார்.

விளக்கம்

இனிமை மிக்க, தெளிந்த நீருள்ள பொய்கையிலே பாம்புக்கு ஒரு தலையைக் காட்டி, மற்றொரு தலையை மீனுக்குக் காட்டும் விலாங்கு மீனை ஒத்த செய்கையையுடைய பொதுமகளிரின் தோள்களை, மிருகத்தைப் போன்ற அறிவற்றவர்கள் தழுவுவர். (பாம்புக்கும் மீனுக்கும் ஆசைகாட்டி, இரண்டையும் ஏமாற்றும் விலாங்கு மீனைப் போன்ற வஞ்சகமுள்ளவர் பொதுமகளிர்).

Explanation

Wantons and their paramours.

The silly ones, who are as beasts, seek the embraces of women who are like the eel, which shows one head to the snake, and another head to the fish, in the sweet clear lake : (are of a double and deceitful nature).

376. பொத்தநூற் கல்லும் புணர்பிரியா அன்றிலும்போல்
நித்தலும் நம்மைப் பிரியலம் என்றுரைத்த
பொற்றொடியும் பேர்த்தகர்க்கோ டாயினாள் நன்னெஞ்சே
நிற்றியோ போதியோ நீ.

விளக்கம்

நூலும் (அதில் கோத்த) மணியும் போன்றும், இணை பிரியாத அன்றிற் பறவைகள் போன்றும், நாளும் உம்மை விட்டுப் பிரிய மாட்டோம் என்று சொன்ன, பொன்னாலான வளையலை உடையவளும், போர் செய்யும் ஆட்டுக் கடாவின் முறுக்கேறிய கொம்பினைப் போல் குணம் மாறினாள். ஆதலின் நெஞ்சே! நீ இன்னமும் ஆசை கொண்டு அவளுடன் போவாயோ? அன்றி என்னிடம் நிற்பாயோ? சொல்!

Explanation

Feigned love becomes open hostility.

'We will never part, like the precious stone strung on its thread, or the Andril,' said the damsel with golden bracelets: she has now become the horn of a fighting ram (she angrily repels me). Dear heart! dost linger still, or wilt thou go?

377. ஆமாபோல் நக்கி அவர்கைப் பொருள்கொண்டு
சேமாபோல் குப்புறூஉம் சில்லைக்கண் அன்பினை
ஏமாந் தெமதென்றிருந்தார் பெறுபவே
தாமாம் பலரால் நகை.

விளக்கம்

காட்டுப் பசுவினைப்போல், இன்பம் உண்டாகத் தழுவி, தம்மைச் சேர்ந்தவருடைய பொருளையெல்லாம் கவர்ந்து கொண்டு அவர் வறுமையுற்றதும், அவரைப் பார்த்து உடனே குப்புறப்படுத்துக்கொள்ளும் பொதுமகளிரின் அன்பைத் 'தமது' என மயங்கி ஏமாந்து இருப்பவர், பலரால் ஏளனமாகச் சிரிக்கப் பெறுவர்.

Explanation

Ridiculous infatuation of the wanton's dupe.

Those who fondly reckon upon the devoted love of the worthless wanton, that, like the wild ox, licks the hand and despoils men of their wealth, and then, like the buffalo, bounds away, shall suffer the deserved ridicule of many.

378. ஏமாந்த போழ்தின் இனியார்போன் றின்னாராய்த்
தாமார்ந்த போதே தகர்க்கோடாம் — மான்நோக்கின்
தந்நெறிப் பெண்டிர் தடமுலை சேராரே
செந்நெறிச் சேர்த்துமென் பார்.

தம்மை நாடி வந்தவர், தம் அழகில் மயங்கியிருக்கும்போது (பொருளைப் பறித்துக்கொண்டு) பின் அவர்கள் வறுமையுற்றதும், ஆட்டுக்கடாவின் வளைந்த முறுக்கேறிய கொம்புபோல் மாறுபடும் குணத்துடன் கூடிய, மான்போலும் பார்வையுடைய பொது மகளிரின் கொங்கைகளை, அறநெறி செல்லும் சான்றோர் விரும்ப மாட்டார்கள்.

Explanation

Bought embraces.

Those whose avowed purpose it is to walk in the way of rectitude seek not the embrace of the fascinating, fawn-eyed damsels, who walk in a way of their own' who are pleasant when gratified with gifts, and when they are filled (=when no more gifts are to be expected) are like the horn of the fighting ram.

379. ஊறுசெய் நெஞ்சம்தம் உள்ளடக்கி ஒண்ணுதலார்
தேற மொழிந்த மொழிகேட்டுத் — தேறி
எமரென்று கொள்வாருங் கொள்பவே யார்க்கும்
தமரல்லர் தம்உடம்பி னார்.

விளக்கம்

ஒளி வீசும் நெற்றியையுடைய பொதுமகளிர் துன்பம் செய்யும் மனத்தைப் பிறர் அறியாதவாறு தம்முள்ளே மறைத்து வைத்துப் பேசிய ஆசை மொழிகளை நம்பி, 'இவள் எமக்கு உரியவள்' என நினைப்பார் நினைக்கட்டும்! உண்மையில் அப்போது மகளிர் யார்க்கும் உரியரல்லர்!

Explanation

Let him be deceived that will.

Let those accept (wantons' false love), who take them as their own believing the words uttered to inspire belief, by the bright-browed ones, who keep concealed within the cruelty that lurks in their heart. Those whose bodies are their sole wealth belong to none, (i. e. they have no souls to give!).

380. உள்ளம் ஒருவன் உழையதா ஒண்ணுதலார்
கள்ளத்தால் செய்யுங் கருத்தெல்லாம் — தெள்ளி
அறிந்த விடத்தும் அறியாராம் பாவம்
செறிந்த உடம்பி னவர்.

விளக்கம்

ஒளி பொருந்திய நெற்றியுடைய பொதுமகளிரின் மனம் ஒருவனிடத்தே இருக்க, அதனை மறைத்து, தம்மை அடைந்தவரிடம் எல்லாம் ஆசையுடையார்போல் பேசும் போலிச் சொற்களைத் தெளிவாக உணர்ந்தபோதும், பழி நிறைந்த உடம்பை உடைய பாவிகள், அப்பொதுமகளிரின் உடம்பை விட்டொழித்தலை அறியார்.

Explanation

Lust blinds men.

Though the dupes clearly discern and know the guileful intentions entertained by the bright browed ones, even where their minds are (apparently) set upon some persons, they whose bodies are full of sin do not recognise it!

39. கற்புடை மகளிர்
39. Chaste Matronhood

381 அரும்பெறற் கற்பின் அயிராணி யன்ன
பெரும்பெயர்ப் பெண்டி ரெனினும் — விரும்பி
பெறுநசையாற் பின்நிற்பா ரின்மையே பேணும்
நறுநுதலாள் நன்மைத் துணை.

விளக்கம்

பெறுதற்கு அரிய கற்பினையுடைய இந்திராணியைப் போன்ற புகழ்மிக்க மகளிரேயாயினும், அவர்களுள், தன்னை அடைய வேண்டும் என்னும் ஆசையால் தன் பின்னால் ஆடவர் நிற்காத முறையிலே தன்னைக் காத்துக்கொள்ளும் நல்ல நெறியை உடைய ஒருத்தியே சிறந்த மனைவி ஆவாள்

Explanation

Freedom from temptation.

Though women live famed as Ayirani for rarest gift of chastity, absence of men that stand enamoured of their charms is a help in way of good to those of fragrant brow who guard themselves.

382. குடநீர்அட் டுண்ணும் இடுக்கட் பொழுதும்
கடல்நீர் அறவுண்ணும் கேளிர் வரினும்
கடன்நீர்மை கையாறாக் கொள்ளும் மடமொழி
மாதர் மனைமாட்சி யாள்.

விளக்கம்

ஒரு குடத்தில் இருக்கும் தண்ணீரை மட்டுமே காய்ச்சிக் குடிக்கத்தக்க வறுமை வந்தாலும், கடல் நீரே வற்றுமாறு பருகத்தக்க அளவு மிகுந்த எண்ணிக்கையில் சுற்றத்தார் வந்தாலும், விருந்தோம்பும் குணத்தை ஒழுக்க நெறியாகக் கொண்டு இனிய மொழி பேசும் பெண், இல்வாழ்க்கைக்குரிய சிறந்த குணம் உடையவள் ஆவாள்.

Explanation

A true wife, in time of poverty, if friends come in enough to drink up the sea, performs her duties with kindness of spee

When in the straitened time they cook and eat with but one pot of water on the hearth,— if relatives arrive enough to drain the sea, the soft-voiced dame, the glory of her home, will fulfil each seemly duty.

383. நாலாறும் ஆறாய் நனிசிறிதாய் எப்புறனும்
மேலாறு மேல்உறை சோரினும் — மேலாய
வல்லாளாய் வாழும்ஊர் தற்புகழும் மாண்கற்பின்
இல்லாள் அமர்ந்ததே இல்.

விளக்கம்

சுவர்கள் இடிந்தமையால் நான்கு பக்கங்களிலும் வழியாகி, மிகவும் சிறியதாகி, எல்லா இடங்களிலும் கூரையின் மேற்புறத்திலிருந்து மழைநீர் வீழ்வதாயினும், இல்லறக் கடமைகளைச் செய்ய வல்லவளாய், தான் வாழும் ஊரில் உள்ளோர் தன்னைப் புகழுமாறு மேன்மை பொருந்திய கற்பினை உடையவளாய்த் திகழும் மனைவி இருக்கும் இல்லமே சிறந்த இல்லமாகும்.

Explanation

The real home!

On every side the narrow dwelling lies open, on every part the rain drips down; yet, if the dame has noble gifts, praised by townsfolk for her modest worth, such a housewife's blest abode is indeed a home!

384. கட்கினியாள் காதலன் காதல் வகைபுனைவாள்
உட்குடையாள் ஊர்நாண் இயல்பினாள் — உட்கி
இடன்அறிந் தூடி இனிதின் உணரும்
மடமொழி மாதராள் பெண்.

விளக்கம்

கண்ணுக்கு இனிய அழகினளாய், தன் கணவன் விரும்பும் வகையில் தன்னை அலங்கரித்துக் கொள்பவளாய், அச்சம் உடையவளாய், ஊரார் பழிக்கு நாணம் உடையவளாய், கணவனுடன் சமயம் அறிந்து ஊடல் கொண்டு, அவன் மகிழும் வண்ணம் அவ்வூடலிலிருந்து நீங்கி இன்பம் தரும் இனிய மொழி உடையவளே நல்ல பெண் ஆவாள்.

Explanation

The wife : 'placens uxor.'

She is sweet to the eye, and adorned in the way that a lover loves; she enforces awe: her virtue shames the village folk; she is submissive; but in fitting place is stern, yet sweetly relents :—such a soft-voiced dame is a wife.

385. எஞ்ஞான்றும் எம்கணவர் எம்தோள்மேற் சேர்ந்தெழினும்
அஞ்ஞான்று கண்டேம்போல் நாணுதுமால் — எஞ்ஞான்றும்
என்னை கெழீஇயினர் கொல்லோ பொருள்நசையால்
பன்மார்பு சேர்ந்தொழுகு வார்.

விளக்கம்

நாள்தோறும் எம் கணவர் எம் தோளைத் தழுவி எழுந்தாலும் முதல்நாள் நாணம் அடைந்ததைப்போலவே இன்றும் நாணம் அடைகின்றோம். (இப்படியிருக்க) பொருள் ஆசையால் பலருடைய மார்பையும் தழுவிக்கொள்ளும் பொதுமகளிர் எப்படித்தான் நாணமின்றித் தழுவுகின்றனரோ? (கற்புடை மகளிர்க்கு நாணமும் ஓர் அழகாகும்).

Explanation

The modest woman cannot understand shamelessness.

'Whenever our spouse takes us in his embrace, we feel a timid shame as if we saw him then for the first time and they (wantons) daily, through desire of gain, submit to the embraces of many! How can this be?'

386. உள்ளத் துணர்வுடையான் ஓதிய நூலற்றால்
வள்ளன்மை பூண்டான்கண் ஒண்பொருள் — தெள்ளிய
ஆண்மகன் கையில் அயில்வா ளனைத்தரோ
நாணுடையாள் பெற்ற நலம்.

விளக்கம்

இயல்பாகவே கொடைத் தன்மையுடையவனிடம் கிடைத்த செல்வமானது, நுண்ணறிவாளன் கற்ற கல்விபோல யாவர்க்கும் பயன்படும். நாணம் மிகுந்த குலமகளின் அழகு, அறிவிற்சிறந்த வீரனின் கையில் உள்ள கூரியவாள் போல் யாராலும் நெருங்குதற்கு அரிதாம்.

Explanation

A modest wife like a javelin in the hand of a hero

As the scroll that he reads, whose inmost heart will understand it, is goodly wealth with him who is graced by a generous spirit. As a keen weapon in the hand of a clear-souled hero, is the loveliness that a modest woman owns.

387. கருங்கொள்ளும் செங்கொள்ளும் தூணிப் பதக்கென்
றொருங்கொப்பக் கொண்டானாம் ஊரன் ஒருங்கொவ்வா
நன்னுதலார்த் தோய்ந்த வரைமார்பன் நீராடா
தென்னையும் தோய வரும்.

விளக்கம்

ஒரு சிற்றூரான், தாழ்ந்த கருங்கொள்ளையும், உயர்ந்த செங்கொள்ளையும் வேறுபாடின்றி காசுக்கு ஆறு மரக்கால் என வாங்கிக்கொண்டானாம்! அதுபோல, முழுதும் எம்மோடு ஒத்திராத அழகிய நெற்றியையுடைய பொதுமகளிரை அனுபவித்த மலை போன்ற மார்புடைய கணவன் குளிக்காமல் என்னையும் அனுபவிக்க வருகிறான் (அகத்தூய்மை, புறத்தூய்மை இரண்டும் உடையவர் கற்புடை மகளிர்).

Explanation

The injured wife to her confidante:

'The lord of the town has bought, it seems, black gram and red gram, a tuni and a pathakku, as if they were all the same! He, whose chest is broad as a mountain, having associated with the beautiful browed ones, — inferior to me! — unpurified, seeks my society too!'

388. கொடியவை கூறாதி பாண!நீ கூறின்
அடிபைய இட்டொதுங்கிச் சென்று — துடியின்
இடக்கண் அனையம்யாம் ஊரற் கதனால்
வலக்கண் அனையார்க் குரை.

விளக்கம்

பாணனே! கொடுமையான சொற்களை எம்மிடம் கூறாதே! ஏனெனில், தலைவனுக்கு உடுக்கையின் இடப்பக்கத்தைப் போல (பயன்படாதவர்களாக) நாங்கள் இருக்கிறோம். அத்தகைய சொற்களைக் கூறுவதானால் மெதுவாக இங்கிருந்து விலகிச் சென்று, உடுக்கையின் வலப்பக்கத்தைப்போல அவருக்குப் பயன்படும் பொதுமகளிர்க்குச் சொல்! *(தலைவரின் பிரிவை உணர்த்திப் பாணனை நோக்கித் தலைவி கூறியது இது. இதனால் தன் கணவனைப் பற்றிய எந்தப் பழிப்புரையையும் கற்புடைய பெண் கேட்கவும் விரும்பமாட்டாள் என்பது புலப்படும்).*

Explanation

The neglected wife.

'O minstrel, utter not cruel words, or if thou utter them, softly draw back thy step, and go to utter them to those who are like the lute's right side; for we, to the lord of the town, are as its left.'

389. சாய்ப்பறிக்க நீர்திகழுந் தண்வய லூரன்மீ
    தீப்பறக்க நொந்தேனும் யானேமன் — தீப்பறக்கத்
    தாக்கி முலை பொருத தண்சாந் தணியகலம்
    நோக்கியிருந்தேனும் யான்.

விளக்கம்

கோரைப் புற்களைப் பறித்த இடத்தில் நீர் சுரந்து விளங்கும் குளிர்ச்சியான வயல்கள் சூழ்ந்த ஊரில் உள்ள தலைவன் மீது, முன்பு, ஈ பறந்தாலும் அது கண்டு வருந்தியவளும் யானே! இப்போது, தீப்பொறி எழுமாறு பொதுமகளிரின் கொங்கைகள் மோதப் பெற்றுச் சந்தனம் கலைந்த தலைவனின் மார்பைப் பொறுமையோடு பார்த்துக் கொண்டு இருப்பவளும் யானே! *(தம் கணவர் பரத்தையரைக் கூடிய போதும் கற்புடை மகளிர் பொறுத்திருக்கும் இயல்பினர் என்பது கருத்து).*

Explanation

Meek complainings (to her maid).

'I am she, forsooth, that felt a pang when a fly alighted on the lord of the town, surrounded by cool rice-fields over which the waters gleam, where they pluck the rich grass! And I am she who have lived to look upon his breast adorned with cool sandal-wood paste, which has been warmly embraced by others.

390. அரும்பவிழ் தாரினான் எம்அருளும் என்று
பெரும்பொய் உரையாதி பாண — கரும்பின்
கடைக்கண் அனையம்நாம் ஊரற் கதனால்
இடைக்கண் அனையார்க் குரை.

விளக்கம்

பாணனே! அரும்புகள் மலர்கின்ற மாலைகள் அணிந்த தலைவன் எமக்கு அருள் புரிவார் என்று பொய்யான சொற்களைக் கூறாதே. ஏனெனில், நாங்கள் கரும்பின் கடைசிக் கணுக்களை ஒத்திருக்கிறோம். அதனால் இப்பேச்சை இடையில் உள்ள கணுக்களைப் போன்ற பரத்தையரிடம் சொல்!' (நுனிக் கரும்பாகவோ, இடைக் கரும்பாகவோ இல்லாமல் எப்போதும் அடிக்கரும்பாக இருக்கவே குலமகளிர் விரும்புவர் என்பது கருத்தாம். 'மறுமையிலாவது தலைவனின் அன்பைப் பெறவேண்டும்' எனக் குறுந்தொகைப் பாடல் ஒன்றின் தலைவி கூறும் கருத்து இந்தப் பாடலுடன் ஒப்பிடத் தக்கது).

Explanation

The pining wife

'Minstrel, utter not a gross falsehood, saying that he who wears a garland of opening buds will favour us!'

'To the lord of the town we are as the (tasteless) tip of the sugar-cane ; therefore, tell (such a tale) to them who are like its middle (sweet, juicy) joints.'

பொருட்பால் முற்றும் / End of ON WEALTH

பகுதி 3. காமத்துப்பால்
PART III. ON LOVE

40. காம நுதலியல்
40. The Characteristics of Love

391. முயங்காக்கால் பாயும் பசலைமற் றூடி
உயங்காக்கால் உப்பின்றாம் காமம் — வயங்கோதம்
நில்லாத் திரையலைக்கும் நீள்கழித் தண்சேர்ப்ப!
புல்லாப் புலப்பதோர் ஆறு.

விளக்கம்

கடல் அலைகள் ஓயாது மோதுதற்கு இடமான நீண்ட கழிகளினது குளிர்ச்சி பொருந்திய கரையை உடைய அரசனே! கணவனுடன் கூடிப் புணராவிடின் மேனி எங்கும் பசலை படரும்; ஊடி வருந்தாவிடின் காதலானது சுவையில்லாமல் போகும். எனவே முதலில் கூடிப் பின் ஊடுவதும் காதல் நெறியாம். *(தலைவனுக்கு வாயில் நேர்ந்த தோழி, தலைவியின் புலவி நீங்கச் சொல்லியது).*

Explanation

'The way of true love never did run smooth.'

'Lord of the cool shore of the deep bay, where the gleaming ocean's restless billows beat!

'If there be no fond embrace, a sickly hue will spread itself (over her face); and if there be no lovers' quarrels, love will lack its zest.

'To embrace and disagree is the one way (of love).'

392. தம்அமர் காதலர் தார்சூழ் அணியகலம்
விம்ம முயங்குந் துணையில்லார்க் கிம்மெனப்
பெய்ய எழிலி முழங்கும் திசையெல்லாம்
நெய்தல் அறைந்தன்ன நீர்த்து.

தம்மால் விரும்பப்படும் தலைவனுடைய மாலை அணிந்த அழகிய மார்பை, உடம்பு பூரிக்கத் தழுவும், அத்தலைவனைப் பிரிந்த மகளிர்க்கு, 'இம்' என்னும் ஒலியுடன், மேகமானது, நீரைப் பொழிய திக்குகளெல்லாம் எழும் அவ்வோசை சாப்பறையை ஒத்திருந்தது. *(பருவம் கண்டு ஆற்றாளாகிய தலைமகள் தோழிக்கு உரைத்தது).*

Explanation

The Lonely one.

'To those who were wont to strain in close embrace their own beloved whose broad breast was girt with garlands, when the rains patter down, it is as though one beat the funeral drum through all the regions where the muttering of the thunder is heard from out the clouds; since they are deprived of their loved one's society.'

393. கம்மஞ்செய் மாக்கள் கருவி ஒடுக்கிய
மம்மர்கொள் மாலை மலராய்ந்து பூத்தொடுப்பாள்
கைம்மாலை இட்டுக் கலுழ்ந்தாள் துணையில்லார்க்
கிம்மாலை என்செய்வதென்று.

விளக்கம்

மிக வருந்தி வேலை செய்யும் கம்மாளரும் வேலையை நிறுத்திக் கருவிகளை எடுத்து வைக்கும் மயக்கம் பொருந்திய மாலைக்காலத்தில், மலர்களை ஆய்ந்தெடுத்து மாலையாகத் தொடுத்து, அம்மாலையைக் கையில் வைத்துக்கொண்டு, 'தலைவன் இல்லாத மகளிர்க்கு இம்மாலை என்ன பயனைத் தரும்' என மனம் கலங்கி அழுதாள். (தலைவி செலவுடன் படாமையைத் தோழி தலைவனுக்குக் கூறியது).

Explanation

The forsaken one at eventide

At wildering eventide, when workmen all put by their tools, she culled choice flowers, and wove a gay garland ; — then let it fall from her hands, and wailed, 'What can this wreath avail to me who weep alone?'

394. செல்சுடர் நோக்கிச் சிதரரிக்கண் கொண்டநீர்
மெல்விரல் ஊழ்தெரியா விம்மித்தன் — மெல்விரலின்
நாள்வைத்து நங்குற்றம் எண்ணுங்கொல் அந்தோதன்
தோள்வைத் தணைமேற் கிடந்து.

விளக்கம்

சூரியன் மறையும் மாலைநேரத்தைக் கண்டு வருந்தி, செவ்வரி பரந்த கண்கள் கொண்ட நீரை மெல்லிய விரல்களால் முறையாக எடுத்தெறிந்து விம்மி அழுது, தனது மெல் விரல்களால் நான் பிரிந்து சென்ற நாட்களைக் கணக்கிட்டு, படுக்கையில் தனது

தோளையே தலையணையாகக் கொண்டு படுத்து, நான் வராத குற்றத்தை எண்ணுவாளோ? (வினை முடித்து மீண்ட தலைவன் பாகன் கேட்பக் கூறியது).

Explanation

The lover says to his friend (பாகன்) in regard to his forsaken bride :

'Regarding the setting sun, and wiping away one by one with her soft finger the tears that well up in her eyes, suffused with red, sobbing she lies resting her arms on the couch, setting off the days on those same tender fingers : alas; are they my faults she is counting up?'

395. கண்கயல் என்னுங் கருத்தினால் காதலி
பின்சென்ற தம்ம சிறுசிரல் — பின்சென்றும்
ஊக்கி எழுந்து எறிகல்லா ஒண்புருவம்
கோட்டிய வில்வாக் கறிந்து.

விளக்கம்

சிறிய மீன்கொத்திப் பறவை என் தலைவியின் கண்களைக் கயல்மீன் எனக் கருதி அவளைப் பின் தொடர்ந்து சென்றது. அப்படிச் சென்றும், ஊக்கத்துடன் முயன்றும், அவளுடைய ஒளிமிக்க புருவத்தை வில்லின் வளைவு என்று எண்ணிக் கண்களைக் கொத்தாமல் விட்டுவிட்டது. (தலைவன், தலைவியின் அழகை வியந்து தோழனிடம் கூறியது).

Explanation

The lover in a figure praises the lustre of his beloved's eye, and the beauty of her arched brow; and indicates also his own timid reverence.

'The little kingfisher seeing the eyes of my beloved (as she was disporting in the tank) and taking them for carp, followed her; but though it followed and poised itself aloft, it darted not down, recognising her gleaming brow bent above them as a bow!

396. அரக்காம்பல் நாறும்வாய் அம்மருங்கிற் கன்னோ
பரற்கானம் ஆற்றின கொல்லோ — அரக்கார்ந்த
பஞ்சிகொண் டூட்டினும் பையெனப் பையெனவென்
அஞ்சிப்பின் வாங்கும் அடி.

விளக்கம்

செவ்வாம்பல் போன்ற வாயையும், அழகிய இடையையும், உடைய என் மகள், முன்னர், செம்பஞ்சுக் குழம்பைப் பாதத்தில் பஞ்சினால் தடவியபோதும், 'மெல்ல மெல்ல' எனக்கூறிக், காலைப் பின்னுக்கு இழுத்துக்கொள்வாள். அந்தோ! அந்தப் பாதங்கள் பரற்கற்கள் பொருந்திய பாலை வழியின் கொடுமையை எவ்வாறு தாங்கின? (தலைவனுடன் போன தலைவியை எண்ணித் தாய் ஏங்கியது).

Explanation

The mother bewails the hardships of the rough desert path over which her tender daughter will follow her beloved.

'When I applied the (softest) cotton soaked in the red dye to the foot of her whose waist is lovely, and whose mouth breathes the fragrance of the red water-lily, did she not cry "gently, gently," and shrinking draw it back? And oh! has it endured the stony, desert path? '

397. ஓலைக் கணக்கர் ஒலியடங்கு புன்செக்கர்
மாலைப் பொழுதில் மணந்தார் பிரிவுள்ளி
மாலை பரிந்திட் டழுதாள் வனமுலைமேற
கோலஞ்செய் சாந்தந் திமிர்ந்து.

விளக்கம்

ஓலையிலே எழுதும் கணக்கரின் ஓசை ஒழியும்படியான மாலை நேரத்தில், தலைவன் பிரிதலை நினைத்து, மாலையைக் கழற்றி, வீசியெறிந்து, அழகிய கொங்கைகளில் பூசப்பட்டிருந்த சந்தனக் குழம்பையும் உதிர்த்துத் தள்ளித் துன்புற்று அழுதாள். (தலைவனின் பிரிவை ஆற்றாத தலைவியின் துன்ப நிலையைத் தோழி கூறியது).

Explanation

Grief of the deserted wife

When those who con the palm leaf scrolls had ceased, in eve's din twilight hour, she thought of her absent spouse! and weeping plucked the flowers from out her wreath, and brushed the odorous sandal from her lovely breast!

398. கடக்கருங் கானத்துக் காளைபின் நாளை
நடக்கவும் வல்லையோ என்றி— சுடர்த்தொடீஇ

பெற்றான் ஒருவன பெருங்குதிரை அந்நிலையே
கற்றான் அஃதூரும் ஆறு.

விளக்கம்

ஒளி பொருந்திய வளையலையுடையளே! 'கடந்து போதற்கு அரிய பாலை வழியிலே காளை போன்ற நின் காதலனுடன் நாளை நடந்து செல்லும் ஆற்றல் உடையையோ?' என்று தானே கேட்கின்றாய்? ஒருவன் ஒரு குதிரையை எப்பொழுது பெற்றானோ அப்பொழுதே அதில் ஏறிச் செல்லும் முறையையும் கற்றவன் ஆவான். ஆதலால் காதலன்பின் செல்லுதல் அரிதன்று. (தலைவனுடன் போகச் சம்மதித்த தலைவி தோழிக்குக் கூறியது).

Explanation

The confidante demands of the bride if she can endure to walk after her beloved through the desert, she replies:

'Thou hast said, O maiden with burnished brace-lets! have you strength to walk on the morrow after your beloved? When one (a warrior) has obtained a splendid horse, that very instant he has learned how to ride it! (his enthusiasm teaches him).

399. முலைக்கண்ணும் முத்தும் முழுமெய்யும் புல்லும்
இலக்கணம் யாதும் அறியேன் — கலைக்கணம்
வேங்கை வெரூஉம் நெறிசெலிய போலும்என்
பூம்பாவை செய்த குறி.

விளக்கம்

நேற்று என் மகள் தன்னுடைய முலைக்கண்ணும் முத்துமாலையும் என் மெய்யிற் பொருந்தும்படி என்னை ஆலிங்கனஞ் செய்த குறி இன்னதென்று அறிந்திலேன். அது, மான்கள் புலிக்கஞ்சி ஓடும்படியான வழியில் தான் தன் நாயகனோடு செல்லுவதற்கு அடையாளமாகச் செய்தாளென்று இன்றறிந்தேன் என்று தாய் மகளைக் குறித்துக் கவலைப்பட்டுச் சொல்லியது.

Explanation

The mother now aware of her daughter's flight, says:

'My breast, my necklace of pearls, and my whole body she embraced! I knew not what it portended. It was the sign, it seems, made by my lovely one that she was about to set out on the path where the herds of antelopes flee in fright from the tiger.'

400. கண்மூன் றுடையானும் காக்கையும் பையரவும்
என்ஈன்ற யாயும் பிழைத்ததென் — பொன்ஈன்ற
கோங்கரும் பன்ன முலையாய்! பொருள்வயிற்
பாங்கனார் சென்ற நெறி.

விளக்கம்

பொன் போலும் தேமல் பொருந்திய, கோங்க மலரைப் போன்ற முலையை உடைய தோழி! முக்கண்ணனான சிவபெருமானும், காக்கைப் பறவையும், படமுடைய பாம்பும், என்னைப் பெற்ற தாயும் எனக்கு என்ன குற்றம் செய்தனர்? அவர்கள் ஒரு குற்றமும் செய்யவில்லை! பொருளாசையால் என் தலைவன் பிரிந்த வழியே எனக்குக் குற்றம் செய்தது. (தலைவி தனது பிரிவாற்றாமையைத் தோழிக்கு உரைத்தது. மன்மதனை முழுதும் எரிக்காமல் உயிர் கொடுத்த சிவனும், தன் கூட்டில் பொரித்த குயில் குஞ்சைக் கொல்லாமல் வளர்த்த காக்கையும், சந்திரனை விழுங்கிப் பின் உமிழ்ந்த பாம்பும், தன்னைப் பெற்ற போதே கொல்லாமல் வளர்த்த தாயும் குற்றம் செய்தவர் ஆவர்' எனக் கூற வந்தவள், அப்படிக் கூறாது, அவர்கள் குற்றம் ஏதும் செய்யவில்லை என மாற்றிக் கூறினாள். இதன் நயம் உணர்ந்து மகிழத்தக்கது).

Explanation

The lady complains of her lover's long absence

The triple-eyed (Civan), the crow, the hooded snake; the mother that bare me: what have these done amiss ? Maiden whose bosom bears the Gongu buds, all gold! The way my lover went for wealth is my pain.'

காமத்துப்பால் முற்றும்.
End of ON LOVE

F. W. Ellis' S Translation Of Some Quatrains

[Number Denotes the Number of the Quatrain]

NALADIYAR

2. When by blameless means thou hast acquired great wealth, then, sharing it with others, eat fine rice imported on oxen; for fortune never standeth in the centre with any one, but shifteth like the wheel of a chariot.

3. He who hath gone forth as the leader of armies' mounted on the neck of an elephant and over shadowed by ensigns of dignity, when the power of his former deeds are turned against him, will fall and his wedded wife be taken by strangers.

4. Know that those things are uncertain which thou regardest as certain and perform quickly every act of charity within thy power; for the days of thy life are gone! are gone l and even now death swiftly approacheth! approacheth!

7. Death devours your days using the sun, whence they originate, as the measure by which he meteth; be compassionate, therefore, and practice virtue assiduously, for among all born there is none that bath not died.

8. Those of little understanding, not considering, their natural tendency, say "we are wealthy"; the greatest wealth, may be utterly destroyed and vanish like a flash of lightning darting in the night from a black cloud.

10. Those who avariciously hoard what they have acquired, vexing their own bodies by stinting themselves in food and raiment, and not performing acts of imperishable charity, perish, O King of the mountains touching the sky! Witness the bees when deprived of the honey they have collected.

32. Say not foolishly, O my soul! "while here let us pursue our own interests and let us die without caring for virtue"; for, although thou mayest live long and prosper, say what wilt thou do when the days of thy life are passed?

33. When the senseless man receives the fruit of his deeds, he sighs bitterly and grieves within himself;. the wise, reflecting that it is the destined consequence of their sins, hasten to pass the appointed limit of their affliction and escape from it.

34. Having obtained a human form so difficult to obtain, act so as from it to acquire great merit; for in the next birth, charity will profit thee as the juice of the sugarcane, while thy body will resemble the refuse of the cane from which the juice has been pressed.

35. They who have pressed the cane and extracted the juice will not be grieved when they see the smoke arising from the refuse while burning, nor will they who have acquired the merit accruing from the mortification of the body mourn when death approacheth.

36. Think not whether it will be this day, or that day, or what day, but, considering that death even now stands behind thee, eschew evil and pursue good in the way prescribed by the eminent ones.

38. The seed of the Al (Banyan tree) though exceedingly small, grows large and affords abundant shade; so, however small may be, the benefit of a virtuous act, it facilitates, when conferred on the worthy, the attainment of heaven.

59. He who has power to observe the rule he has professed and to keep himself undisturbed by the operation of the organs of sense, namely, the body, mouth, eyes, nose, and ears, shall assuredly obtain eternal beatitude.

74. Knowing what ought to be known and submitting thereto; fearing what ought to be feared; performing every duty so as to satisfy the world; and living in the enjoyment of pleasure according to their means; they who are thus disposed never experience the evils of life.

79. Flee from pleasure when thou canst enjoy it, if disgrace attends it; O Lord of the high country abundant in waters! though pleasure only be constantly regarded it is preferable to enjoy it in a harmless way.

80. Although thyself be ruined, think not of prejudicing others, however, they may deserve it; eat not with those with whom thou shouldest not eat (enemies, irreclaimable sinners, and the rest) even though thou lose the flesh of thy body by hunger; speak not falsehood, intermixed with truth, although the whole world canopied by the heavens be thy reward.

101. As a young calf when let loose among a number of cows, naturally seeketh out and attacheth itself to its own mother, in like manner doth the act of a former state of existence seek out and attach itself to him who hath performed it.

104. To avoid those things which are to happen, or to detain those which are to depart is alike impossible even to Saints; even as there is none who can give rain out of season, or prevent its falling in season.

107. Behold all those whose bosoms are goaded by distress and who wander forlorn through the long streets, and know, O Lord of the cool shore of the billowy ocean, where the playful swans tear in pieces the water-flowers, that this proceeds from the acts of former births.

108. When those, who not only are not ignorant but have learned that which they ought to know, do that which is blameable ; this, O king of the cool shore of the broad ocean, where the water-lily flings its odours to the winds, proceeds from the acts they have formerly done.

110. The effect of the acts of former births doth not fall below, nor exceed its due proportion, nor doth it fail to come in its turn, neither doth it assist out of season, but where it ought to be, there it is ; of what utility, therefore, is sorrow when it afflicteth thee?

116. Although deeply instructed in the knowledge of truth, those who have not accustomed themselves to restraint can never be restrained, O large-eyed beauty! thus, though the wild pumpkin be dressed with salt, clarified butter, milk, curd and various condiments, its natural bitterness will never be removed.

158. If one be deaf to the secrets of others, blind to the wife of his neighbour, though well acquainted with her excellencies, and dumb in calumniating others, in him it is not necessary to inculcate virtue.

183. Laying up seed for heaven, without delusion of mind and void of all distress enjoy life like the wise, maintaining your proper station, but remembering always that there are various things that change their nature without efficient cause.

201. As a mother forgets the pains and trouble she suffered during pregnancy and child-birth, when she sees her infant on her lap; so the distress a man suffers from poverty and other misfourtune disappears on the sight of his relations enquiring for him.

205. Those who, making no distinctions between dispositions or conditions, relations or strangers, actuated by their natural feelings alone, seek all who are in poverty or affliction and relieve their distress, will be regarded by every one as pre eminently worthy.

206. Than to eat on a golden dish rice, white as the claws of a tiger, mixed with sugar and milk, from the hands of an enemy, it is sweeter to take a mess of grass-reeds, without salt and in any kind of dish, in the house of a relation dear as life.

208. Even those who have been pleasantly entertained by another, as frequently as a hammer strikes the anvil, will forsake him as the tongs do the iron on entering the fire! but those who are truly worthy of being called friends, will adhere to him in distress, as the rod by which it is turned adhereth to the metal in the forge.

209. O thou who are adorned by a cool and fragrant garland! when relations have partaken of the prosperity of their relations, if they partake not, also of their adversity until death, is there anything they can do for them in the other world ?

211. Friendship with the wise, whose intelligence divines one's thoughts, is like eating a sugarcane from the top (as its sweetness increases more and more); connection with persons without

sweetness of disposition is like eating it from the opposite end (the flavour decreasing by degrees).

213. Avoiding the friendship of those who resemble elephants, seek the friendship of those who resemble dogs; for an elephant will kill his driver, whom he hath known for a long time, but a dog will wag his tail while the spear thrown at him is still in his body.

214. Men cleave not to those, to whom their hearts cleave not within a short space, though familiar with them for a long time: but will the friendship interwoven with the idea of those intertwined with their hearts, be abandoned, though they are for a long time absent?

215. The preservation of friendship is when affection continues affection, like the flower of the branch, which being blown, closeth not again! those who resemble the flowers of the pool, which having blown, again close their petals, know neither affection, nor friendship.

221. When those we greatly love and esteem as virtuous, prove otherwise, this ought to be carefully concealed; for rice in the grain hath a husk water foam, and flowers some unfragrant leaves.

224. O Lord of the wave-resounding shore, where bright-rayed pearls are thrown up by the rolling billows and where float swift-sailing ships! if friends, from whom it is difficult to separate, possess not virtuous dispositions, they are a fire kindled to burn our hearts.

225. Is it right utterly to abandon friends, whom it is so difficult to forsake, though guilty of evil deeds. O Lord of the renowned mountains, which covered by the long stems of bamboos pierce the sky? Will men cut off their hand because it has struck their eye?

230. If, after contracting a firm friendship with any one I set myself to note his good and bad qualities, may I be cast into the hell, where the traitor, who discovereth the secrets of his friends is punished, and may I be scoffed at by the whole world!

232. The friendship of eminent men is eminently illustrious, and as productive of benefit as timely rain; but the friendship of the mean

even in the time of their prosperity, resembleth, O Lord of the country of clear waters! the failure of rain in due season.

233. The enjoyment of the friendship of men of acute understanding is desirable as the joys of Heaven; but connection with unprofitable men, uninstructed in science and literature, is a very hell.

234. Our intimacy with those, to whom we are not bound by the chain of friendship, O prince of the hills, the sides of which are covered by groves of tall sandal trees! though it seemeth day by day to increase, may be dissolved as instantaneously as the fire catcheth the straw.

238. If I stretch not forth my hand and deliver my whole soul without hesitation to my friend, when he is in distress, may I be cast into the hell, where the wretch is punished who hath violated the chaste wife of his friend, and may I be scoffed at throughout the far-famed earth.

244. Although the fruit of the plantain be ripened in the bitter leaves of the Vembu, it will not lose its natural sweetness; thus although they who are naturally good associate with the bad, their friendship for them will not corrupt their minds.

245. Sweet water may be produced even on the side of the sea-shore and salt water on the side of a mountain. O Lord of the cool shore washed by the waves of the Ocean ! it is truly said that sensible men will not imitate those with whom they consort, but will preserve their own minds.

246. O Lord of the cool shore of the Ocean, where the thick-boughed Punnei flourisheth! Will those, who are virtuous and impartial towards all, first contract and then dissolve friendship? than this is better that friendship should never be contracted.

247. To be united in friendship with the prudent, who think of that of which they ought to think, is productive of the highest felicity and affliction is avoided by separating from fools who know not what belongeth to friendship.

256. Those whose tongues are adorned by learning and knowledge (the wise) fear the disgrace of evil speaking; the unwise indulge therein: thus on the palm-tree the dry leaves maintain a perpetual ruṣtling, while the green leaves make no noise.

321. The moral precepts benevolently delivered by the kind-hearted, the wise receive to their benefit, but the ignorant, devoid of all good qualities, treat them with scorn; thus the ladle taṣteth not the sweetness of the milk porridge it contains.

335. If a fool, when angry with others without any cause for anger, like one who supposes he hath made an acquisition, without having in reality obtained anything, bewildered by passion, cannot crowd together abusive words, his tongue tingles all over.

344. If the virtuous have received a favour as small as a grain of millet they will consider it as large as a palm-tree; but if a favour as large as a palm, O king of the Country washed by the sparkling waves! be conferred on the ungrateful, it will produce no benefit.

346. The worthy, although they have attained to wealth and dominion, indulge not in haughty language, but if the mean have acquired the wealth of one Cani (1/80th part) added to one Mundire (1/320th) they will regard themselves as Indren, the king of heaven.

353. O Lord of the country covered by mountains ! although it may be difficult to extol the good qualities of persons before their faces, of what are the tongues of those wretches made, who ṣtanding in their presence, declare their faults for the purpose of deṣtroying their reputation ?

356. The mountaineer thinks of his mountains, the husband-man of the cultivable land, the produce of which he gathers; the wise think of the special benefits they have received from others and the fool keeps himself only in his own mind.

357. For one good turn they have received from another the wise will endure a hundred evils afterwards inflicted; but if they have received a hundred good turns and have suffered only one evil turn, fools will consider the hundred good turns as evils.

362. Though women of light conversation (!) be as strictly guarded as the blade of a sword is carefully preserved (!); yet, if by any relaxation of vigilance, an opportunity be offered to them, little of this time will be occupied by deeds which are not evil, and much of it by them.

363. The woman, who hold in opposition threateneth blows, is as death; She, who resorteth not to her kitchen betimes in the morning, is an incurable disease; And she, who, having prepared food, grudgeth it to those who eat it, is a devil to domestic happiness; Women of these three descriptions are the destroying weapons to their husbands.

370. When rightly perpended the water of the freshes and the love of women adorned with ear-rings differ not; for the water of the freshes will be dried up when the rain ceaseth, and so will their love when the income faileth.

371. When rightly perpended the light of a lamp and the love of courtezans differ not; for the former is extinguished when the oil is dried up, and the latter estranged when the empty hand no longer contains money.

373. Let them have been even as liberal as Shenganmal (sic) the goddess of prosperity, who is worshipped by the gods in the beauteous Heavens, courtezans whose hands are tinted like opening buds, will forsake those who have no wealth to bestow upon them, reverentially saluting them with folded hands.

381. Although women are high in reputation and equal to the goddess Ayrani in conjugal fidelity, they must cautiously avoid those who are enamoured of them and follow them in hopes of gratifying their passions ! for such caution is the safe-guard of the virtue of matrons with perfumed foreheads.

382. If in time of distress, when the meal of the whole family is cooked by the water of a small pot, a host of relations sufficient to consume the water of the sea should come at once, the softly speaking woman, who shews herself as bounteous as the ocean, is the glory of her house.

383. Though her house be open on the four quarters, though it be exceedingly small, and though the rain pour in on every side, a chaste and virtuous woman will be renowned in the place in which she resideth and her habitation respected.

384. She who is pleasing to the eye, who in all things gratifieth her husband according to his desire and at all times standeth in awe of him, whose modesty is so conspicuous as shame her sex, who reverenceth her husband, and in all her love- quarrels with him acteth with such prudence that reconciliation affordeth him increased delight; this mildly speaking matron is truly a woman.

385. Whenever our husbands embrace our shoulders, we feel ashamed, as if we saw them for the first time; what pleasure then can those women enjoy, who, from the desire of money, endure daily the embraces of many men ?

386. Riches in the possession of a generous man resemble in their effects the learning acquired by a man of great natural ability; the chastity of a modest woman is like a sharp sabre in the hands of a courageous man.

பாட்டு முதற்குறிப்பு அகரவரிசை

செய்யுள் - எண்

அகத்தாரே வாழ்வார் என் 31
அக்கேபோல் அங்கை123
அங்கண் விசும்பின் -அக 151
அங்கண் விசும்பின் -அம் 373
அங்கோட் டகலல்குல் 372
அச்சம் பெரிதால் 81
அடுக்கல் மலைநாட 203
அடைந்தார்ப் பிரிவும் 173
அத்திட்ட கூறை 281
அம்பல் அயல் எடுப்ப87
அம்பும் அழலும் 89
அரக்காம்பல் நாறும்வாய் 396
அருகல தாகிப் 261
அரும்பவிழ் தாரினான் 390
அரும்பெறல் யாக்கையைப்34
அரும்பெறற் கற்பின் 381
அருளின் அறமுறைக்கும்321
அலகுசால் கற்பின் 140
அவமதிப்பும் ஆன்ற 163
அவ்வியம் இல்லார் 322
அழல்மண்டு போழ்தின் 202
அள்ளிக்கொள் வன்ன 262
அறம்புகழ் கேண்மை82
அறிமின் அறநெறி 172
அறியாப் பருவத் 171
அறியாரும் அல்லர் 108
அறிவ தறிந்தடங்கி 74
அறுசுவை உண்டி1
ஆகா தெனினும்337
ஆடுகோடாகி192
ஆணமில் நெஞ்சத்374
ஆமாபோல் நக்கி377

செய்யுள் எண்

ஆள்பார்த் துழலும்20
ஆற்றுந் துணையும்196
ஆன்படு நெய்பெய் 239
இசைந்த சிறுமை 187
இசையா ஒருபொருள்111
இசையா தெனினும் 194
இசையும் எனினும் 152
இடம்பட மெய்ஞ்ஞானம் 116
இடும்பைகூர் நெஞ்சத்தார் 107
இட்டாற்றுப் பட்டொன் 288
இமைக்கும் அளவில்தம் 323
இம்மி அரிசித்94
இம்மை பயக்குமால்132
இம்மையும் நன்றாம் 294
இரவலர் கன்றாக 279
இருக்கை எழலும் 143
இரும்பார்க்குங் காலராய் 122
இலங்குநீர்த் தண்சேர்ப்ப 227
இல்லம் இளமை 53
இல்லா இடத்தும் 91
இல்லாமை கந்தா 303
இழித்தக்க செய்தொருவன்302
இழைத்தநாள் எல்லை6
இளையான் அடக்கம் 65
இறப்பச் சிறிதென்னா 99
இறப்ப நினையுங்கால் 174
இறப்பவே தீய223
இற்சார்வின் ஏமாந்தோம் 182
இற்பிறப்பில்லார் 320
இற்பிறப் பெண்ணி 212
இனநன்மை இன்சொலொன் 146
இனியார்தம் நெஞ்சத்து369

ஆர்த்த அறிவினர்351
ஆர்த்த பொறிய290
ஆவாநாம் ஆக்கம்32
ஆவேறுரு வின்118
இன்னா இயைக 306
இன்னா செயினும் - இனி76
இன்னா செயினும் - விட225
இன்னா செயினும் - விடு226

ஈட்டலும் துன்பமற் 280
ஈண்டுநீர் வையத்துள்109
ஈத லிசையா181
ஈனமாய் இல்லிருந்198
உடாஅதும் உண்ணாதும்10
உடுக்கை உலறி 141
உடைப்பெருஞ் செல்வரும் 368
உடையார் இவர்என் 160
உணர உணரும் 247
உண்டாய போழ்தின் 284
உண்ணான் ஒளிநிறான் 9
உபகாரம் செய்ததனை 69
உயிர்போயார் வெண்டலை 50
உருவிற் கமைந்தான்கண் 240
உருவும் இளமையும் 102
உலகறியத் தீரக் 204
உளநாள் சிலவால் 324
உள்கூர் பசியால் 286
உள்ளத்தான் நள்ளா 128
உள்ளத் துணர்வுடையான் 386

உள்ளம் ஒருவன் 380
உறக்கும் துணையதோர் 38
உறற்பால நீக்கல் 104
உறுபுலி ஊனிரை 193
உறுபுனல் தந்துல 185

இன்பம் பயந்தாங்79
இன்றாதும் இந்நிலையே359
இன்றுகொல் அன்றுகொல்36
இன்னர் இனையர்205
எய்தியிருந்த 325
எறிநீர்ப் பெருங்கடல் 275
எறியென் றெதிர்நிற்பாள் 363
எற்றொன்றும் இல்லா 150

எனக்குத்தா யாகியாள் 15
எனதென தென்றிருக்கும் 276
என்பாய் உகினும் 292
என்றும் புதியார் 307
என்னானும் ஒன்றுதம்5
என்னேமற் நிவ்வுடம்பு330
ஏட்டைப் பருவத்தும் 358
ஏதிலார் செய்த 228
ஏமாந்த போழ்தின் 378
ஏற்றகை மாற்றாமை 98
ஒண்கதிர் வாள்மதியம்176
ஒருநன்றி செய்தவர்க் 357
ஒருநீர்ப் பிறந்தோருங்கு 236
ஒருபுடை பாம்பு 148
ஒருவ ரொருவரைச் 309
ஒக்கிய ஒள்வாள்தன் 129
ஓதியும் ஓதார் 270
ஓலைக் கணக்கர் 397
கடகம் செறிந்ததங் 289
கடக்கருங் கானத்துக் 398

கடமா தொலைச்சிய 300
கடல்சார்ந்தும் இன்னீர் 245
கடிதுக் கரும்பினைக் 156
கடிப்பிடு கண்முரசம் 100
கடியெனக் கேட்டுங் 364

உறைப்பருங் காலத்தும் 184	கடுக்கி ஒருவன் 189
ஊக்கித்தாம் கொண்ட 57	கடுக்கெனச் சொல்வற்றாம் 348
ஊரங் கணநீர் 175	கடையாயார் நட்பிற் 216
ஊருள் எழுந்த 90	கடையெலாம் காய்பசி 297
ஊறி உவர்த்தக்க 47	கட்கினியாள் காதலன் 384
ஊறுசெய் நெஞ்சம்தம் 379	கணமலை நன்னாட 353
எஞ்ஞான்றும் எம்கணவர் 385	கணம் கொண்டு சுற்றத்தார் 25
எத்துணை யானும் 272	கண்கயல் என்னுங் 395
எந்நிலத்து வித்திடினும் 243	கண்மூன் றுடையானும் 400
எம்மை அறிந்திலிர் 165	கப்பி கடவதாக் 341
கம்மஞ்செய் மாக்கள் 393	கொடுத்தலும் துய்த்தலும் 274
கரவாத திண்ணன்பின் 305	கொய்புல் கொடுத்துக் 350
கருங்கொள்ளும் செங் 387	கொலைஞர் உலையேற்றித் 331
கருத்துணர்ந்து கற்றறிந்தார் 211	கொல்லை யிரும்புனத்துக் 178
கருமமும் உட்படாப் 250	கொன்னே கழிந்தன் 55
கரும வரிசையாற் 249	கோடேந் தகவல்குற் 354
கரும்பாட்டிக் கட்டி 35	கோட்டுப்பூப்போல 215
கல்எறிந் தன்ன 66	கோதை யருவிக் 71
கல்நனி நல்ல 334	கோளாற்றக் கொள்ளாக் 191
கல்லாக் கழிப்பர் 366	சக்கரச் செல்வம் 346
கல்லாது நீண்ட 254	சாய்ப்பறிக்க நீர்திகழுந் 389
கல்லாது போகிய 169	சான்றாண்மை சாயல் 142
கல்லாமை அச்சம் 145	சான்றோர் எனமதித்துச் 126
கல்லாரே யாயினும் 139	சிதலை தினப்பட்ட 197
கல்லென்று தந்தை 253	சிறுகா பெருகா 110
கல்லோங் குயர்வரைமேற் 283	சிறுகாலை யேதமக்குச் 328
கல்வி கரையில 135	சரியார் கேண்மை 232
கழிந்தார் இடுதலை 49	செந்நெல்லா லாய 367
கழிநீருட் காரட் 217	செம்மையொன் றின்றிச் 85
களர்நிலத் துப்பிறந்த 133	செய்கை யழிந்து 147
கள்ளார்கள் உண்ணார் 157	செய்யாத செய்தும்நாம் 235
கற்றதூஉ மின்றிக் 314	செல்சுடர் நோக்கிச் 394
கற்றறிந்த நாவினார் 256	செல்லா இடத்தும் 149
கற்றனவும் கண்ணகன்ற 340	செல்வர்யாம் என்றுதாம் 8

கற்றார் உரைக்குங் 260	செல்வுழிக் கண்ஒருநாள் 154
கணைகடல் தண்சேர்ப்ப 138	செழும்பெரும் பொய்கை 352
காணின் குடிப்பழியாம் 84	செறிப்பில் பழங்கூரை 231
காதலார் சொல்லுங் 73	செறுத்தோ நுடைப் 222
காலாடு போழ்தில் 113	சென்றே எறிப 24
காவா தொருவன்தன் 63	சொல்தளர்ந்து கோல் 13
காழாய கொண்டு 342	சொற்றாற்றுக் கொண்டு 313
குஞ்சி யழகும் 131	தக்காரும் தக்கவர் 112
குடநீர்அட் டுண்ணும் 382	தக்கோலம் தின்று 43
குடரும் கொழுவும் 46	தங்கண் மரபில்லார் 336
குலம்தவம் கல்வி 333	தண்டாச் சிறப்பின் தம் 62
குற்றமும் ஏனைக் 230	தமரென்று தாங்கொள்ளப் 229
கூர்த்துநாய் கெளவிக் 70	தம்அமர் காதலர் 392
கேளாதே வந்து 30	தம்மை இகழ்ந்தமை 58
கொடியவை கூறாதி 388	தம்மை இகழ்வாரைத் 117
தலையே தவம் முயன்று 365	நல்லார் நயவ 265
தவலருந் தொல்கேள்வித் 137	நளிகடல் தண்சேர்ப்ப - நல் 242
தளிர்மேலே நிற்பினும் 355	நளிகடல் தண்சேர்ப்ப - நாள் 166
தனதாகத் தான்கொடான் 278	நறுமலர் தண்கோதாய்த் 209
தாமேயும் இன்புறார் 327	நன்னிலைக்கண் தன்னை 248
தாம் செய்வினையல்லால் 120	நாப்பாடம் சொல்லி 312
தாழாத் தளராத் 14	நாய்க்காற் சிறுவிரல்போல் 218
தான்கெடினும் தக்கார்கே 80	நார்த்தொடுத் தீர்க்கிலென் 26
திருத்தன்னை நீப்பினும் 304	நாலாறும் ஆறாய் 383
திருமதுகை யாகத் 291	நாள்வாய்ப் பெறினுந்தந் 207
தினைத்துணைய ராகித்தம் 105	நாறாத் தகடேபோல் 266
தினையனைத்தே யாயினும் 344	நிலநலத்தால் நந்திய 179
தீங்கரும் பீன்ற 199	நிலையாமை நோய்மூப்புச் 52
துகள்தீர் பெருஞ்செல்வம் 2	நின்றன நின்றன 4
துக்கத்துள் தூங்கி 121	நீரினும் நுண்ணிது 282
துய்த்துக் கழியான் 273	நீருட் பிறந்து 360
துன்பமே மீதூரக 60	நீர்மையே யன்றி 287
துன்பம் பலநாள் 54	நுண்ணுணர்வி னாரொடு 233
தெண்ணீர்க் குவளை 44	நுண்ணுணர் வின்மை 251
தெரியத் தெரியுந் 168	நெடுங்காலம் ஓடினும் 68

தெளிவிலார் நட்பிற் 219	நெருப்பழல் சேர்ந்தக்கால் 124
தோணி இயக்குவான் 136	நேரல்லார் நீரல்ல 72
தோற்போர்வை மேலும் 42	நேர்த்து நிகரல்லார் 64
தோற்றம்சால் ஞாயிறு 7	பகைவர் பணிவிடம் 241
நச்சியார்க் கியாமை 299	படுமழை மொக்குளில் 27
நடுக்குற்றுத் தற்சேர்ந்தார் 93	பண்டம் அறியார் 48
நடுவூருள் வேதிகை 96	பரவா வெளிப்படா 88
நட்டார்க்கும் நள்ளா 271	பராஅரைப் புன்னை 246
நட்புநார் அற்றன 12	பருவம் எனைத்துள் 18
நம்மாலே யாவர்இஃ 301	பலநாளும் பக்கத்தா 214
நயவார்கண் நல்குரவு 267	பல்லார் அறியப் 86
நரம்பெழுந்து நல்கூர்ந்தா 153	பல்லாவுள் உய்த்து 101
நரைவரும் என்றெண்ணி 11	பல்லான்ற கேள்விப் - பாட 252
நல்ஆவின் கன்றாயின் 115	பல்லான்ற கேள்விப் - வீய 106
நல்ல குலமென்றும் 195	பழமைகந் தாகப் 310
நல்லர் பெரிதனியர் 298	பழைய றிவறென்று 349
நல்லவை செய்யின் 144	பனிபடு சோலைப் 17
நல்லவை நாடொறும் 338	பன்றிக்கூழ்ப் பத்தரில் 257
நல்லார் எனத்தாம் 221	பன்னாளும் சென்றக்கால் 159
பாடமே ஓதிப் 316	மலைமிசைத் தோன்றும் 21
பாம்பிற் கொருதலை 375	மல்கு திரைய 263
பாலாற் கழீஇப் 258	மல்லன்மா ஞாலத்து 296
பாலோ டளாயநீர் 177	மழைதிளைக்கும் மாடமாய் 361
பாவமும் ஏனைப் 295	மறுமைக்கு வித்து 183
பிறந்த குலம்மாயும் 285	மறுமையும் இம்மையும் 95
பிறர்மறை யின்கண 158	மற்றறிவாம் நல்வினை 19
புக்க விடத்தச்சம் 83	மனத்தான் மறுவில் 180
புணர்கடல்சூழ் வையத்துப் 264	மனைப்பாசம் கைவிடாய் 130
புதுப்புனலும் பூங்குழையார் 370	மன்றம் கறங்க 23
புத்தகமே சாலத் 318	மன்னர் திருவும் 167
புல்நுனிமேல் நீர்போல் 29	மாக்கேழ் மடநல்லாய் 41
புல்லா எழுத்தின் 155	மாண்ட குணத்தோடு 56
புல்லாப்புன் கோட்டிப் 255	மாற்றாராய் நின்றுதும் 67
புறத்துத்தான் இன்மை 308	மான அருங்கலம் 40
பெயற்பால் மழைபெய்யாக் 97	முட்டிகை போல 208

பெரியவர் கேண்மை 125
பெரியார் பெருநட்புக் 77
பெரியார் பெருமை 170
பெருகுவது போலத் 234
பெருங்கடலாடிய 332
பெருநடை தாம்பெறினும் 343
பெருமுத் தரையர் 200
பெருவரை நாட 186
பெறுவது கொள்பவர் 317
பெறுவதொன் றின்றியும் 335
பொத்தநூற் கல்லும் 376
பொழிந்தினிது நாறினும் 259
பொழிப்பகலம் நுட்ப நூல் 319
பொறுப்பரென் றெண்ணிப் 161
பொற்கலத்துப் பெய்த 206
பொற்கலத் தூட்டிப் 345
பொன்னிறச் செந்நெற் 269
பொன்னே கொடுத்தும் 162
மக்களா லாய 37
மடிதிரை தந்திட்ட 224
மதித்திறப் பாரும் 61
மரீஇப் பலரோடு 220
மலைநலம் உள்ளும் 356
வளம்பட வேண்டாதார் 103
வற்றிமற் றாற்றப் 78
வாழ்நாட் கலகா 22
வான்ஒடு வில்லின் 0
விரிநிற நாகம் 164
விருப்பிலா ரில்லத்து 210
விழைந்தொருவர் தம்மை 339
விளக்குப் புகஇருள் 51
விளக்கொளியும் வேசையர் 371
முட்டுற்ற போழ்தின் 238
முயங்காக்கால் பாயும் 391
முலைக்கண்ணும் முத்தும் 399
முல்லை முகைமுறுவல் 45
முற்றற் சிறுமந்தி 237
முற்றுற்றுந் துற்றினை 190
முன்னரே சாநாள் 92
மூப்புமேல் வாராமை 326
மெய்ஞ்ஞானக் கோட்டி 311
மெய்வாய்கண் மூக்குச் 59
மெல்லிய நல்லாருள் 188
மைதீர் பசும்பொன்மேல் 347
யாஅர் உலகத்தோர் 119
யாஅர் ஒருவர் 127
யாக்கையை யாப்புடைத்தாப் 28
யாமாயின் எம்இல்லம் 293
யானை அனையவர் 213
யானை யெருத்தம் 3
வடுவிலா வையத்து 114
வயாவும் வருத்தமும் 201
வலவைக ளல்லாதார் 268
வழங்காத செல்வரின் 277
வழுக்கெனைத்தும் இல்லாத 362
வினைப்பயன் வந்தக்கால் 33
வெறிஅயர் வெங்களத்து 16
வெறுமை யிடத்தும் 329
வென்றிப் பொருட்டால் 315
வேம்பின் இலையுட் 244
வேற்றுமை யின்றிக் 75
வைகலும் வைகல் 39
வைப்புழிக் கோட்பாடா 134

பாட்டு முதற்குறிப்பு அகரவரிசை முற்றும்.

GLOSSARY

அஆ	alas!
அஃகு	diminish.
அகடு	centre.
அகத்தார்	those within.
அகத்து	inwardly.
அகலம்	chest, breast of a man.
அகழ்	dig.
அக்காரம்	sugar.
அக்கு	armlets of conch-shell.
அங்கணம்	a gutter, drain.
அசா	feebleness.
அசை	be unsteady, waver.
அச்சம்	dread; guilty fear.
அச்சு	axle.
அஞ்சுதல்	fearing, dreading; shrinking from.
அஞ்ஞானம்	unwisdom, folly.
அடக்கம்	self-restraint; modesty.
அடக்கு	restrain; hide, bury.
அடகு	greens, vegetables.
அடங்கு	lean self-restraint ; subside, sink down ; cease.
அடம்பம்பூ	a kind of creeper.
அடு	cook; kill.
அடுத்தடுத்து	with increasing vehemence.
அடுப்பு	hearth.
அடை	draw near; take shelter; attain unto; be closed.
அட்டில்	cook-house.
அணங்கு	affliction.
அணி	beautiful, nearness.
அணியகலம்	beautiful chest.
அணியர்	those who are near.
அணை	a dam; a pillow, mattress ; tie.
அண்	(as a formative) place.
அண்ணா	lift up the head to look.
அதர்	path, public road.
அத்து	a red dye.
அந்தோ	alas!
அபகாரம்	injury.

அபராணம்	afternoon.
அமரர்	immortals, gods.
அமர்	fondly love.
அமிழ்து	ambrosia.
அமைந்த	thorough, full; fitness, things agreeable to; possessing in full measure.
அமைவு	fitness.
அம்	beautiful.
அம்பல்	scandal, evil report.
அம்பு	arrow.
அம்ம	an expletive; probably a voc. of அம்மை.
அம்மருங்கு	beautiful hip.
அம்மனை	mother.
அம்மா	a stronger form of அம்ம: a particle indicating surprise or emotion : 'Ah, do so!'
அயர்	perform.
அயலார்	neighbours.
அயிராணி, (ஐயிராணி)	wife of Indran.
அயில்	keenness; keen-edged.
அரக்கு	red; gum-lac.
அரண்	stronghold.
அரற்று	cry; reiterate foolishly ; reverberate.
அரா	serpents.
அரி(மா)	lion.
அரிசி	rice unboiled.
அரிது	hard, rarely or never.
அருகலது	being without diminution.
அருகு	neighborhood; draw near.
அருங்கலம்	precious ornaments.
அருத்தம்	wealth.
அருமை	impossible; impregnable.
அரும்	hard to obtain, bear up against etc.
அரும்பு	a flower-bud.
அருவி	a water-fall.
அருளு	regard with favour.
அருள்	grace, favour, benevolence.
அரோ	a mere expletive.
அலகு	computation.
அலகுசாற்கற்பு	infinite learning.
அலரி	flower.

அலவன்	crab.
அலறு	lament aloud.
அலி	hermaphrodite.
அலை	wave; cause to wave, agitate.
அல், அன்மை	not being.
அல்கு	grow less.
அல்லல்	suffering, privation; want; poverty.
அவா	intense desire.
அவாத்தக்க	such as eyes covet.
அவாவு	desire, covet.
அவி	soften, abate, become extinguished.
அவிர்	glisten.
அவிழ்	loosen; expand.
அவை	assembly.
அவ்வியம்	envy.
அழல்	fire, heat.
அழி	perish, go to ruin; destroy; waste away; loose; fall into despair.
அழு	weep aloud.
அழுகு	rot away.
அழுங்கு	sink down; be injured, be sullied; be destroyed.
அழுத்து	set in; inlay (jewels in gold).
அளவு	a measure.
அளாவு	mingle.
அளி	tenderness, kindness, gentle-minded.
அள்ளு	take by handfuls.
அறத்தாறு	the path of virtue.
அறத்துப்பால்	the part which treats of virtue.
அறம், அறன்	virtue; charity; justice.
அறி	know.
அறு	sever, cut off ; fail.
அறை	sound; strike.
அற்புத்தளை (அன்புத்தளை)	bond of love.
அற்றம் (=வறுமை)	destitution, poverty.
அனைத்து	so much as, such like.
அனையம்	we are as.
அனையவும்	all.
அன்றில்	a fabulous bird which is said never to survive its mate
அன்று	it is not.

அன்னம்	a kind of swan.
அன்னோ	an interjection: alas!
ஆ, ஆன்	cow.
ஆஅயக்கால்	when it is.
ஆகா	will not become, will not befit.
ஆகுவர்	they will flourish.
ஆக்கம்	increase; wealth.
ஆக்கு	make, cause; kindle.
ஆங்கு	there; then; just so; so; as.
ஆடு	swing, oscillate; play, dance; move briskly; bathe.
ஆட்சி	the use, mastery, practice; exercise of anything.
ஆட்டு	grind in a mill.
ஆணம்	love.
ஆண்	male; masculine character.
ஆண்டைக் கதவு	the gate of paradise.
ஆதுநாம்	we shall prosper.
ஆமை	turtle, tortoise.
ஆம்பல்	the red and white water-lily.
ஆயிரவர்	thousands of persons.
ஆயிழை	an exquisite jewel.
ஆயின்	if it be [Neg. இல்லாயின்].
ஆய்	a mother; investigate; seek out; cull; care for.
ஆர	fully; our fill.
ஆர்	become full; feed full; sound; resound; hum; bind; ripe.
ஆலம், ஆல்	a banyan tree, Ficus Indica.
ஆவது	it will serve; resulting benefit.
ஆவாம்	(we) shall prosper.
ஆழ்	deep; sink.
ஆளன்	he who possesses or exercises.
ஆல்	a person; a slave; rule; use.
ஆறு	a river; a direction; grow cool; become mitigated or healed.
ஆற்ற	mu
ஆற்றல்	power (of action and endurance).
ஆற்றாதார்	the poor and helpless; those who are unable to do anything in return.
ஆற்றாமை	weakness; an in tolerable injury
ஆன்ற	widely diffused.
இஃது	this.
இக	leave behind; pass over, transcend.

இகல்	jealous rivalry.
இகழ்	despise.
இசை	fame; agree; fall to the lot of; be possible, succeed; be innate; sound out.
இடம், இடன்	place; left side; where and when.
இடம்பட	extensively.
இடர்	affliction: pinch of poverty.
இடி	thunder, send forth bolts ; crush, pound in a mortar.
இடு	give, put.
இடுக்கண்	want, straitened circumstances.
இடும்பை	want, poverty; annoyance.
இருமை	the two states: this. world and the next.
இடை (நடு)	middle (course; sort of people).
இடைதிரி	change; deteriorate
இடைதெரிந்து	knowing (it) through and through.
இடைமிடை	commingle.
இடையிடையே	everywhere between
இட்டாறு	straitened circumstances.
இமை	wink, close the eyes; shine, twinkle as jewels.
இமி	a very small fraction: 1/1,075,200; an atom.
இம்மியரிசி	a small seed of a wild grass.
இம்மென	'with pattering sound' =so as to say.
இம்மை	state in this world.
இயக்கு, இயங்கு	move (tr. &. int.)
இயலு	be possible; be composed of.
இயல்	nature.
இயல்பு	nature; goodness.
இயை (= இசை)	be practicable ; combine ; adhere to.
இறு	come to an end, die; be broken.
இர	beg, ask.
இரட்டி	twice as mu
இரவலர்	mendicants.
இரவு	mendicity.
இரி	be driven away, take to flight.
இரிந்தைக்க (=ஒழிக)	"be it put away!
இரு	two; great; sit; remain, be; an auxiliary.
இருந்தை	charcoal.
இருமை	the two states; this world and the next.
இரை	food, fodder, provender of animals, prey.
இலக்கணம்	sign.

இலங்கு	glisten, shimmer.
இலர், இலார்	those without.
இல்	house; wife ; family ; domestic enjoyment; root, used absolutely in predication.[Opp. உண்டு].
இழ	lose ; sacrifice.
இழி	suffer degradation ; degrade.
இழுக்கு	a fault, failure [Opp. ஒழுக்கு] ; slip.
இழை	(meto.) jewel; jewelled lady; determine; plan; hasten on.
இளம், இளை	tender, young.
இளம்பிறை	the young (crescent) moon.
இளி	disgrace [Opp. ஒளி].
இளையம்	'we are young.'
இளையான்	a youth.
இற	pass on, by, away; die [Opp. பிற]; surpass.
இறு	come to an end, die; be broken.
இறை	draw near and pour out.
இறைஞ்சு	bow before.
இற்று	of this kind; thus.
இற்றுழி (இற்றவுழி)	when it is broken.
இனம்	race, kind, family, genus.
இனிய	sweet, pleasant.
இனையர்	such, of such account; so many.
இன்பம், இன்பு	pleasure.
இன்மை (இல் +மை)	absence of; poverty, destitution.
இன்றி	destitute.
இன்று	is not; today.
இன்ன(ர்)	such like (person).
இன்னா	bitter; evil.
இன்னாங்கு	trouble.
இன்னாமை	affliction.
இன்னினியே	this very instant.
இன்னே	even now.
ஈ	a fly; give.
ஈங்கு	here.
ஈட்டு	collect, store up, hoard.
ஈண்டு	here, in this world; grow; accumulate; abound.
ஈதல்	a bestowing in charity.
ஈரம்	moisture; by meto, coolness, pleasantness; favour; affection.
ஈர்	two; drag

ஈனம் (= இன்மை)	absence of, lack of.
ஈன்	bear, produce.
உகிர்	nail (of finger or toe), claw, talon; finger, toe.
உகு	fall down, be shed, pour down.
உசா(வு)	kindly sympathizing enquiry.
உஞற்று	use effort.
உடங்கு	together with, altogether.
உடம்பு	body.
உடன்	a particle expressing co-existence; used as a post position.
உடு	put on, wear.
உடுக்கை	garment.
உடை	possessions, wealth; break, burst, be
உட்கு	dread; reverence.
உணக்கு	make dry.
உணர்	understand, feel the truth, appreciate.
உண், உண்ணு	eat; drink; suck, imbibe; enjoy.
உண்டி	food.
உண்டு (உளது)	it is.
உதவு	serve a purpose; help; be of use.
உதிர்	fall off; fall to the ground.
உபகாரம்	benefit.
உபாயம்	stratagem, prudence.
உப்பிலி	insipid.
உப்பு	salt.
உமி	husk.
உம்பர்	the upper celestial world.
உம்மை	the other, some other world or states.
உயங்கு	afflict;
உயர்த்து	exalt.
உயல், உய்தல்	escaping.
உயிர்	life; being; sigh, breathe, waft.
உய்	escape; cause to go together; collect; direct, carry forth.
உரம், உரன்	strength.
உரவு நீர்	the rushing torrent.
உராய்	rub against
உரிமை	possession.
உரு	form; beauty; much, great, vigorous.
உருமு	a thunderbolt.
உருவு	form.

உரை	an explanation, commentary ; speak, say, tell; explain. [Syn. சொல், கூறு, அறை].
உல	dry up; fail ; perish.
உலகம்	world.
உலறு	be worn out.
உலை	a forge; boiler; cooking pot.
உவ	be glad.
உவரி	the salt sea ; brackish water.
உவர்	brackishness, saltness; disgust; loathe.
உழ	suffer.
உழல்	wander about.
உழவர், உழவன்	cultivator.
உழவு	ploughing, cultivation.
உழு	plough.
உழை	place, refuge.
உள, உள்ள	they are, that are, that which are.
உளம், உள்ளம்	mind, thought; breast.
உளர்	persons existing.
உளி	a chisel.
உளை	tufted flowers.
உள்	place; inside, mind; exist.
உள்ளு	think.
உற	firmly, fastly.
உறங்கு	sleep
உறல்	the befalling.
உறழ்	suit, fit, appertain to.
உறின்	if it be befalling.
உறு	become; befall; befit, hap. [Opp. அறு, இறு]; real; mighty.
உறுதி	stability, strength, certainty.
உறுத்து	cause to hap.
உறுப்பு	member.
உறுவர்	ascetics.
உறை	rain; burn; be pungent or rank; cause smart; reek of.
உறைப்பு	pungency, a copious penetrating rain.
உற்றவர்	those who in sorrow seek their aid.
ஊக்கம்	strength, power; aim, plan; effort.
ஊக்கல்	acting vigorously.
ஊடு	sulk, get impatient or angry with.
ஊட்டு	feed, supply with food; dye.

ஊதியம்	profit, utility.
ஊரன்	head-man.
ஊராண்மை	magnanimity, munificence.
ஊர்	town: cause to go, drive, ride on, crawl; circulate as sap.
ஊழி	an aeon, age; eternity.
ஊழ்	what is in regular sequence, one after the other.
ஊறு	affliction; ooze out, flow.
ஊற்று	spring of water; support.
ஊன்	flesh.
ஊன்று	support on.
எஃகு	keenness; steel ; javelin.
எக்காலும்	always, ever.
எச்சம்	What is left over or behind; what supplies a deficiency, complement.
எச்சில்	refuse of food, leavings; anything unclean.
எஞ்சு	survive, escape; remain over.
எஞ்ஞான்றும்	always.
எடு	acquire, gain a name, raise, lift up; support.
எதிர்	what is opposite to.
எம்	our.
எம்மை	us; what world or state or birth.
எயிறு	tooth.
எய்	send forth, emit; obtain; possess; assemble.
எரி	fire; consume.
எருத்தம்	the nape of the neck.
எருத்து	bend the neck as suppliants.
எருவை	a kind of reed.
எல்	night.
எல்லை	bound, limit.
எவ்வம்	pain, affliction.
எழிலி	a cloud.
எழில்	beauty, youthful grace, youth.
எழு	seven; rise up, rise and wander forth; stand out.
எழுத்து	a writing.
எளிய	easy.
எள்ளு	despise, think lightly of.
எறி	strike; hurl, throw up.
ஏற்று (என் +து)	It is of what sort?
எனின்	if.
எனைத்து	how much, how many?

என்	me, my; interrogative pron. 'what'; say.
என்பு	bone.
என்று	what day?
என்றும்	always, continually.
என்னை	me; it is what?
ஏகு	go.
ஏங்கு	pine.
ஏட்டை	poverty.
ஏதிலார்	strangers, foes, neighbours.
ஏதிலார்	strangeness; vicinity.
ஏமம்	safety, protection ; intense delight.
ஏமுறுதல்	sensual bewilderment.
ஏத்து	extol, praise.
ஏந்து	be raised, elevated.
ஏலாமை	impossibility, incongruity, declining a challenge.
ஏல்	if; be fitting; accept; ask alms; meet in battle.
ஏழை	an ignorant wret
ஏறு	rise, ascend, climb.
ஏற்று	lift up, put up into.
ஏனை	other; how many; contrary to.
ஐ, ஐந்து	five.
ஐந்தை	small mustard seed.
ஐயம்	alms.
ஐயன்	father.
ஒ	be likewise.
ஒக்கும்	it will be equal, like.
ஒட்டு	cling to, unite [*Opp.* ஒருவு]
ஒண், ஒட், ஒள்	bright; good; beautiful ; wise.
ஒதுங்கு	retire; recede.
ஒப்பு	agree; be equal.
ஒப்புரவு	befitting conduct.
ஒரு, ஒன்று	a, one, any.
ஒருங்கு	altogether, at once, completely.
ஒருவர், ஒருவன்	(any) person.
ஒருவு	shun; transcend;
ஒலி	sound; roar, resound.
ஒல்	be possible.
ஒல்கு	be shaken, fail.
ஒல்லை	promptitude; swiftly.
ஒழி	leave; shun; forsake; depart; cease.

ஒழுகு	flow on; pass; act; behave.
ஒழுக்கம்	decorum, virtue.
ஒளி	glory; splendour, light; hide.
ஒள்	bright; good; beautiful; wise.
ஒறு	punish.
ஒற்கம்	feebleness.
ஒன்று	any (thing); suit, fit; join.
ஒன்னார்	enemies.
ஓஓ	interrogation: Ah! Oho!
ஓங்கு	rise above.
ஓசை, ஓலம்	sound.
ஓடு	earthern pot; run on.
ஓட்டு	cause to run ; pass; spend.
ஓதம்	billow, surf wave; ocean.
ஓது	study.
ஓம்பு	cherish.
ஓர்	one; search out, ponder.
ஓவு	cease.
கசடு	bitterness, disgust.
கட	cross over, pass.
கடகம், கடையம்	a bracelet.
கடப்பாடு	obligation; order.
கடலம், கடல்	sea.
கடவது	what is due, as much as is needful.
கடன்	obligation, duty; debt.
கடி	marriage; rebuke; renounce; scare away, over power and dispel.
கடிஞை	a beggar's bowl.
கடிப்பு	a drumstick.
கடு	intense; evil; poison.
கடுகு	make haste.
கடுக்கு	enrage.
கடும்	harsh: fierce; [Opp. இன்]
கடை	shop or bazaar; last or lowest in state.
கடைப்பிடி	keep in mind.
கட்டி	inspissated juice, lump of sugar.
கட்டே	dwells on.
கணக்காயர்	teachers of the Vedas.
கணமலை	a knot of hills.
கணம்	(in) troops.

கணு	a joint or knot or eye in tree.
கண்	eye.
கண்ணோடு	be graciously disposed towards.
கண்படு	slumber.
கதம்	wrath.
கதிர்	ray.
கதுப்பு	a woman's hair.
கப்பி	grain; coarse grits.
கமழ்	be diffused as odours.
கமுகு	the Betelnut palm.
கம்மம்	smith's work.
கயம்	a low or base man; depth.
கயல்	any fish; a special fish.
கர	conceal, refuse.
கரி	evidence, example.
கரு	black; eminence.
கருது	regard.
கருமம், கர்மம்	affair, business,
கரும்பார்க் கழனி	hell.
கருவி	instrument.
கருனை	anything fried.
கரை	a shore, bank.
கல	mingle with, be intimate with
கலங்கு	be confounded, perturbed.
கலம், கலன்	a vessel, ship;
கலி	cry.
கலுழ்	wail.
கலை	a stag.
கல்	stone, rock; learn; excavate; bury.
கல்வி	learning.
கவறு	a forked piece of palmyra wood, a fulcrum.
கவற்று	cause trouble to; distract.
கவான்	lap, thigh.
கவி	overarch; cover as a canopy.
கவ்வு	seize with open jaws.
கழல்	fall or slip out.
கழறு	urge.
கழனி	a cultivated field.
கழி	back-water, creek; much; pass off; spend time.
கழுகு	vulture.

களர்	brackish soil.
களிறு	elephant.
களை	remove, cut off.
கள்	toddy; honey: steal; act treacherously.
கறங்கு	sound.
கறி	bite; eat.
கறு	grow dark (with anger).
கறை	darkness.
கற்பு	chastity; learning.
கனம்	weight; value.
கனல்	fire.
கனி	ripe, sweet fruit; ripen.
கனை	sound; roar.
கன்று	calf.
கன்னி(யர்)	virgin(s).
கா	guard; hoard; restrain.
காக்கை	crow.
காடு	a jungle; burning ground.
காட்சி	the vision and the faculty divine.
காணம்	wealth, gold, coin.
காண்	see.
காதம்	an Indian league, about 5 English miles.
காதல்	affection; desire.
காமம்	love; desire ; lust, sexual passion.
காயம்	condiment, seasoning, hot spice.
கார்	blackness; a cloud: be acrid.
காலாடு	be active.
காலு	discharge; vomit.
காழ்	dirt
காளை	a young bullock; a youth; a bridegroom.
கான(க)ம், கான்	a desert.
கானல்	a grove on the seashore.
கிட	lie down, remain, lie still.
கிடை	a kind of cork wood.
கிழமை	familiar friendship; propriety.
கிழி	tear; rend, pierce.
கிளை	branch; kindred grow, be amplified.
கிள்ளு, கிள்	pinch; dig out.
கீழ்	under, sign of 7th case; by metonymy: low man.
குடி	family, noble family.

குடை	umbrella ; bend; hollow out.
குணம், குணன்	quality; excellence.
குணுங்கர்	low people.
குண்டு	depth.
குண்டை	bullock.
குதலைமை	folly.
குத்தி, குற்றி	a log; having snatched.
குத்து	peck, pierce, prick.
குப்புறு	rush away (fall head long.)
கும்பி	hell.
குய்	spice, seasoning.
குரம்பு	bank, limit.
குருகு	a bird.
குலம்	family; race; caste.
குவளை	water-lily.
குழம்பு	mud, slime.
குழவி	early youth.
குழுவு	unite, associate.
குழை	ear jewel; tender leaves; wag, bend.
குறடு	pincers, tongs.
குறு	small.
குறுகு	approa
குறை	grow less; cut short; trim.
குன்று	diminish.
கூத்தியர்	dancing girls.
கூம்பு	close as flowers.
கூர்	sharp; point.
கூழ்	grain, rice; food.
கூறு	say, declare, proclaim.
கூறை	garment.
கூற்று	death, Yaman.
கெடு	perish, disappear.
கெழு	become familiar, accustomed to.
கேணி	a temporary well; hole in the sand.
கேழ்	hue.
கேள்	kindred.
கேள்வி	traditional lore.
கையுறு	come to hand.
கைஞ்ஞானம்	trifling, unreal wisdom.
கைத்து	what is in hand: means, property.

கைப்பு	bitterness.
கொடு	cruel, evil; give.
கொட்டு	strike, beat a drum, gently manipulate.
கொண்மூ	cloud.
கொம்பு	the bough of a tree.
கொம்மை	roundity.
கொய்	pluck.
கொல்	kill; an expletive emphasizing a statement or a question
கொல்லன்	a smith.
கொழி	sift, examine.
கொழுவு	fat.
கொள்	take hold of, receive; seize; marry; hold in estimation
கொள்கை	tenet, principle.
கொள்ளு	horse-gram black and red.
கொன்	hell; vain, useless.
கோ	king; string together.
கோங்கு	silk-cotton tree
கோடு	flexure, plait, fold; a branch; border; a curved tusk; bend, diverge from right.
கோது	adjust, trick out.
கோதை	a flower wealth; by meto. a damsel.
கோப்பு	provisions, food for a journey.
கோல்	a staff; arrow.
கோள்	contents; estimation; quality.
கௌவு	seize, clut
சந்தனம்	sandal-tree.
சமழ்	suffer shame or distress.
சலம்	trickery.
சா	die.
சாகாடு	cart.
சாக்காடு	death.
சாந்து	fragrant unguents.
சாயல்	reflected image, form, beauty, excellence.
சாய்	grass; lean, fall.
சாரல்	the side and slopes of a mountain range.
சார்	join, be close to, rely on, be dependant on.
சால	mu
சால்	abound.
சாற்று	announce.
சான்றவர், சான்றோர்	the excellent.

சிகை	course at a meal.
சிதர்	diffuse, spread.
சிதல்	white ant.
சிரல்	the kingfisher.
சில்லை	an utterly worthless woman.
சிவல்	a partridge.
சிற	abound.
சிறப்பு	politeness, courtesy; excellence, splendour; renown.
சினம்	anger.
சீர்	position dignity; excellence, virtuous conduct.
சுடர்	flame; sun.
சுடு	burn.
சுட்டுக்கோல்	a poker.
சுர	gush forth, yield.
சுரம்	(a path through the) arid jungle or desert land.
சுரும்பு	a beetle, bee.
சுரை	gourd.
சுற்று	circuit, limit; surround, gird.
சுனை	tingle, it
சூடு	brand, scar; wearon.
சூத்திரம்	doctrine, formula, aphorism.
சூல்	scoop out.
சூழ்	surround; deliberate, debate.
செ	red, bright yellow, golden; by meto fiery; right, good.
செம்புனல்	the fresh, pure flood.
செம்மா	(in loco) exult.
செயிர்	wrath.
செய்	do, perform; make into; acquire, merit; profit, help, give.
செலவு	advancing to meet.
செல்	go, pass away, march by; reach; approa
செல்வம்	*wealth*.
செழு, செழும்	rich, fertile, luxuriant.
செறி	become dense; stick close to, cling to, be attached, fasten on; hoard.
செறு	afflict, restrain, be wrath with.
சேக்கை	nest.
சேண்	remote, far off.
சேய்	distance [Opp. அணி].
சேர்	join, attach; acquire; fall to the lot of; come to attach; approach; gather.

சேர்ப்பன்	a chief whose capital is a sea-port.
சேறு	sweetness; mud; wet soil.
சொல்	a word; say, speak, utter.
சோர்	flow down, slip, omit.
ஞாயிறு	the sun.
ஞாலம்	earth, world.
ஞானம்	knowledge.
ஞெமிர்	compress; bruise.
தகர்	be broken, shattered.
தகு	fit, be becoming.
தக்கார்	the worthy.
தங்கு	abide, be stable.
தடி	flesh.
தடுமாற்றம்	perplexity.
தணி	be relieved, grow cool, cause to diminish.
தண்	cool.
தண்ணம்	a funeral drum with one head.
தண்டு	staff; separate.
தமர்	kindred.
தயங்கு	shine; wave; hang.
தலை	head; place, also a postposition of the '7th Case; what is chief extreme point.
தவசி	an ascetic.
தவு	fail; perish.
தழங்கு	roar.
தழால்	the support of.
தளிர்	a tender shoot.
தளை	bond.
தறி	a wooden post.
தா	give, produce; bring; reflexive pronoun 'self'.
தாயத்தவர்	the heirs.
தார்	garland; bear, endure.
தாள்	endurance, energy: a trunk or stem; foot.
தாற்று	sifting, merely bandying words; sift, fan.
தானை	a cloth, robe.
திகழ்	shine, glitter.
திங்கள்	moon.
திண்ணறிவாளர்	people of firm, stedfast mind.
திரி	change; wander about.
திரு	wealth; Lakshmi: goddess of fortune.

திரை	wave; (meto.) sea.
திளை	gather thick round.
திறன்	goodness.
தின்	itch; eat.
தீ	fire; a spark; evil.
தீண்டு	tou
தீம்	sweet.
தீர்	remove: get rid of; cure.
தீர்த்தம்	a sacred stream.
தீற்று	feed with the hand.
து, துய்	eat, enjoy.
துகில்	rich attire.
துச்சாரி	profligate.
துஞ்சு	die.
துடி	a drum.
துடை	wipe off, do away with.
துணிவு	decision, determination.
துணை	assistance, help-meet; partner; measure; until.
துணைமை	ability.
துத்து	food.
துப்பு	power.
துப்புரவு	enjoyment; means of enjoyment.
துவை	spiced food.
துழாய்	mixed, mingled up.
துளக்கு	agitation.
துறவோர்	ascetics.
துறை	a haven
துன்(னு)	gain; crowd.
தூங்கு	cling to, linger; hang on; slumber.
தூணி	a grain, measure.
தூர்	root
தூற்று	publish abroad.
தெரிவு	understanding.
தெருமரு	be perplexed.
தெருள்	be clear.
தெளி	understand.
தெள்ளிது	what is clear: accurate knowledge.
தெள்ளு	sift out, throw up; examine.
தெற்றென	immediately, certainly.
தேசு	lustre.

தேமா	sweet mango.
தேம்	sweetness; honey.
தேய்	waste away; wane, grow less; pine away.
தேரை	a frog.
தேர்	enquire, discriminate.
தேர்வு	comprehension
தேறு	be sure, know clearly; trust.
தேற்றம்	certainty; assurance, confidence, accuracy.
தை	penetrate.
தொகு	collect, join.
தொடர்பு	associations, intimacy
தொடி	a bracelet, bangle (meton.): 'a lady'.
தொண்டு	slavery, a slave.
தொலைச்சு	destroy.
தொல்	ancient.
தொல்லை	antiquity.
தொழு	leprosy; pay homage.
தொழுத்தை	slave girl.
தொறும், தோறும்	every, whenever: a distributive suffix.
தோய்	blend with, touch; rea
தோள்	shoulder, arm: person.
தோற்றம்	light; appearance.
நகு	shine; smile, deride.
நகை	a laugh.
நசை	desire, hope, expectation.
நச்சு	desire; lust after.
நடை	walk in life; position.
நட்பு	friendship.
நந்து	grow; wax, die.
நம்பு	desire.
நய	love.
நயம்	goodness; wise decorum.
நரை	grey hair; age.
நலி	afflict.
நல்	good, goodly.
நவில்	teach, learn; tell.
நவை	fault.
நளி	great.
நள், நள்ளு	approach, join, contract friendship.
நறவு	fragrance

நனி	very, mu
நன்றி	a benefit.
நாடன்	lord of the land.
நாடு	a land; covet; seek out.
நாண்	modesty; shame.
நார்	cord, generally of vegetable fibre.
நாவாய்	a ship.
நாறு	yield perfume.
நாற்றம்	fragrance.
நானம்	musk.
நிகர்	one's inferior; equal.
நிச்சல், நித்தல்	ever or assuredly.
நிரப்பு	poverty, beggary.
நிரயம்	hell.
நிரை	herd, row, line.
நிலவு	abide
நிலை	state
நிறம்	colour (golden); the grow of youth.
நினை	ponder, reflect.
நின்	your
நீ	forsake; abandon.
நீசர்	base men
நீர்	water; goodness; nature.
நீலம்	blue (lotus) flower.
நீறு	ashes.
நுகர்	eat; experience.
நுண்	refined; subtle.
நுதல்	forehead.
நூக்கு	shove, push.
நூல்	literature, book, a systematic treatise.
நூறு	a hundred; crush.
நெடி	delay.
நெடு	wide, vast.
நெய்தல்	a water-flower.
நெறி	way; conduct.
நெற்று	dried pulse in pods.
நேர்	comparison; rectitude; opposition.
நொய்யது	what is minute, transcendent.
நோ	feel pain; complain of.
நோல்	endure; do penance.

பகு	divide, share.
பகடு	bullock.
பகர்	say, speak.
பசலை	sallowness.
பசும்	green, young, fresh.
பசை	cling to.
பஞ்சி	cotton.
படர்	proceed; spread as a sore.
படி	sink down.
படு	suffer, fall; be, abide, befall: pertain to; concern.
படை	instrument.
பட்டினம்	a sea-port.
பண்பு	nature: good qualities; excellence.
பணை	flourish, grow thick.
பண்டம்	any vessel, thing, baggage.
பதக்கு	a dry measure of two, மரக்கால் of half தூணி.
பதி	city.
பத்தர்	trough.
பந்தம்	real attachment.
பய	yield.
பயன்	fruit; aid; yield.
பயின்	glue.
பர	spread; extol.
பரப்பு	table-land.
பரி	a horse; grieve over; love, desire; pull to pieces.
பரிசு	dignity.
பருமம்	a saddle, pillion.
பருவம்	season.
பல்	tooth; many
பல்காலும்	often.
பழை	old.
பறை	a drum.
பாகன்	an elephant - keeper.
பாணன்	minstrel.
பாணி	hand.
பாதிரி	a trumpet-flower tree.
பாத்து	sharing.
பால	things that pertain to.
பாற்று	what may be classed among things that.
பாவை	A puppet: a lady.

பாழ்	desolation.
பிணி	disease, a bond, infliction.
பிதற்று	blab, speak folly.
பித்தர்	fools.
பிரிப்பு	mental perturbation.
பிலம்	cave, mine.
பிழை	fault; escape; miss; commit a fault.
பிற	other; be born.
பிறங்கு	swell
பிறழ்	vary.
பிறன்	one's neighbour.
பிறிது	anything else.
பிறை	the crescent moon.
பீடு	pride.
பீள்	embryo, germ.
புகல்	declare.
புக்கில்	a permanent abode.
புடை	side; hypothesis.
புடைப்பெண்டிர்	loose women.
புணர்	join, unite.
புதவு	door.
புத்தோடு	a new pot.
புரி	desire; do, perform.
புரை	fault; resemble.
புல	pout.
புலம்	a sense; sensation.
புலன்	place; sense.
புலை	silly.
புல்	mean; grass.
புல்லாப் புன்கோட்டி	low heterodox school.
புல்லு	join, agree : embrace.
புல்வாய்	a kind of deer.
புழுக்கல்	parboiled rice.
புள்	fowl, bird.
புறம்	the back, or outside. [Opp. அகம்]
புனம்	an upland plain fit for dry cultivation, and wooded.
புனல்	a stream, torrent.
புனை	adorn.
புன்	mean.
பூணு, பூண்	put on, assume the yoke or harness.

பூழை	wicket gate, smaller gate in a larger.
பூழ்	a quail.
பெடை	a hen; any female.
பெண்ணை	palmyrah tree.
பெய்	rain, pour into; throw carelessly; serve up in.
பெய்வளை	bracelets strung on.
பெருகு	increase.
பெருமிதம்	greatness.
பெறு	obtain, gain, bear (a name), fetch (a price), gain, attain to, beget.
பெற்றி	nature, acquired character.
பேடி	an hermaphrodite.
பேதை	a simpleton.
பேராண்மை	manly excellence.
பேறு	gain; birth.
பைய	by degrees, slowly, softly.
பொ	perforate.
பொங்கு	swell, foam, rage.
பொச்சா	forget.
பொத்து	be hidden or stored up in, envelope.
பொய்கை	a tank.
பொரு	fight; dash against.
பொருள்	what belongs, property; reality; meaning.
பொலி	be conspicuous; increase.
பொழிப்பு	an epitome in plain easy prose.
பொறி	spot; writing; destiny.
பொறை	patience.
பொற்றொடி	lady with golden bracelets.
பொன்று	die, perish.
போகம்	enjoyment.
போத்து	hollowness.
போர்	war; envelope
போற்று	guard; cherish.
மஞ்சு	a cloud.
மடம்	ignorance, stupidity, folly, artless simplicity.
மடு	kindle.
மணி	a gem
மண்டிலம்	sun
மண்டு	dense
மதலை	support.

மதி	full moon; estimate ; esteem.
மதுகை	strength.
மதுரம்	sweetness.
மம்மர்	delusion
மயல்	confusion.
மரத்தார்	person irrational as tress.
மரபு	course; what is sanctioned by custom; line.
மருங்கு	side, limit.
மருவு	embrace.
மருள்	be bewildered.
மலங்கு	an eel.
மலி	be full
மல்கு	abound, swell.
மல்லல்	abundance, fertility.
மறி	the young or any quadruped.
மறு	other: a spot, stain.
மறை	a secret.
மற்று	but, besides.
மனை	a mansion, house
மன்	as a particle=indeed, forsooth
மன்றம்	a hall of assemblage.
மன்னு	abide.
மாக்கள்	base people; irrational beings
மாசு	fault, black.
மாடம்	a mansion
மாண்	glory.
மாதர்	woman; beauty.
மாதோ	an expletive: O lady!
மாத்திரை	a moment; a limit.
மாந்தர்	men, human beings.
மாய்	die, disappear, perish.
மாரி	rain
மார்க்கம்	way.
மால் (செங்கண்மால்)	Indra, king of celestial world.
மாறு	a return, recompence.
மாற்றார்	foes.
மாற்று	deny.
மானம்	honour.
மிகு	abound.
மிசை	(a case ending)=over, above on, upon; suck, feed upon.

மிடி	affliction,
மிடுக்கு	tightness.
மிடை	be closely packed, mixed up with.
மின்னு	lightning.
மீ	above.
மீக்கூற்றம்	eulogy, praise ; authority in words.
மீட்டு	in return.
மீதாடு	move over surface.
மீதூரு	throng, press on.
மீன்	a star, fish.
முடுகு	hasten
முடை	ill odour.
முட்டிகை	a jeweller's small hammer.
முகம்புகு	come before one as a suppliant.
முத்தம், முத்து	a pearl.
முத்தரையர்	wealthy persons.
முந்திரி	a minute fraction: (1/320)
முயங்கு	embrace; cling to.
முரசம்	drum.
முரண்	war.
முல்லை	jasmine.
முழங்கு	sound out, thunder
முளை	a germ.
முறி	a tender shoot.
முறுவல்	tooth.
முற்று	become accomplished; become mature, maturity.
முனி	detest, dislike.
மூ	grow old; three.
மூகை	one dumb.
மூழை	a ladle.
மெய்	body; truth, reality.
மெல்லியர்	poor people.
மென்மை	gentleness.
மேலை	former.
மேவு	love heartily.
மேனி	body.
மை	a fault; a cloud.
மைந்து	bewilderment.
மொக்குள்	a bud; a bubble in water.
மொழி	a word; speak.

மோடு	greatness [Opp. ஏட்டை]
யா	tie, bind.
யாக்கை	body
யாங்கணும்	everywhere.
யாறு	a river.
வஞ்சம்	deceit.
வடு	fault: ulcer, scar.
வண்ணம்	way, manner.
வண்மை	liberality.
வம்பலன்	a neighbour.
வயங்கு	glitter, gleam.
வரன்று	sweep things along.
வருணம்	caste.
வரை	a mountain ; a bank; refuse, reject.
வலவை	a shameless person.
வலி	strength
வல், வற், வன்	powerful, hard, cruel.
வல்சி	food.
வல்லுதல்	is permissible.
வல்லே	promptly.
வவ்வு	snatch away.
வழு	a slip, mistake, fault.
வழுதுணை	brinjal.
வழும்பு	fat.
வளம்	abundance.
வளி	whirlwind, wind.
வள்	strong, sharp.
வற	grow dry, fail.
வறிஞர்	paupers.
வனப்பு	adornment, grace ; beauty.
வாக்கு	manner, appearance.
வாதி	afflict, coerce.
வாய்மை	reality, truth.
வாரி	income.
வால்	a tail; purity, whiteness.
வாளா	silently.
வாள்	light; a sword, bright keen weapon.
வானகம்	heavenly world.
விசும்பு	the sky.
விடர்	not allowed

விண், விண்ணு	the sky.
விதுப்பு	desire; eagerness, trepidation.
வித்தகம்	learning, wisdom.
விய	wonder at, admire, praise.
விரகு	means, tact.
விரவு	commingle.
விலங்கு	a boast, irrational being; stand off; fail.
விழு	excellent.
விழை	desire eagerly.
விள்ளல்	separation.
விளி	perish, cause; summon.
விறல்	abundance; greatness.
வீ	perish.
வீடு	freedom, liberation, heaven.
வெஃகு	desire.
வெகுளு	be wroth.
வெந்தை	a cooked meal.
வெம்	cruel.
வெம்பு	glow with heat.
வெய்ய	fiercely, hotly.
வெருகு	a tom-cat.
வெற்பு	a hill.
வென்றி	victory.
வே, வேகு	burn.
வேகம்	wrath.
வேசை	a wanton.
வேட்கை	desire
வேதிகை	a raised altar
வேல்	a weapon, lance.
வேழம்	an elephant.
வேளாண்மை	liberality.
வேள்	desire, long fort.
வை	place, put; abuse; store up.
வைகல்	day, daily.
வைகு	tarry the night.
வையம்	the earth; a chariot.

Our Popular English Publications

Thirukkural

This book contains metrical translation by Rev. Dr.G.U.Pope, translation in prose rendered by Rev. W. H.Drew and Rev. John Lazarus and also the versions of Mr. F.W. Ellis for some selected couplets. Rs. 10.00

The Tamils Eighteen Hundred Years Ago

V. Kanagasabhai, B.A.,B.L.

This work sheds floods of light on the antiquities of the Tamil race, their Literature, Civilization, Commerce, Kingdoms, Foreign Trade etc. Rs. 8.00

The Treatment of Nature in Sangam Literature

Dr. M. Varadarajanar, M.A.M.O.L.,Ph.D.

In this treatise, the author expounds the keen vision and deep insight of the authors of the Sangam classics, in respect of the study and elegant portrayal of the floras and faunas in all their serenity and romanticism in every discernible detail. Rs. 7.00

Prof. P. Sundaram Pillai Commemoration Volume

This volume contains articles in English and Tamil on philosophy, History and Tamil Literature etc. and critical study of characterisation contributed by eminent men of letters, for his immortal drama "Manonmaniam". Rs. 8.00

Tamil India

Prof. M. S. Purnalingam Pillai, B.A.,L.T.

In this work, the versatile author discusses in detail the hoary Tamil Language and Literature, Trade, Polity, Arts, Science, Philosophy etc., the study of which has, evidently, been neglected by the numerous oriental scholars of West and East drifted to the study of Sanscrit only. Rs. 5-00

Tamil Wisdom

Edward Jewitt Robinson

This author traces the antiquity and splendour of Tamil language and literature and the wisdom derived from the epigrams in Tamil. He has rendered the following works in English: 24 chapters in Thirukkural, Muthuray, Athisudi, Konrai Venthan, Cabilar-Agaval and Mariyathai-Raman. Rs. 4-50

Ten Tamil Ethics

Prop T. B. Krishnaswami, M.A.,B.L.

This book is the collection of English Translation in lucid style, of ten ethical poems in Tamil viz., Athisudi, Konrai-Venthan, Ulaga-Neethi, Vetri-Verkai, Muthurai, Nalvazhi, Nanneri, Nithi-Neri-Vilakkam, Neethi-Venba and Aranericharam. Rs. 4.00

Source:

Naladiyar
with Translations in English by
Rev. Dr. G.U. Pope and Mr. F.W. Ellis
Forward by Dr. M. Varadarajanar
The South Indai Saiva Siddhantha Works Publishing Society
Tinnevelly, Madras- 1
© 1963 (first edition March 1958)
Publication No: 927

Appar Achakam, Madras 1.

CONTENTS
Forward
Introduction
Index to Chapters
Text and Translation
F.W. Ellis' Translation of some Quatrains
Index to Quatrains

FOREWORD

Of the great ancient works of Tamilnadu known for their moral profundity and weighty comments on life and thought, Thirukkural and Naladiyar stand foremost. The proverbial saying "நாலும்இரண்டும்சொல்லுக்குஉறுதி" (the couplets of Thirukkural and the quatrains of Naladiyar are the best of ethical sayings) glorifies their value in a single sentence. Great ethical and philosophical utterances have been rendered in poetic form in Naladiyar. The poetic value of the stanzas cannot be under estimated although it is true that their moral values pre-eminently appeals to the readers. W.H. Hudson observes: "There is no reason why poetry should not be the outcome of philosophy and the vehicle of philosophic truth without sacrificing anything of its essential poetic qualities and graces." Naladiyar belongs to that category of poetry which celebrates philosophic truth without sacrificing its essential poetic charm. The writers of these stanzas were poets who also wished to be great teachers and moralists.

The authorship of this work is ascribed to a group of Jain ascetics who lived in the third or fourth century A.D. Its compilation has a tale to tell. In a critical situation of famine in the Pandiya Country, a group of eight thousand Jain ascetics left their place each leaving a stanza behind him. Of them four hundred are said to have been selected and compiled. The stanzas themselves testify to the fact that this is not the work of a single author, but of many belonging to the same school and age. That is why we find repetition of ideas as in stanzas 207 and 210 and similarity of expression as in stanzas 230 and 238. That this work is later than Thirukkural is evident from the classification and arrangement of chapters on the model of the latter, the whole work consisting of three parts and each chapter containing ten stanzas. But this classification is not so apt and so complete as in Thirukkural, as may be seen from the loose connection of the following stanzas to the chapters in which they are placed :-

Stanza No.	Chapter No.
33, 34, 35, 39, 40	4
58	6
78 to 80	8
102	11
111 to 120	12
124 to 126, 128	13
181 to 183	19

The words and ideas expressed in stanza No.305 are not different from those of the Thirukkural couplets Nos. 1061 and 1069.

This is a Jain work laying great stress on renunciation. The ascetic note is struck in almost all the chapters except those on High birth (15), The Support of kindred (21), Scrutiny in forming friendships (22), Bearing and forbearing in friendship (23), Unreal friend ship (24) and Chaste matronhood (247). Yet, like Thirukkural, it appeals to the learned of all religions and sects by virtue of the eternal truths it explains and the moral philosophy it expounds. There is also a special effectiveness in elucidating certain ideas in four lines with appropriate emotional fervour as in stanzas 36, 40 and 83, which is not so easily possible in the couplets of Thirukkural.

The whole struggle of the human race from barbarism to civilisation is one continuous effort to maintain and extend its moral dignity. The learned among the ancient Tamils had perceived this clearly and laid due emphasis in their teachings on the moral and ethical aspects of human life. The Tamils are fortunate enough in having preserved these noble teachings in their ancient language and, as Dr. G.U. Pope has remarked, "Thirukkural and Naladiyar throw a flood of light upon the whole ethical and social philosophy of the Tamil people." Dr. Pope's characteristic enthusiasm, sincerity and passionate search for truth enabled him to realise the value of these works and introduce them to the Westerners through his translations. He carried out his project very successfully. The grammatical notes, the metrical introduction and the lexicon and concordance appended to his translation are scholarly and instructive. His translation has an inspiring quality and is nowhere a travesty of the original. We are greatly indebted to him for his valuable services to the advancement of Tamil language and literature.

The South India Saiva Siddhanta Works Publishing Society deserves our congratulations and thanks for having published this useful translation of Naladiyar by a renowned scholar and ardent lover of Tamil. F.W. Ellis' translation of some of the stanzas given at the end of the book adds to the value of this publication.

Madras-30, 17-2-1958.   M.Varadarajan